ĐỪNG BẬN TÂM CHUYỆN VẶT

ĐỪNG BẬN TÂM CHUYỆN VẶT
NGUYÊN MINH Việt dịch

Bản quyền bản Việt dịch thuộc về dịch giả và Nhà xuất bản Liên Phật Hội (United Buddhist Publisher - UBP).

Copyright © 2019 by United Buddhist Publisher
ISBN-13: 978-1-0906-7671-9
ISBN-10: 1-0906-7671-9

© All rights reserved. No part of this book may be reproduced by any means without prior written permission from the publisher.

RICHARD CARLSON
NGUYÊN MINH Việt dịch

ĐỪNG BẬN TÂM CHUYỆN VẶT

MỘT TRĂM LỜI KHUYÊN
GIÚP BẢO VỆ HẠNH PHÚC GIA ĐÌNH

NGUYÊN TÁC
Don't Sweat the Small Stuff
with Your Family

UNITED BUDDHIST PUBLISHER
NHÀ XUẤT BẢN LIÊN PHẬT HỘI

LỜI GIỚI THIỆU

Ngày nay, trong khuynh hướng của một xã hội đang trên đà phát triển, cuộc sống của chúng ta cũng ngày càng phức tạp, hối hả hơn nhiều. Ở những thành phố lớn, nhiều người đã bắt đầu có những thời biểu làm việc vượt quá mức của một cuộc sống bình thường. Điều đó dẫn đến một nhịp sống bận rộn, khó khăn hơn, khiến cho con người phần nào dễ mất đi những phẩm chất tốt đẹp, cởi mở của mình. Và những căng thẳng, khó khăn trong cuộc sống, theo quy luật muôn đời cuối cùng rồi cũng đều đổ dồn về dưới mái gia đình: nơi dung chứa tất cả những vui, buồn, vinh quang, thất bại của mỗi con người. Chính vì thế, cung cách cư xử trong gia đình ngày nay cũng không còn đơn sơ, giản dị như trước đây vài ba thập kỷ nữa. Chúng ta đang rất cần chú ý đến những mối quan hệ gia đình trong môi trường mới, nhằm có thể duy trì và phát triển được hạnh phúc ngay cả trong những điều kiện khó khăn nhất mà cuộc sống đòi hỏi.

Tiến sĩ Richard Carlson là một nhà tâm lý nổi tiếng của Hoa Kỳ, đã viết nhiều sách hướng dẫn về cách ứng xử trong gia đình, và cũng thường xuyên diễn thuyết nhiều nơi về đề tài này, kể cả một số chương trình trên các đài truyền hình và truyền thanh quốc gia. Chuyển dịch tập sách nhỏ này của ông sang Việt ngữ, chúng tôi hy vọng giới thiệu được với độc giả Việt Nam một số trong những cách nhìn nhận của ông về các vấn đề trong cuộc sống gia đình, cũng như nhiều giải pháp thiết thật nhằm mang lại hạnh phúc thật sự.

Tất nhiên độc giả Việt Nam sẽ không tránh khỏi cảm giác xa lạ với một vài vấn đề trong sách, do những bối cảnh xã hội có phần khác nhau. Nhưng nhìn chung thì phần lớn vẫn là những phân tích, nhận xét rất bổ ích và có thể vận dụng sáng tạo trong điều kiện của chính chúng ta. Xét cho cùng, đây là những vấn đề về con người, vì thế cũng không khác nhau mấy trên cả hành tinh này.

Thành công của Richard là ở chỗ ông không đặt ra những vấn đề quá to tát, mà thường chỉ là những việc nhỏ nhặt, nhưng thiết thật, cọ xát với cuộc sống hằng ngày của mỗi người. Những giải pháp ông đề ra lại rất đơn giản, dễ thực hiện, nhưng đưa đến nhiều kết quả bất ngờ. Bản thân người dịch, ngay trong quá trình dịch sách này, cũng không giấu giếm là đã áp dụng một số giải pháp được trình bày trong sách, với những kết quả tuy còn khiêm tốn nhưng cũng vô cùng quý giá trong cuộc sống gia đình.

Trân trọng giới thiệu cùng bạn đọc với niềm hy vọng rất đơn sơ là "chia ngọt, sẻ bùi".

NGUYÊN MINH

Dẫn nhập

Cho dù là trong quan hệ với con cái, giữa vợ chồng với nhau, hoặc là với cha mẹ, thân tộc, anh chị em..., cung cách ứng xử trong gia đình thường khi cũng có những khó khăn. Sự quen thuộc với nhau, những thói quen không thể tránh, sự mong đợi, hy vọng vào người khác, sự hy sinh, rồi những mâu thuẫn trong dự trù công việc, các thói tật của mỗi người, cho đến vấn đề trách nhiệm... và biết bao nhiêu thứ vặt vãnh khác trong gia đình, đều có thể góp phần tạo nên một môi trường đầy căng thẳng. Hơn nữa, các thành viên trong gia đình, có lẽ hơn hẳn bất kỳ ai khác, luôn thật sự nắm được yếu điểm của bạn để dễ dàng chọc giận. Cùng với những cung cách ứng xử trong gia đình là tất cả những trách nhiệm và những chuyện bực mình xoay quanh cuộc sống - hóa đơn, thực đơn, công việc vệ sinh, các chi phí sinh hoạt, công việc trong sân vườn, rồi các cuộc gọi điện thoại, những con vật nuôi, những người hàng xóm, cho đến công việc giặt ủi, tiếng ồn, việc bảo dưỡng các vật dụng... vân vân và vân vân... - và thế là bạn đã tự mang lại cho mình đủ các yếu tố để rơi vào một sự suy sụp tinh thần.

Chúng ta hãy thành thật thừa nhận điều này: có được một mái ấm gia đình là một đặc ân từ cuộc sống, và tất nhiên là rất đáng hoan nghênh, nhưng đồng thời cũng có những phần khó khăn nhất định, ngay cả khi mà mọi việc đều thuận buồm xuôi gió. Nếu bạn muốn có một cuộc sống gia đình đầy yêu thương, mang lại nhiều kết quả tốt đẹp, bạn phải học tính kiên nhẫn, và biết cách xem thường, không cáu gắt vì những chuyện vặt, để rồi bị chúng chiếm hết tâm trí mình. Có lẽ đã quá đủ những khó khăn để đối đầu và giải quyết trong cuộc sống gia đình. Vì thế, sự thật là nếu bạn quá quan tâm đến những chuyện vặt, chính là bạn đang tự đẩy mình đến chỗ suy sụp tinh thần. Với tôi, đây là một vấn đề rất quan trọng cần phải vượt qua. Và phần thưởng đạt được sẽ rất đáng giá - sự hòa hợp trong gia đình, và ngay cả sự minh mẫn, sáng suốt cho chính bản thân bạn.

Tôi viết cuốn sách này nhằm giúp cho cuộc sống, những sinh hoạt trong gia đình, được phần nào dễ dàng hơn, và hy vọng là mọi người cũng yêu thương nhau hơn. Những giải pháp ở đây nhắm đến giải quyết các nguyên nhân thông thường nhất dẫn đến sự tan vỡ, và giúp mang lại niềm vui trong gia đình, những niềm vui thường bị đánh mất đi chỉ vì những bực bội nhỏ nhặt và sự bận rộn trong cuộc sống hằng ngày. Những giải pháp này cũng nhằm nâng cao hơn nữa nhận thức, sự kiên nhẫn và khôn ngoan của bạn. Chúng cũng giúp bạn có một thái độ sống đáng yêu hơn trong gia đình, biết ơn mọi người hơn, và có được sự thanh thản.

Những người biết xem thường, không quá bận tâm với những việc vặt vãnh trong gia đình có một cuộc sống thênh thang mở rộng. Họ chẳng phải tiêu hao đi bao nhiêu sinh lực vào những cau có, bực bội thường ngày, và như vậy sẽ còn thừa năng lượng để tìm được niềm vui, để có một cuộc sống đầy sáng tạo và yêu thương. Những phần sinh lực vốn thường bị tiêu hao đi trong sự căng thẳng, bực dọc, giờ đây có thể được tập trung vào cho sự sáng tạo và việc tạo ra những kinh nghiệm cũng như những ký ức thật vui tươi trong cuộc sống. Khi những việc nhỏ nhặt thôi không còn làm bạn bận tâm nhiều quá, gia đình sẽ trở nên một nguồn vui sống hơn bao giờ hết. Bạn trở nên kiên nhẫn và dễ tính hơn. Cuộc sống dường như cũng dễ dàng hơn. Bạn cảm nhận cuộc sống không còn nặng nề và phức tạp thái quá, và bạn cũng sẽ trải nghiệm được nhiều sự hòa hợp hơn trong cuộc sống. Cảm giác yên bình này lan tỏa quanh bạn, và sẽ được các thành viên khác trong gia đình cảm nhận.

Khi bạn biết cách nhìn nhận sự việc đúng với bản chất của chúng, và trở nên nhẫn nhục, chịu đựng hơn, mỗi ngày trôi qua sẽ dường như dễ dàng và ít căng thẳng hơn. Bạn sẽ nhận ra được nét vô tư, đáng yêu của người khác trong những cách ứng xử mà trước đây vẫn thường làm cho bạn khó chịu. Điều này làm cho bạn cảm thấy thân thiết hơn với gia đình như là một tổ ấm, và cảm nhận được sự thanh thản hơn với tư cách là một thành viên trong tổ ấm đó. Vì vậy mà bạn cũng tự mình trở nên dễ dãi hơn, không còn đòi hỏi mọi việc nhất định phải diễn ra theo một cách nào đó, chỉ để làm vui lòng bạn. Bạn sẽ yêu thương nhiều hơn nữa trong trái tim mình, và sẵn lòng chia sẻ tình yêu đó với những người chung quanh. Và cuối cùng, bạn sẽ trở nên dễ hòa nhập với mọi người, một điều kiện cho phép bạn khơi dậy được những gì tốt đẹp nhất từ những người mà bạn yêu thương nhất.

Sau khi tôi viết cuốn "Don't Sweat the Small Stuff" (Đừng quan tâm chuyện vặt), nhiều người đã hỏi tôi: "Có phải chuyện nhà ông bao giờ cũng êm ấm cả không?" Tôi phải thú thật là không phải thế! Ngay vào lúc cuốn sách nói trên của tôi vừa bày trên hiệu sách, các con tôi đã đặt tôi vào những chuẩn mực sống đặc biệt chưa từng có trước đó. Giờ đây dường như tôi không thể làm bất cứ việc gì mà không bị chỉ trích. Chẳng hạn, đã hơn một lần khi tôi cáu gắt, bực dọc về điều gì đó ở nhà, con gái nhỏ nhất của tôi, Kenna, tay cầm cuốn sách trong tay và chạy quanh nhà, miệng la lớn: "Đừng quan tâm chuyện vặt, bố ơi! Đừng quan tâm chuyện vặt!"

Con gái 8 tuổi của tôi, Jazzy, thậm chí còn gay gắt với tôi hơn cả em nó. Gần đây, vào một ngày tôi vừa từ xa trở về sau một chuyến đi diễn giảng về một nếp sống thanh thản hơn và làm thế nào để thoát khỏi sự căng thẳng, con bé và tôi cùng ăn bữa sáng. Trong khi chúng tôi đang ăn và nói chuyện cởi mở, thân mật cùng nhau, không hiểu sao tôi lại chuyển hướng và bắt đầu lên lớp giảng giải - những điều mà nó hoàn toàn không thể nào hiểu được. Đến một lúc, nó vụt đứng dậy, chống hai tay vào sườn, nói với giọng thật đáng yêu nhưng đầy mai mỉa: "Thôi đi, bố ơi. Liệu có thật là bố dạy cho mọi người thư giãn không đấy?" Thật lòng, tôi thú nhận điều này: Tôi đã cáu gắt với những chuyện vặt trong gia đình tôi nhiều hơn ở bất cứ nơi nào khác. Và tôi dám cuộc là bạn cũng như thế thôi!

Không ai trong chúng ta đạt được sự toàn hảo, hay thậm chí gần đến sự toàn hảo, trong quan hệ cư xử cũng như trong sinh hoạt gia đình. Luôn luôn có những lúc mà chúng ta cảm thấy bực dọc hoặc quá sức chịu đựng. Tuy nhiên, chúng ta có thể làm giảm đi đáng kể những lần như thế. Chúng ta có thể tạo ra những bước hoàn thiện dần dần, hoặc thậm chí có khi đột biến, trong phương thức mà chúng ta gắn bó với các thành viên khác trong gia đình và với những trách nhiệm trong đời sống hằng ngày. Trong thực tế, chúng ta có thể hoàn thiện rất đáng kể cuộc sống của mình, như từng thành viên riêng rẽ và như một mái ấm gia đình.

Khuynh hướng "không cáu gắt vì những chuyện vặt" đã trở thành một ưu tiên trong cuộc sống của hàng triệu người. Và không ở đâu mà điều này lại có ý nghĩa quan trọng hơn là đối với những người thân yêu ngay quanh ta. Khi chúng ta trở nên phần nào thư thả và bình thản hơn, chúng ta sẽ tránh được một xu hướng chung rất thường gặp là coi thường gia đình và những người thân yêu của mình. Thay vào đó, chúng ta sẽ biết nhìn nhận giá trị của món quà từ gia đình, hay thật sự phải nói là món quà từ cuộc sống. Khi bạn áp dụng những ý tưởng này vào cuộc sống, bạn sẽ bắt đầu tạo dựng một gia đình êm ấm hơn với đầy lòng yêu thương. Tôi xin gởi đến các bạn và gia đình tình yêu của tôi cùng với những lời cầu chúc tốt đẹp nhất.

1. Tạo một môi trường tình cảm tích cực

Giống như trong một khu vườn, những bông hoa chỉ có thể sinh trưởng tốt trong điều kiện tốt, mọi sinh hoạt trong gia đình bạn chỉ có thể trôi chảy khi một môi trường tình cảm tích cực được tạo ra. Thay vì đối phó với từng sự việc căng thẳng vào lúc chúng xảy ra, việc tạo một môi trường tình cảm tốt sẽ giúp bạn ngăn ngừa trước những khả năng có thể dẫn đến sự căng thẳng, mâu thuẫn. Điều này giúp bạn thích nghi với cuộc sống chứ không phải là đối phó với nó.

Khi nỗ lực tạo ra một môi trường tình cảm lý tưởng trong gia đình riêng, bạn cần phải tự đặt cho mình nhiều câu hỏi quan trọng: Bạn là mẫu người như thế nào? Liệu một môi trường sống như thế nào sẽ làm cho bạn thoải mái và sinh hoạt tốt? Bạn có muốn gia đình mình được êm ấm hơn không? Những câu hỏi như thế này là cực kỳ quan trọng trong việc khởi sự tạo ra một môi trường sống lý tưởng chung quanh bạn.

Việc tạo ra một môi trường như thế phụ thuộc nhiều vào những sở thích tinh thần của bạn, hơn là vào những yếu tố vật chất bên ngoài. Lấy ví dụ như cách sắp đặt bàn ghế, vật dụng, màu sắc các bức tường, hay những tấm thảm... cũng đều có góp phần trong việc tạo ra môi trường chung, nhưng chúng không phải là những yếu tố quyết định nhất.

Môi trường lý tưởng của bạn được hình thành chủ yếu là từ những yếu tố như tiếng ồn, tốc độ làm việc, sự kính trọng lẫn nhau giữa các thành viên trong gia đình, và sự sẵn lòng (hoặc không sẵn lòng) lắng nghe nhau.

Ví dụ như, trong gia đình tôi, chúng tôi đã đặt một mục tiêu là cùng nhau tạo ra và duy trì một môi trường khá êm ả. Mặc dù chúng tôi vẫn thường có những lúc đi lệch khỏi định hướng đó, nhưng thật sự có ngay những nỗ lực để đưa mọi việc trở về đúng hướng. Lấy ví dụ, cho dù chúng tôi rất thích được sống bên nhau, và vẫn thường dành nhiều thời gian bên nhau, nhưng mỗi người trong chúng tôi cũng có đôi lúc thích được yên tĩnh một mình. Một nhận thức đơn giản về việc này như là một ý muốn tích cực, thay vì tiêu cực, sẽ giúp tất cả chúng tôi dễ dàng hơn trong việc chịu đựng những tiếng ồn, hoạt động, và cả sự hỗn độn nữa, vốn xảy ra bất cứ lúc nào quanh chúng tôi. Chúng tôi đã biết cảm nhận được khi một người nào đó trong gia đình cần có một môi trường yên tĩnh hơn, hay không gian để ở yên một mình.

Một điều khác cần làm là hãy cố giảm bớt sự hối hả không cần thiết xuống mức thấp nhất. Mặc dù hai con tôi chỉ mới được 8 tuổi và 5 tuổi, chúng tôi vẫn nhiều lần thảo luận với nhau vấn đề này. Trong tập thể gia đình, chúng tôi đồng ý với nhau cùng theo khuynh hướng này trong sinh hoạt của mỗi người, cũng như trong hoạt động chung của cả gia đình. Ví dụ, có những lúc tôi rơi vào thói quen cố hữu, và làm cho mọi việc trở nên hối hả chỉ vì muốn cho tất cả được làm xong ngay tức khắc. Tôi đã cho phép các con tôi, trong những trường hợp này, nhẹ nhàng nhắc nhở tôi hãy thư thả lại. Bọn trẻ cũng nhận thức được rằng giữ một nhịp độ làm việc vừa phải là điều quan trọng để tạo cuộc sống tốt hơn trong gia đình, và chúng cảm thấy thật thoải mái mỗi khi có dịp để nhắc nhở tôi trong những lúc tôi đi sai mục tiêu này.

Điều rõ ràng là, một môi trường sống lý tưởng sẽ khác nhau đối với từng gia đình. Tuy nhiên, tôi tin rằng nếu bạn chịu dành thời gian để suy ngẫm về một môi trường sống như thế nào là lý tưởng đối với bạn, bạn sẽ thấy có những thay đổi rất đơn giản mà bạn có thể bắt đầu thực hiện ngay. Hãy kiên nhẫn trong việc này. Môi trường sống hiện nay của bạn vốn đã hình thành từ nhiều năm qua; vì thế, phải mất một thời gian nhất định để tạo ra một môi trường mới. Với thời gian, tôi hoàn toàn tin tưởng chắc chắn là bạn sẽ thấy việc làm này mang lại những phần thưởng vô cùng đáng giá.

2. Bắt đầu mọi việc sớm hơn một chút

Khi bạn thử hỏi một người, hoặc một gia đình bình thường nào đó, xem điều gì có thể làm cho họ căng thẳng nhất, rất hiếm khi mà câu trả lời lại không bao hàm trong đó một thực tế là: họ luôn luôn phải hối hả chạy đua theo sau mọi việc. Cho dù là bạn đang định đi xem một trận bóng đá, đến sở làm, ra phi trường, dự một buổi tiệc của người hàng xóm, thậm chí đến trường hay đi lễ nhà thờ... Dường như hầu hết chúng ta đều có những lý do để khởi sự vào giây phút nào trễ nhất có thể được.

Và như thế là phải chạy đua theo sau một chút. Khuynh hướng này tạo ra rất nhiều những căng thẳng không cần thiết, vì chúng ta luôn phải nghĩ đến những ai đang chờ đợi, đã trễ đi bao lâu so với thời biểu, sự trễ nải này đã xảy ra bao nhiêu lần rồi... Và hầu như bao giờ cũng thế, chúng ta lao ra xe, ghì chặt tay lái, siết dây an toàn... trong lòng đầy lo lắng nghĩ đến hậu quả của sự chậm trễ. Hối hả chạy đua như vậy làm cho chúng ta phải căng thẳng rất nhiều, và tạo điều kiện cho chúng ta dễ dàng cáu gắt vì những chuyện nhỏ nhặt.

Vấn đề rắc rối rất thường gặp từ lâu nay như vậy lại có thể dễ dàng giải quyết, chỉ đơn giản bằng cách hãy tự dành cho mình thêm mười phút nữa trước khi bắt đầu mọi việc. Không cần biết là bạn đang chuẩn bị đi đâu, hãy tự nói với mình rằng, cho dù có xảy ra điều gì đi nữa, bạn cũng sẽ bắt đầu sớm hơn mười phút, thay vì đợi đến giây phút cuối cùng mới lao vội ra cửa.

Dĩ nhiên, điểm mấu chốt của vấn đề là khởi sự sẵn sàng sớm hơn một chút so với thường lệ, và luôn đảm bảo là mọi thứ đã hoàn toàn sẵn sàng trước khi bước vào một công việc khác. Tôi không thể nào kể hết những gì mà giải pháp đơn giản này đã mang lại cho tôi trong cuộc sống. Thay vì phải luôn hối hả lùng sục cái ví tiền của mình, hay tìm một đôi giày cho con gái đúng vào giây phút cuối cùng trễ nải nhất, giờ đây tôi luôn luôn sẵn sàng với dư thừa thời gian.

Đừng tự dối mình rằng những phút giây dự phòng này là không cần thiết. Có đấy. Những giây phút bạn thêm vào trước và giữa những công việc hằng ngày có thể là sự khác biệt giữa một ngày căng thẳng và một ngày vui vẻ. Thêm vào đó bạn sẽ khám phá ra rằng, khi không phải chạy đua theo sau, bạn mới có thể cảm nhận được nhiều niềm vui trong những công việc khác nhau hằng ngày, thay vì là chỉ luôn hối hả làm cho xong. Ngay cả những sự việc đơn giản, thông thường, cũng có thể là những nguồn vui to lớn khi mà bạn không phải ở trong một tâm trạng quá vội vã.

Khi làm xong một việc, hãy cố gắng chuẩn bị cho việc kế tiếp sớm hơn một chút. Khi nào có thể, hãy phân chia các hoạt động hằng ngày của bạn, giờ làm việc, giờ chơi, và mọi hoạt động khác... cách xa nhau hơn một chút. Và cuối cùng, đừng quá tải trong việc hoạch định thời biểu. Hãy để ra một ít thời gian dự phòng, nghĩa là không xếp bất cứ hoạt động nào vào quỹ thời gian đó.

Nếu bạn thực hiện giải pháp này, bạn sẽ kinh ngạc khi nhận ra cuộc sống của bạn thư thả hơn biết bao nhiêu. Cảm giác căng thẳng, nặng nề liên tục sẽ được thay bằng một cảm giác mới đầy thanh thản và bình ổn.

3. Người đang vui là người sẵn lòng giúp đỡ

Đây là một ý niệm quá hiển nhiên, đến nỗi tôi thấy gần như lúng túng khi viết về nó. Vâng, tôi đã nhận thấy là có rất ít các quan hệ hôn nhân biết tận dụng những hệ quả thật sự rất đáng kể của ý tưởng này.

Ý tưởng này nói lên rằng, khi vợ (hoặc chồng) bạn đang vui vẻ và được tôn trọng, cô ấy (hay anh ấy) sẽ rất sẵn lòng giúp đỡ bạn. Ngược lại, khi cô ấy (hay anh ấy) cảm thấy không được vui hoặc là bị coi thường, thì có lẽ điều cuối cùng trong cuộc sống, chỉ khi không còn gì để làm, mới là làm cho cuộc sống của bạn được dễ dàng hơn đôi chút.

Ở đây phải nói thật rõ vấn đề: tôi không muốn nói trách nhiệm của bạn là phải làm cho cô ấy (hoặc anh ấy) vui. Điều đó hoàn toàn tùy thuộc vào tự thân mỗi người. Tuy nhiên, chúng ta thật sự có thể giữ một vai trò đáng kể trong việc bày tỏ cho vợ (hoặc chồng) mình biết rằng cô ấy (hay anh ấy) đang được tôn trọng. Hãy thử suy nghĩ về trường hợp của chính mình. Có bao lần bạn chân thành cảm ơn vợ (hoặc chồng) mình vì tất cả những công việc nhọc nhằn mà cô ấy (hay anh ấy) đã làm vì bạn? Tôi đã gặp có đến hàng trăm người thú nhận là mình chẳng bao giờ làm điều đó. Và hầu như không có ai làm điều này như một thông lệ đều đặn.

Vợ chồng với nhau là những người cùng chia sẻ. Một cách lý tưởng, bạn nên xem người vợ (hoặc chồng) của mình như người bạn thân nhất. Chẳng hạn, nếu một người bạn thân nhất nói với bạn rằng: "Tôi muốn được một mình đi chơi xa trong vài hôm." Bạn sẽ nói gì với người ấy? Trong hầu hết các trường hợp, bạn rất có thể sẽ đáp lại với những câu đại loại thế này: "Điều đó tuyệt lắm! Bạn rất xứng đáng được hưởng điều đó. Bạn nên làm điều đó... " Thế nhưng, nếu vợ (hoặc chồng) bạn nói ra những điều y hệt như trên, liệu bạn có đáp lại cũng giống như trên không? Hay là bạn sẽ nghĩ ngay đến những gì mà yêu cầu này có thể ảnh hưởng đến bạn? Liệu bạn có thấy phiền lòng, thấy bị tổn thương, hay thấy bực dọc? Hãy nghĩ xem, liệu một người bạn tốt sẽ quan tâm nhiều hơn đến niềm vui của chính bản thân, hay đến niềm vui của bạn mình? Bạn có nghĩ rằng, chỉ là ngẫu nhiên mà một người bạn thân bao giờ cũng sẵn lòng giúp bạn bất cứ khi nào cần đến?

Điều hiển nhiên là, bạn không thể luôn luôn đối xử với vợ (hoặc chồng) mình hệt như với những người bạn thân khác. Nói cho cùng, một quan hệ hôn nhân với cuộc sống gia đình cũng như một ngân sách chung, luôn đi kèm theo với rất nhiều trách nhiệm. Tuy nhiên, cách ứng xử có thể tương tự như nhau. Lấy ví dụ, nếu một người bạn tốt đến chơi và lau dọn nhà cửa, rồi bỏ thời gian làm giúp bạn bữa tối... Liệu bạn sẽ nói gì? Bạn sẽ ứng xử như thế nào? Nếu vợ (hoặc chồng) bạn cũng làm những công việc y hệt như thế, liệu cô ấy (hay anh ấy) có xứng đáng nhận được cùng một sự đánh giá, sự biết ơn giống như vậy không? Hẳn nhiên là có. Cho dù những công việc đã làm là công việc gì, thì mọi người đều mong muốn - và xứng đáng - nhận được một thái độ biết ơn. Và khi chúng ta không cảm thấy việc làm của mình bị coi thường, thì bản tính tự nhiên của chúng ta vẫn là sẵn lòng giúp đỡ.

3. Người đang vui là người sẵn lòng giúp đỡ

Gần như không có gì dễ dự đoán hơn là cách ứng xử của mọi người mỗi khi cảm thấy được người khác cảm thông và tôn trọng. Cả tôi và vợ tôi đều chân thành biết ơn nhau và luôn ghi nhớ là chẳng bao giờ coi thường việc làm của nhau. Tôi rất thích những khi Kris nói với tôi rằng cô ấy cảm kích những công việc nhọc nhằn của tôi như thế nào, và cô ấy vẫn tiếp tục làm thế ngay cả sau hơn mười lăm năm chung sống. Tôi cũng tự hứa là phải biết ơn, và bày tỏ lòng biết ơn đó mỗi ngày đối với những công việc cực nhọc và đóng góp to lớn của cô ấy cho gia đình. Kết quả là, cả hai chúng tôi đều mong muốn được làm điều gì đó cho nhau - không phải chỉ là vấn đề trách nhiệm, mà là vì chúng tôi biết việc làm của mình luôn luôn được ghi nhận.

Có thể là bạn đã làm như thế từ lâu nay. Nếu được vậy, hãy tiếp tục. Nhưng nếu không, hãy bắt đầu vẫn không bao giờ là quá muộn. Hãy tự hỏi mình: "Liệu tôi có thể làm gì để bày tỏ lòng biết ơn đối với vợ (hoặc chồng) tôi nhiều hơn nữa?" Thông thường thì câu trả lời sẽ rất đơn giản. Hãy cố gắng thường xuyên để nói thật nhiều hai tiếng cám ơn một cách thật chân thành. Luôn nghĩ nhiều đến trong tâm trí của mình, không phải là những gì bạn đang làm cho gia đình, mà là những gì mà vợ (hoặc chồng) mình đang làm. Bày tỏ thái độ biết ơn và sự đánh giá cao của bạn. Tôi dám cuộc là rồi bạn sẽ nhận ra một điều mà tất cả những cặp vợ chồng hạnh phúc đều nhận ra: khi vợ (hoặc chồng) bạn ở trong tâm trạng càng vui vẻ, càng được tôn trọng, thì cô ấy (hoặc anh ấy) càng sẵn lòng làm mọi việc giúp bạn.

4. Học hỏi trẻ con để sống trong hiện tại

Phương thức này có thể áp dụng dù bạn có trẻ con sống trong nhà hay không, hoặc thậm chí bạn chưa từng có con. Bạn có thể bỏ chút thì giờ đến với con cái người khác, hoặc đơn giản hơn, chỉ cần quan sát những đứa trẻ đang chơi trong công viên nơi bạn ở. Cho dù không phải bao giờ điều này cũng đúng, nhưng trong hầu hết các trường hợp, trẻ con luôn sống trong giây phút hiện tại. Điều này đặc biệt càng đúng đối với những em còn ít tuổi.

Thực hành việc sống trong giây phút hiện tại không phải là điều bí ẩn, cũng không phải chuyện gì to tát lắm. Về cơ bản, tất cả những gì cần làm chỉ là việc giảm bớt sự chú ý vào các mối lo ngại, quan tâm, những hối tiếc về lỗi lầm, chuyện đúng sai, những việc chưa làm được, những việc gây bực mình, rồi tương lai, và quá khứ... Sống trong hiện tại có nghĩa đơn giản là sống cuộc sống ngay trong giây phút này, với tất cả sự chú ý của bạn tập trung vào, và không để cho suy nghĩ tản mạn đến những gì không nằm trong hiện tại. Khi bạn có thể làm được điều này, không những bạn sẽ tận hưởng được tối đa những phút giây hiện tại, mà bạn còn có thể thực hiện mọi việc theo cách tốt nhất và sáng tạo nhất có thể được, bởi vì bạn rất ít bị chi phối bởi những ham muốn, những nhu cầu hay những điều lo lắng.

Những người sống hạnh phúc đều biết rằng, bất kể điều gì đã xảy ra hôm qua, tháng trước, nhiều năm trước, hay những gì có thể sẽ xảy ra cuối ngày nay, ngày mai, hay năm tới, chỉ có giây phút hiện tại này là lúc mà hạnh phúc có thể thật sự được tìm thấy và trải nghiệm. Điều này rõ ràng không có nghĩa là bạn không bị ảnh hưởng, hay không học hỏi được gì từ quá khứ của mình. Cũng không có nghĩa là

4. Học hỏi trẻ con để sống trong hiện tại

bạn không cần dự định gì cho ngày mai, hay cho đến lúc nghỉ hưu... Sống trong giây phút hiện tại có nghĩa là bạn hiểu được nguồn năng lực tích cực nhất, mạnh mẽ nhất, hiệu quả nhất của bạn chính là nguồn năng lực của hôm nay - nguồn năng lực của ngay chính giây phút này. Khi bạn thấy phiền lòng hay bối rối, rất thường là chỉ vì những việc đã qua hay chưa đến.

Bằng vào trực giác, trẻ con hiểu được rằng cuộc sống là một chuỗi nối tiếp của những giây phút hiện tại, mà mỗi giây phút trong đó cần được cảm nhận hoàn toàn, từng giây, từng phút nối tiếp nhau, như thể mỗi giây phút đó đều vô cùng quan trọng. Chúng hòa nhập vào trong hiện tại và đặt hết tâm ý mình vào người nào đang bên cạnh chúng. Tôi vẫn còn nhớ một sự kiện đáng yêu xảy ra cách đây chừng năm hay sáu năm. Vợ chồng tôi có nhờ một người giữ trẻ đến để trông chừng đứa con gái, lúc đó được hai tuổi, trong khi chúng tôi đi ra ngoài vào buổi tối. Con gái tôi và tôi đang chơi đùa cùng nhau rất vui vẻ trong cái hố cát của nó thì người giữ trẻ đến. Khi tôi đứng dậy để đi ra, con bé bỗng kêu thét lên một tiếng phản đối thật dữ dội, như thể nó muốn nói rằng: "Sao bố dám cắt ngang cuộc vui của chúng ta như thế?" Nó bắt đầu la khóc dẫy đẩy và không chịu chơi với người giữ trẻ - người nó muốn phải là tôi. Tuy nhiên, ngay sau khi đã thoát ra được, tôi mới nhớ là đã bỏ quên chìa khóa xe hơi và phải trở vào để lấy. Tôi lén nhìn qua khe cửa sau và thấy con bé lại đang cười nói, chơi đùa vui vẻ trong hố cát của nó. Nó đã hòa nhập trọn vẹn vào giây phút hiện tại tuyệt vời của nó. Nó đã hoàn toàn vất bỏ quá khứ - cho dù là một quá khứ cách đó chỉ chừng vài phút.

Có bao lần một người lớn chúng ta có thể làm được việc này một cách hiệu quả như thế? Một nhà tâm lý học, hay một người bi quan, có thể lý giải rằng lúc ấy con bé đang bị thu hút về phía tôi - và có lẽ cũng có phần nào sự thật trong cách lý giải này. Tuy nhiên, một người lạc quan sẽ nhận ra ngay là, con bé chỉ cao giọng phản đối trong một giây phút, và ngay lập tức chuyển sang giây phút kế tiếp. Một khi tôi đã rời đi, nó hoàn toàn quay lại chú ý vào không gian và thời gian hiện tại - quả là một bài học tuyệt vời cho tất cả chúng ta.

Khi bạn vận dụng giải pháp này thường xuyên, bạn sẽ khám phá ra rằng hòa mình vào giây phút hiện tại là một kỹ năng tinh thần rất đáng được dày công rèn luyện. Làm được việc này sẽ cho phép bạn trải nghiệm những sự việc bình thường theo một cách rất tuyệt vời. Bạn sẽ không mấy khi phiền lòng vì cuộc sống, ngược lại luôn có nhiều phút giây tận hưởng nó. Bạn sẽ chẳng còn phí công sức để tự thuyết phục mình rằng phút giây hiện tại là chưa hoàn hảo, và có thêm nhiều thời gian hơn để tận hưởng những giây phút đang hiện hữu - ngay lúc này.

5. Bảo vệ sự riêng tư của bạn

Gia đình là một nơi trú ẩn, thoát khỏi thế giới bên ngoài. Khi bạn để cho quá nhiều những chuyện hổ lốn từ bên ngoài thâm nhập vào gia đình, là bạn đang xóa bỏ, hay ít nhất cũng làm giảm sút khả năng bình ổn có thể có. Trong khi phần lớn chúng ta đều quan tâm đến việc bảo vệ sự an toàn về mặt vật chất, và làm mọi cách để đảm bảo nó, thì lại rất thường quên đi, hay thậm chí coi thường sự an toàn về mặt tình cảm, tinh thần. Chúng ta có thể làm được điều này, ít nhất là một phần nào, bằng cách biết coi trọng nhu cầu về sự riêng tư của mình trong một chừng mực nào đó.

5. Bảo vệ sự riêng tư của bạn

Việc bảo vệ và tôn trọng sự riêng tư là một tuyên bố với chính bản thân bạn cũng như với mọi người khác rằng bạn hiểu được giá trị của chính mình và sự bình yên trong tâm trí. Điều đó nói lên rằng tinh thần lành mạnh và hạnh phúc là những điều cực kỳ quan trọng. Gia đình là một trong số rất ít những nơi mà, trong phần lớn trường hợp, bạn có thể kiểm soát - đến một mức độ nào đó - những gì có thể thâm nhập vào, và những gì không được phép. Gia đình cũng thường là nơi mà bạn có được thẩm quyền để từ chối.

Bảo vệ sự riêng tư của bạn có thể liên quan đến nhiều việc. Chẳng hạn có thể là việc dùng máy trả lời điện thoại tự động ghi lại các lời nhắn để bạn không phải làm điều đó. Rất thường là, hoàn toàn do thói quen, chúng ta lao đến nhấc máy điện thoại ngay cả khi mà ta chẳng muốn nói chuyện với ai cả. Liệu có gì đáng ngạc nhiên khi chúng ta cảm thấy môi trường sống quá nhộn nhịp, đông đúc? Tôi có một chủ trương chung là không trả lời điện thoại khi tôi đang cảm thấy muốn được ở một mình, hoặc khi tôi đang ở bên cạnh một người trong gia đình cần đến sự chú ý của tôi. Tại sao chúng ta lại phải rời bỏ những người ta yêu thương để trả lời một cú điện thoại của ai đó mà thậm chí có khi ta chưa từng quen biết?

Nếu bạn có con cái, có thể bạn nên tìm cách giới hạn số khách mời đến chơi hàng tuần. Bạn làm điều này, không phải nhằm tạo ra một môi trường tách biệt với xã hội, mà là nhằm tạo ra một cảm giác quân bình và hòa hợp trong gia đình. Trong nhiều năm qua, có những lúc vợ chồng tôi đã từng có cảm giác rằng căn nhà của mình dường như gần giống với một ga xe lửa hay một trạm xe buýt nhộn nhịp hơn là một nơi yên ổn để tìm về. Và chỉ đơn giản bằng vào việc thừa nhận nhu cầu tạo ra một môi trường sống yên bình hơn, bằng một vài thay đổi nhỏ để bảo vệ sự riêng tư của mình, chúng tôi đã có thể trở lại thế quân bình trước đó.

Bạn có thể biết cách từ chối nhiều hơn đối với những yêu cầu đòi hỏi bạn rời xa gia đình. Và bạn có thể giới hạn việc mời mọc bạn bè hay những người khác đến chơi nhà. Một lần nữa, bạn làm điều này không phải để trở thành một người ẩn dật hay xa lạ với bạn bè, thân quyến, mà là nhằm bảo vệ và trân trọng nhu cầu về sự riêng tư của mình. Khi làm như vậy, bạn sẽ nhận ra được sự khác biệt rất đáng kể trong cách cảm nhận của mình. Bạn sẽ cảm thấy được hàm dưỡng và bình ổn hơn trong tâm hồn. Và mỗi lần bạn thật sự có mời ai đó đến chơi nhà, hoặc chấp nhận lời mời của ai đó, bạn biết rằng mình làm như vậy xuất phát từ một nhu cầu chân thật, không phải vì một áp lực hay bổn phận nào.

Tất cả chúng ta đều cần có sự riêng tư ở một mức độ nhất định. Khi bạn bước vào nhà, ý thức rõ đấy là căn nhà của riêng bạn. Cho dù bạn chỉ thuê lại một căn phòng nhỏ trong nhà người khác, hoặc làm chủ một căn hộ trong chung cư, hay có một ngôi nhà riêng thật sự, hãy biết trân trọng nhu cầu về sự riêng tư của mình. Chẳng bao lâu, rồi mọi chuyện sẽ không còn tràn ngập đến cùng bạn nữa.

6. Tha thứ cho những cơn nóng giận

Tôi không cần biết các bạn là ai - hay quan hệ như thế nào với nhau -, vẫn sẽ có những lúc bạn hoàn toàn mất tự chủ. Thường thì những chuyện như vậy thật sự chẳng to tát gì lắm. Bạn nổi nóng lên hoặc to tiếng. Bạn cảm thấy bị xúc phạm hoặc coi thường. Bạn đưa cả hai tay lên với một sự ghê tởm. Bạn quá căng thẳng đến mức cảm thấy như mình sắp quỵ ngã. Thậm chí bạn còn có thể nguyền rủa, hay tệ hại hơn, đấm vào cái gì hoặc ném đi một vật gì đó...

6. Tha thứ cho những cơn nóng giận

Thế nhưng, trừ khi bạn đã thật sự làm bị thương ai đó hoặc chính mình, bằng không thì điều quan trọng là phải biết tha thứ cho những cơn nóng giận như thế, chấp nhận rằng mình cũng chỉ là một con người, và tiếp tục vượt qua, tự hứa là sẽ bớt nóng giận hơn. Đó là những gì tốt nhất mà bạn có thể làm.

Tôi tin rằng vấn đề lớn hơn một cơn nóng giận là việc chúng ta tự hành hạ mình sau đó. Chúng ta tự nhủ rằng mình là người tồi tệ biết bao, rằng chuyện mình đã làm thật tồi tệ biết bao. Chúng ta cảm thấy có lỗi và chứa đầy trong tâm trí mình những ý tưởng tiêu cực, tự thán. Đáng buồn thay, kiểu đối thoại nội tâm tự nhận lỗi như thế này chẳng bao giờ kèm theo được điều gì tích cực, và trong thực tế còn có thể tạo điều kiện cho chúng ta dễ dàng lặp lại đúng những hành vi tồi tệ đã qua, vì nó giữ tâm trí ta chú ý và tập trung mãi vào sự việc đó.

Trong công việc của mình, tôi đã được gặp một số những nhân vật quan trọng, kể cả nhiều bác sĩ điều trị chuyên khoa nổi tiếng trên thế giới, và các tác giả chuyên hướng dẫn người khác lối sống thanh thản... Cho dù hầu hết đều là những người hiền hòa và giàu lòng yêu thương, thì cũng không có ai trong số họ, theo như tự nhận, lại thoát được những cơn bộc phát tình cảm thỉnh thoảng vẫn xảy ra. Ai cũng là con người, và đều xứng đáng được tha thứ. Nhất là với chính mình.

Trở thành một người ôn hòa hơn, đặc biệt là với những người thân quen trong gia đình, là một tiến trình liên tục, chẳng bao giờ có điểm cuối. Nhiều người vẫn thường nói với tôi rằng: "Tôi đã biết cách trở nên một người ít nóng giận, và tôi thấy vui hơn bao giờ hết. Nhưng có đôi lúc tôi vẫn còn nổi nóng." Hầu như lúc nào tôi cũng đáp lại rằng: "Xin chúc mừng! Bạn đã tiến bộ nhiều lắm đấy."

Một trong những bí quyết để tha thứ cho chính mình một

cách nhanh chóng là thú nhận rằng mình đã nóng giận, và tự nhủ lòng rằng mình chắc chắn sẽ còn những cơn nóng giận như thế - có thể đến hàng ngàn lần nữa. Điều đó tốt thôi. Vấn đề quan trọng hơn trong tiến trình này là bạn đang đi đúng hướng. Và khi bạn khởi sự biết tha thứ cho những cơn giận dữ của chính mình, sẽ dễ dàng hơn nhiều trong việc mở rộng thái độ này đối với người khác. Thực tế là, trong gia đình tôi, tôi có phần nào thích những lần như thế xảy ra - thỉnh thoảng thôi - khi một trong hai đứa con tôi, hay Kris, nổi nóng lên đôi chút. Bởi vì, những dịp này cho tôi cơ hội để thực tập lòng yêu thương, và nhắc nhở tôi rằng, về cơ bản, tất cả chúng tôi đang cùng chung sống bên nhau. Nói cho cùng, tôi biết quá rõ cảm giác tồi tệ lúc đó như thế nào. Điều dự đoán của tôi là, nếu bạn có thể tha thứ nhiều hơn cho những cơn giận dữ của chính mình và của người khác, những cảm giác suy sụp mà bạn phải trải qua và khuynh hướng cáu gắt với những chuyện vặt vãnh trong gia đình đều sẽ giảm đi đáng kể.

7. Hãy lắng nghe

Nếu như tôi phải chọn ra một giải pháp duy nhất nhằm có lợi cho mọi quan hệ và giải quyết được tất cả những rắc rối trong gia đình, giải pháp đó hẳn là: hãy biết lắng nghe nhiều hơn. Và cho dù đại đa số mọi người đều cần phải học hỏi rất nhiều trong lãnh vực này, tôi vẫn phải nói rằng, chính chúng ta, những người đàn ông, cần phải thực hành giải pháp này nhiều nhất.

Trong số hàng trăm phụ nữ mà tôi từng được biết, và hàng ngàn người tôi đã tiếp chuyện qua công việc, một đa số rất lớn than phiền rằng cha, chồng, bạn trai hay một người

7. Hãy lắng nghe

quen thân nào đó của họ là không biết lắng nghe. Và hầu hết đều nói rằng, chỉ một sự cải thiện nhỏ nhất trong cách lắng nghe người khác cũng sẽ được họ hết sức vui lòng đón nhận, và chắc chắn là sẽ làm cho mối quan hệ của đôi bên trở nên tốt đẹp hơn, bất kể đó là mối quan hệ gì. Việc lắng nghe gần như là một liều thuốc thần diệu được đảm bảo bao giờ cũng mang lại kết quả tốt.

Thật là thú vị khi nói chuyện với những cặp tình nhân thừa nhận là mình đang yêu nhau. Trong hầu hết các trường hợp, nếu bạn hỏi họ về bí quyết đạt đến tình yêu, họ sẽ chỉ ra việc biết lắng nghe của người bạn mình như là một trong những yếu tố nổi bật nhất đã tạo nên quan hệ tốt đẹp. Điều này cũng đúng trong những mối quan hệ tốt giữa cha con, cũng như với bạn trai, bạn gái.

Vậy thì tại sao, nếu như kết quả là rất tốt đẹp và chắc chắn, lại quá ít người trong chúng ta trở nên những người biết lắng nghe tốt? Có một vài lý do nảy ra trong ý nghĩ của tôi. Trước hết, là những người đàn ông, nhiều người trong chúng ta có cảm giác việc lắng nghe là một giải pháp không tích cực. Nói cách khác, trong khi ngồi yên lắng nghe, thay vì là nhảy nhổm lên, thì chúng ta không có được cảm giác như là mình đang làm được một điều gì đó. Chúng ta có cảm giác là mình đang quá thụ động. Thật là khó để chúng ta chấp nhận được rằng, việc lắng nghe người khác tự thân nó đã là một cách hành động.

Cách vượt qua điều ngăn ngại đặc biệt này là bắt đầu tìm hiểu xem những người thân của ta đánh giá việc được ta lắng nghe như thế nào. Khi một người nào đó chân thành lắng nghe ta, ta có cảm giác mình đang được cảm thông và được yêu thương. Điều đó nuôi dưỡng tinh thần chúng ta và làm cho chúng ta cảm thấy mình được người khác hiểu. Ngược lại, khi chúng ta cảm thấy người khác không lắng nghe mình, lòng ta thấy chán ngán. Chúng ta cảm giác như có điều gì đó thiếu thốn, như mọi việc chưa kết thúc và chúng ta không thỏa mãn.

Một lý do chủ yếu khác nữa giải thích vì sao quá ít người trong chúng ta trở thành người biết lắng nghe, đó là chúng ta không nhận ra được chúng ta kém cỏi đến mức nào trong việc này. Thế nhưng, nếu không có ai đó bảo cho ta biết, hoặc chỉ ra điều này bằng cách nào đó, thử hỏi làm sao chúng ta biết được? Khả năng kém cỏi trong việc lắng nghe người khác trở thành một thứ thói xấu vô hình mà ngay cả chúng ta không nhận biết là mình đang có. Và bởi vì chúng ta có quá nhiều quan hệ bè bạn, khả năng lắng nghe của chúng ta có vẻ dường như là thỏa đáng rồi, và ta không quan tâm nhiều đến nữa.

Để xác định được bạn là người biết lắng nghe có hiệu quả đến mức độ nào đòi hỏi rất nhiều sự trung thực và khiêm tốn. Bạn phải sẵn sàng dằn lòng xuống và lắng nghe chính mình ngay mỗi lúc bạn nhảy chồm lên và ngắt lời người khác. Hoặc là bạn phải kiên nhẫn hơn một chút và tự quan sát mình vào những lúc bạn sắp bỏ đi, hoặc bắt đầu nghĩ đến một điều gì khác, trước khi người nói chuyện với mình kịp chấm dứt câu chuyện.

Điều này sẽ dẫn đến một kết quả hầu như được đảm bảo trước. Bạn có thể sẽ phải kinh ngạc khi thấy những khó khăn, rắc rối trước đây tự chúng được giải quyết nhanh chóng như thế nào, cũng như bạn sẽ cảm thấy gần gũi hơn như thế nào với những người mình yêu thương, khi bạn chỉ cần đơn giản là chịu bình tâm lại và trở thành một người biết lắng nghe hơn. Biết lắng nghe là cả một nghệ thuật, nhưng lại hoàn toàn không có gì phức tạp. Thông thường, tất cả những gì cần phải có chỉ là khuynh hướng muốn trở thành người biết lắng nghe, theo sau là đôi chút thực hành. Tôi chắc rằng nỗ lực của bạn rồi sẽ được đền bù xứng đáng.

8. Những trận cãi nhau của trẻ con

Không gì có thể đem so sánh được với việc một trận cãi vã nhì nhằng của lũ trẻ lại làm hỏng đi cả một ngày ở nhà, mà lẽ ra phải là rất êm ả. Bất cứ ai đã từng trải qua kinh nghiệm về sự đấu đá của lũ trẻ đều có thể biết chính xác tôi đang muốn nói gì.

Không lâu sau ngày sinh nhật thứ hai đứa con gái nhỏ của tôi, khi tôi tỏ ý lo lắng về những trận xung đột có vẻ như ngày càng gia tăng của bọn trẻ, một người bạn nói với tôi: "Tốt hơn là anh nên làm quen dần đi với chuyện đó." Hóa ra là cô ấy hoàn toàn đúng. Sự thật là, nếu bạn có từ hai con trở lên, chuyện xung đột nhì nhằng giữa bọn chúng sẽ là một điều tất nhiên không tránh được. Vấn đề không phải ở chỗ là những trận cãi vã như thế có xảy ra hay không, mà là giải pháp nào tốt nhất, khôn ngoan nhất để đối phó với chúng.

Tôi sẽ là người đầu tiên thú nhận rằng có những lúc chuyện nhằng nhì của lũ trẻ đủ làm tôi bực mình đến mức khá căng thẳng. Tuy nhiên, tôi đã nhận ra được rằng, giải pháp tốt nhất cho các bậc cha mẹ, ông bà, những người giữ trẻ, - nói chung là bất cứ ai cần đối phó với bọn trẻ và những trận cãi nhau của chúng - là phải làm lành với chúng, không những chỉ một lần mà là mãi mãi. Tôi biết điều này đúng là nói dễ hơn làm, nhưng thật ra bạn có còn giải pháp nào khác nữa để chọn lựa?

Có hai lý do rất chính đáng cho việc làm lành với những trận cãi cọ của bọn trẻ. Thứ nhất, khi bạn cố tình chống lại một chuyện nào đó - bất cứ là chuyện gì - điều đó sẽ làm cho sự việc trở nên dường như còn tệ hại hơn cả thực chất của nó. Ví dụ như, nếu hai cậu con trai bạn đang cãi nhau, và bạn xen vào sự việc quá sâu, để rồi can thiệp quá nhanh chóng, hoặc trở nên quá kích động, bạn có thể sẽ không còn chỉ giải quyết chuyện đấu đá giữa bọn chúng, mà thật sự là cả với những phản ứng của chính mình nữa - áp huyết tăng cao, tư tưởng suy sụp và cảm giác căng thẳng... Khi bạn chống lại chuyện đấu đá của bọn chúng, cũng giống như bạn đang nhảy vào vòng chiến. Điều này làm cho vụ việc dễ dàng nổ tung lên nghiêm trọng. Cũng có thể nói một cách khác là, cuối cùng rồi bạn phải nổi khùng lên chỉ vì một chuyện vặt.

Lý do thứ hai để làm lành với bọn trẻ là, khi bạn chống lại chúng, thật sự bạn đang khuyến khích những chuyện như vậy xảy ra thêm nữa. Trong chừng mực nào đó, có thể nói bạn đang phát đi một thông điệp sai lầm, thậm chí đang nêu lên một gương xấu cho chúng nữa. Xét cho cùng, làm sao bạn có thể đòi hỏi chuyện hòa bình nơi lũ trẻ, trong khi chính bản thân bạn lại đang có xung đột? Trong phần lớn trường hợp, bọn trẻ có thể cảm nhận được sự nổi cáu và quá khích của bạn. Điều này gợi cho mỗi đứa trẻ ý tưởng là liệu có lôi kéo bạn ngã về phía nó được hay không? Những xung đột trong lòng bạn (hay những hành động bộc lộ ra) chỉ như chế thêm dầu vào lửa.

Điều đáng mừng là, những gì diễn ra ngược lại sẽ đúng hướng. Khi bạn làm lành với những trận xung đột của lũ trẻ, khi bạn chấp nhận điều đó như là một phần phải có trong việc nuôi dạy con cái, thì sẽ không có dầu đổ thêm vào lửa. Trong thực tế, có một sự tương quan: bạn càng giữ được thái độ bình tĩnh, bàng quan và thoải mái, thì số lần xung đột của bọn trẻ cũng sẽ càng giảm dần đi.

Hẳn nhiên là cũng có những lúc bạn muốn, hoặc cần thiết phải can thiệp vào, và dĩ nhiên là để đưa bọn trẻ đi vào con đường "sống chung hòa bình". Ý tôi muốn nói đến những trận xung đột dai dẳng kéo dài ngày này sang ngày khác. Còn những lần tranh cãi thông thường, vặt vãnh xảy ra hằng ngày mới là loại xung đột mà bạn cần phải có thái độ làm lành. Vẫn giống như trong rất nhiều trường hợp khác, thái độ chấp nhận của chúng ta đối với sự việc như nó vốn có - thay vì luôn đòi hỏi nó phải theo ý chúng ta - vẫn là bí quyết để có được một cuộc sống thanh thản hơn. Khi bạn làm lành với những trận tranh cãi của trẻ con, bạn nêu gương trong việc không tham gia vào, cũng không phản ứng thái quá, đối với các vụ tranh cãi, lộn xộn. Dự đoán của tôi là: nếu bạn có thể trở nên khách quan, vô tâm và làm lành với những trận cãi vã vặt vãnh của trẻ con, không bao lâu rồi chúng cũng sẽ noi đúng theo gương của bạn.

9. Công việc không bao giờ hoàn tất

Một kiến trúc sư có lần đã làm tôi phải hết sức kinh ngạc khi cho tôi biết về công việc bảo dưỡng cây cầu treo Golden Gate ở San Francisco. Ông ta nói rằng, cây cầu hầu như quanh năm ngày nào cũng phải được sơn phết. Nói một cách khác, vào lúc công việc sơn phết vừa xong thì cũng vừa đến lúc cần được bắt đầu trở lại. Một công việc không bao giờ hoàn tất, mà là một tiến trình liên tục. Nói rõ hơn, nếu không có tiến trình chăm sóc liên tục này, cây cầu hẳn đã bị hủy hoại mất lớp vỏ bọc đắt tiền cũng như nhiều giá trị thẩm mỹ khác.

Rồi một ngày nọ, tôi bỗng nảy ra ý nghĩ rằng việc chăm sóc một gia đình cũng rất giống với việc sơn phết cây cầu khổng lồ kia. Và ý tưởng so sánh này đã làm tôi cảm thấy nhẹ nhõm đi rất nhiều.

Cũng giống như rất nhiều người, tôi đã từng cảm thấy

như bị quá tải trong việc chăm sóc và bảo dưỡng mọi thứ trong gia đình. Nếu có gì đó cần phải sửa chữa hoặc tổ chức lại, điều đó hẳn sẽ làm tôi căng thẳng và chán nản. Nhớ lại, có vẻ như bao giờ tôi cũng ở trong tâm trạng đó cả, bởi vì dường như bao giờ cũng phải có một món nào đó không ổn trong nhà - bồn tắm cần sửa chữa, một căn phòng cần sơn phết lại, căn gác cần quét dọn, chén bát cần dọn rửa, phòng chứa đồ đang trong tình trạng hỗn độn, cỏ dại mọc cao cần phải nhổ... vân vân và vân vân. Lúc ấy dường như tôi có cảm tưởng rằng sẽ có một lúc nào đó, bằng cách nào đó, mọi việc rồi đều sẽ được làm xong. Và tôi tưởng tượng, khi mà cuối cùng mọi việc đều hoàn tất, tôi sẽ có thể thấy nhẹ nhõm đi và hài lòng biết bao.

Thế rồi, nhiều năm sau, căn nhà vẫn trong tình trạng đang bảo dưỡng. Cỏ vẫn đang cần được nhổ, căn gác vẫn còn lộn xộn, chén bát vẫn còn nằm trong chậu rửa, và mấy căn phòng của các con tôi cần sơn phết lại lần nữa... Trong một ý nghĩa nào đó, thật hoàn toàn giống hệt như việc sơn phết cây cầu treo Kim Môn. Công việc chẳng bao giờ hoàn tất - và cũng sẽ không bao giờ hoàn tất cả. Sự khác biệt duy nhất là, giờ đây tôi đã hiểu ra và chấp nhận thực tế về những gì liên quan đến việc sở hữu một căn nhà.

Nhìn vào công việc phải làm trong nhà theo cách này sẽ thấy giảm nhẹ sự căng thẳng đi rất nhiều. Thay vì phải hốt hoảng lên hay làm việc thái quá mỗi khi có việc gì đó chưa hoàn tất hoặc đang cần làm, giờ đây tôi đã có thể nhìn mọi việc với một nhận thức tốt hơn nhiều. Không phải là tôi không còn làm việc tích cực để bảo dưỡng và duy trì mọi thứ. Có chứ. Chỉ có điều là tôi không còn bám vào cái ý tưởng phải hoàn tất mọi việc.

Tôi đoán là nếu bạn cũng nhìn công việc trong nhà theo cách này bạn sẽ thấy nhẹ nhõm đi nhiều lắm. Rất có khả năng là, bạn càng đánh giá cao hơn những việc đã thật sự hoàn tất, và cũng ít chán nản hơn với những gì chưa được làm xong.

10. Đừng trả lời điện thoại

Có bao lần khi mà bạn đang phải vùi đầu vào hàng đống công việc nhà và rồi chuông điện thoại réo lên đúng giây phút tệ hại nhất có thể có? Hay đúng vào lúc mà bạn đang rất cần thiết phải đi ra ngoài một mình hoặc với các con, thì bỗng...reng, reng, reng...chuông điện thoại lại réo gọi sự chú ý của bạn. Hoặc có thể, bạn đang ở đâu đó tận đầu bên kia dãy phòng, đang để hết tâm trí vào một phút giây đặc biệt, một mình hoặc với một người thân yêu nào đó. Rồi, lại một lần nữa, chuông điện thoại reo!

Vấn đề ở đây là, những lúc đó bạn có trả lời điện thoại chăng? Nếu bạn cũng giống như hầu hết mọi người, có lẽ là có. Nhưng tại sao phải thế? Việc trả lời điện thoại hay không là một trong số ít việc mà chúng ta hoàn toàn có quyền khống chế và tự quyết được. Trong thời đại của máy trả lời tự động và ngay cả thư điện tử bằng giọng nói, thì việc trả lời một cú điện thoại chẳng còn là thiết yếu như trước đây nữa. Trong hầu hết các trường hợp, chúng ta có thể đơn giản là sẽ gọi lại cho người nào đó vào một lúc khác thuận tiện hơn.

Ở nhà chúng tôi, một trong những giây phút căng thẳng nhất là khi điện thoại reo đúng vào lúc cả nhà sắp đi ra ngoài vào buổi sáng, và rồi một trong hai đứa trẻ vội vàng chạy đến nhấc máy lên. Thế là, thay vì lên xe hơi, tôi đành phải trở lại với một cú điện thoại để giải quyết mối quan tâm của người

31

khác. Rất hiếm khi điều này lại đáng giá so với với thời gian mất đi và sự căng thẳng đi kèm. Tôi đã học được một bí quyết nhỏ. Tôi mua một cái điện thoại có chức năng tắt chuông đi. Thỉnh thoảng, khi tôi nhớ, tôi sẽ tắt chuông điện thoại chừng 30 phút trước khi chúng tôi đi. Và như vậy, bọn trẻ không còn bị lôi cuốn vào việc trả lời điện thoại nữa.

Cách đây nhiều năm, một người bạn và tôi có thảo luận về chuyện trả lời điện thoại trong bữa ăn của gia đình. Chúng tôi cùng đồng ý rằng, trừ khi là bạn đang chờ đợi một cuộc gọi vô cùng quan trọng, bằng không thì việc trả lời điện thoại lúc đó là một điều gây thương tổn cho cả gia đình, và thực tế là một thái độ thiếu tôn trọng. Sự việc ấy nói lên rằng: "Có một người không quen biết nào đó đang gọi đến, và tôi thấy việc trả lời cho người ấy là quan trọng hơn việc ngồi lại đây với cả nhà." Thật đáng sợ, phải không?

Một trong những giây phút tuyệt diệu nhất với các con tôi là khi chúng tôi cùng nhau đọc sách hoặc chơi đùa. Và rồi chuông điện thoại reo. Thay vì gián đoạn cuộc chơi, chúng tôi chỉ nhìn nhau và cùng đồng ý rằng: không có gì quan trọng hơn những giây phút bên nhau của chúng tôi lúc này. Đây là một trong những cách bày tỏ cho các con tôi biết rằng chúng quan trọng như thế nào đối với tôi. Chúng đều biết rằng, thực tế là tôi kiếm sống qua điện thoại, và quyết định không trả lời điện thoại của tôi không phải dễ dàng mà có được.

Hiển nhiên là cũng có những lúc bạn cần trả lời điện thoại. Tuy nhiên, tôi rất mong là bạn sẽ chọn lọc cẩn thận. Hãy tự hỏi câu này: "Liệu việc trả lời điện thoại vào lúc này có làm cho cuộc sống dễ dàng hơn, hay nó sẽ làm tăng thêm sự căng thẳng trong ngày?" Vấn đề dường như khá đơn giản, việc không trả lời điện thoại vào một số thời gian chọn lọc có thể là một quyết định rất hiệu quả và sẽ làm giảm đi rất nhiều sự căng thẳng trong đời sống gia đình của bạn.

11. Sống thật với lòng mình

Một trong những nguyên nhân khá tế nhị nhưng quan trọng khiến người ta hay bực mình vì những chuyện vặt chính là vì họ đã không sống thật với lòng mình. Thay vì vậy, nhiều người chạy theo những thói quen ngoài ý muốn, hoặc vì thấy những người khác đang làm điều đó, hoặc vì điều đó có vẻ như nên làm. Lấy ví dụ như, mọi người thường chọn những nghề nghiệp mà cha mẹ họ muốn, hay vì một địa vị được thừa nhận nào đó, hoặc vì một sự đánh giá bề ngoài. Một số bậc cha mẹ thường đẩy con cái họ vào một số hoạt động, hay muốn con cái may mặc những loại áo quần nào đó, chỉ đơn giản là vì những người khác đang làm như thế. Lại cũng có những người phải vất vả để mua cho bằng được một căn nhà, thay vì thuê một căn hộ, hoặc là sống xa xỉ vượt quá mức lương bần chật của mình, chỉ là vì cố theo cho kịp người khác.

Sống thật với lòng mình có nghĩa là bạn chọn một đời sống, một phong cách sống phù hợp với chính mình và gia đình mình. Điều đó có nghĩa là bạn đưa ra những quyết định quan trọng bởi vì chúng xuất phát từ tự tâm, từ sự cân nhắc của chính mình, không cần thiết phải xuất phát từ những gì của người khác. Sống thật lòng có nghĩa là bạn tin tưởng vào chính bản năng của mình hơn là những áp lực từ sự quảng cáo, hoặc là theo như suy nghĩ của mọi người trong xã hội, hàng xóm, bạn bè.

Tuy nhiên, sống thật với lòng mình không có nghĩa là bạn trở thành một tên nổi loạn, phá vỡ truyền thống gia đình, hay trở nên lập dị với người khác. Ý nghĩa của nó tinh tế hơn thế nhiều. Sống thật với lòng mình là biết tin cậy vào tiếng nói tự đáy lòng mình mà chỉ có thể lắng nghe được mỗi khi bạn biết lắng lòng yên tịnh. Chính tiếng nói này đã xuất phát từ sự khôn ngoan và cảm nhận chung, thay vì là từ những huyên náo căng thẳng và thói quen hằng ngày. Khi bạn biết tin vào cảm nhận của mình hơn là vào thói quen, những tia sáng mới sẽ soi rọi vào tâm trí bạn. Những tia sáng nội tâm này có thể rất đa dạng, từ ý định dời nhà đến một thành phố khác, cho đến việc nhận ra sự cần thiết phải từ bỏ một thói quen có hại, hay phương thức làm sao để giao tiếp một cách tốt hơn với người mà bạn yêu thương. Bạn cũng có thể sẽ thấy được việc nên chọn ai để chơi cùng, hoặc cách thức như thế nào để giải quyết những rắc rối. Tất cả đều bắt đầu từ việc biết lắng nghe tiếng nói tự lòng mình.

Không sống thật với lòng sẽ tạo ra rất nhiều mâu thuẫn nội tâm, và điều này tiếp đó sẽ tạo điều kiện cho bạn dễ dàng trở nên người cáu gắt, dễ chán nản và hay phản ứng quá khích. Tận đáy lòng mình, bạn thừa biết những gì là chân thật đối với bạn, đời sống như thế nào bạn thích, và bạn muốn trở thành loại người như thế nào. Tuy nhiên, nếu những hành động của bạn không phù hợp với trí khôn ngoan nội tâm đó, bạn sẽ cảm thấy chán nản và căng thẳng. Khi bạn biết sống thật với lòng mình, những cảm giác này sẽ dần dần tan biến đi, bạn sẽ trở nên điềm đạm hơn, vui tươi hơn, và ít căng thẳng hơn. Bạn sẽ thật sự sống cuộc đời của chính mình, thay vì là sống cho người khác.

Phương thức để sống thật hơn với lòng mình là tự nguyện sống như thế. Tự hỏi mình những câu như thế này: "Tôi thật sự muốn sống cuộc sống của tôi như thế nào?" "Tôi đang làm theo cách của tôi, hay tôi đang thực hiện mọi thứ đơn giản chỉ là vì thói quen lâu nay, hay bởi vì tôi đang sống phụ thuộc vào những điều mong đợi của người khác?" Rồi hãy lắng lòng xuống và lắng nghe. Thay vì cố tìm ra câu trả lời, hãy xem bạn có thể để cho câu trả lời tự nó đến với bạn thật bất ngờ hay không.

Nếu bạn muốn trở nên một người hiền hòa hơn, và được nhiều hạnh phúc hơn, thì đây chính là một điểm khởi đầu rất tốt. Sống thật với lòng mình là một trong những nền tảng của sự an ổn nội tâm và phát triển nhân cách. Điều này giúp bạn trở nên tử tế hơn và kiên nhẫn hơn nhiều. Hãy thử một lần xem. Rồi bạn sẽ ngạc nhiên, thậm chí sung sướng nữa, với những gì mà bạn hiểu được ra.

12. Hãy giữ lời hứa

Theo ý tôi, không cuốn sách nào nhắm đến việc giúp hoàn thiện cuộc sống gia đình lại có thể xem là hoàn chỉnh khi chưa có được ít nhất đôi lời khuyên về việc phải giữ lời hứa. Đây là một giải pháp lâu dài cực kỳ hiệu quả trong việc giúp bạn gắn bó mãi mãi với những người bạn thương yêu.

Bạn có thể mắc phải hàng loạt sai lầm, nhưng nếu bạn biết giữ lời hứa, bạn sẽ được tưởng thưởng xứng đáng bằng sự tốt đẹp trong các mối quan hệ và chứng tỏ được cho người khác thấy phẩm chất tốt đẹp của mình. Ngược lại, nếu bạn không giữ được lời đã hứa, những người quanh bạn - ngay cả chính gia đình bạn - sẽ đánh giá những lời bạn nói một cách ít nghiêm túc hơn; hoặc tệ hơn nữa, dần dần không còn tin tưởng hoàn toàn vào bạn.

Điều rõ ràng là, không có ai là người toàn hảo cả, và sẽ có những lần bạn không thể giữ được lời đã hứa vì nhiều lý do khác nhau - bạn lỡ quên đi, hay vì có một điều gì đó căng thắng hơn xảy ra. Trong hầu hết các trường hợp, đây không phải là vấn đề, bởi vì việc giữ lời đã hứa không phải là một chuyện cứng nhắc chỉ có hai mặt, hoặc được, hoặc mất; mà là một quá trình kéo dài suốt cả đời người. Nói cách khác, mục tiêu mà bạn nhắm đến không phải là một sự hoàn hảo tuyệt đối, mà là phải cố gắng hết sức để giữ lời hứa ở mức độ càng nhiều càng tốt.

Cách đây không lâu, tôi có hứa sẽ tham dự một trận bóng đá với con gái tôi. Nhưng rồi vài tuần sau đó, lại có cơ hội xuất hiện trong một buổi nói chuyện phát hình toàn quốc về chủ đề "Đừng cáu gắt vì những chuyện vặt". Cân nhắc mọi mặt, tất nhiên tôi cần phải đi. Con gái tôi thật sự thất vọng. Tuy nhiên, tôi vẫn cảm thấy mình là một người cha may mắn khi con bé ôm chầm lấy tôi và nói qua làn nước mắt: "Không sao đâu bố. Cả năm nay đây là lần đầu tiên bố không đi với con mà." Thành tích của tôi không hoàn hảo lắm - hiếm khi mà có được sự hoàn hảo - nhưng cũng thật khá tốt. Con gái tôi hiểu điều đó khi nghe tôi nói: "Bố thật sự mong ước được đến đó với con." Những lời tôi nói không phải là rỗng tuếch. Nó biết rằng những lời đã hứa là quan trọng đối với tôi và tôi đã cố gắng hết sức để thực hiện. Cũng giống như hầu hết mọi người, nó không mong đợi sự toàn hảo, chỉ cần một nỗ lực chân thành để sống trọn vẹn, chỉ cần tôi đã cố hết sức mình.

Một điều cũng quan trọng là hãy giữ cả những lời hứa có tính cách nhỏ nhặt hơn, hoặc chỉ là ngụ ý. Ví dụ như nếu bạn nói với mẹ mình: "Ngày mai con sẽ gọi cho mẹ." Hãy cố hết sức để giữ lời đã nói. Rất thường khi chúng ta nói ra một số việc - nghĩa là những lời hứa nhỏ nhặt - chỉ vì điều đó làm cho câu chuyện trở nên dễ dàng hơn, hoặc để làm cho ai đó cảm thấy được chú ý đặc biệt hơn vào lúc ấy, và rồi chúng ta không giữ được lời đã nói. Và như thế, làm mất đi còn nhiều hơn cả những ảnh hưởng tích cực có được từ dụng ý tốt của chúng ta. Chúng ta thường nói những điều như: "Tôi sẽ trở

12. Hãy giữ lời hứa

lại vào chiều nay." hoặc "Tôi sẽ có mặt ở đó trước 6 giờ."... Và rồi lần này sang lần khác, chúng ta không thực hiện được lời đã nói. Chúng ta cố biện minh cho việc thất hứa bằng những câu như: "Tôi đã cố gắng, nhưng thật sự là quá bận." Nhưng điều đó chẳng an ủi được nhiều đối với người mà ta thất hứa. Đối với hầu hết mọi người, một lời hứa cuội là một chứng cứ rõ ràng hơn, cho thấy những lời hứa đối với ta là không quan trọng mấy.

Tôi đã nhận ra một điều, tốt hơn là đừng nên đưa ra những lời hứa, ngay cả khi bạn muốn như thế, trừ khi là bạn rất chắc chắn vào việc sẽ có thể đảm bảo cho lời hứa ấy. Nếu như bạn không chắc lắm về việc bạn sẽ thật sự làm được điều gì cho ai đó, đừng nên nói trước là bạn sẽ làm. Thay vì vậy, cứ để sự việc trở thành một điều gây ngạc nhiên. Hoặc là, nếu bạn không chắc lắm là mình sẽ gọi điện cho ai đó, đừng nói trước là mình sẽ gọi... Và nhiều điều khác đại loại như thế.

Bằng vào việc giữ lời đã hứa, chúng ta góp phần nhỏ nhoi của mình vào việc giúp cho những người thân yêu của mình giảm sự hoài nghi xuống đến mức thấp nhất. Chúng ta cho họ biết rằng, vẫn còn những người có thể tin cậy được và đáng để tin cậy. Bạn có thể sẽ ngạc nhiên một cách hài lòng nhận ra sự đánh giá cao của mọi người khi mà bạn luôn làm được những gì đã nói, luôn giữ lời đã hứa. Cuộc sống của bạn trong gia đình và với mọi người chung quanh sẽ tốt đẹp hơn rất nhiều.

13. Mua thêm một món, hãy bớt đi một món

Nếu bạn sống một mình, giải pháp này thật đơn giản. Nếu bạn có vợ (hoặc chồng), hoặc một người sống chung nào đó, mọi việc sẽ khó khăn hơn đáng kể. Nếu bạn có một gia đình lớn, điều này càng khó khăn hơn. Tuy nhiên, bất kể là điều kiện sống của bạn như thế nào, hay có bao nhiêu người sống chung trong gia đình bạn, thì giải pháp nêu ra ở đây vẫn rất đáng để nỗ lực thực hiện và sẽ đưa lại ích lợi to lớn - nhìn từ góc độ một cuộc sống có tổ chức và dễ quản lý hơn.

Ý niệm này bắt nguồn từ một khuynh hướng rất phổ biến là hầu như ai cũng cố chất đầy căn nhà của mình đến tận mọi ngóc ngách. Đây dường như là vấn đề của tất cả mọi người, bất chấp sự khác biệt về mức thu nhập, độ rộng của căn nhà... hay nơi chốn, chủng tộc, tôn giáo... Vấn đề ở đây là, sự chật chội quá đáng có thể tạo ra rất nhiều căng thẳng và bực dọc khi ta không biết nơi nào để cất giữ hoặc tìm thấy một món đồ. Cảm giác "bị đóng khung" còn có thể tạo ảnh hưởng xấu lên tâm lý của bạn, làm cho dễ bị căng thẳng và dễ cáu gắt.

Sự thật là hầu hết mọi người đều chất đầy chỗ ở của mình đến mức tận cùng có thể được. Nếu bạn có vài căn buồng nhỏ trong căn hộ, chắc chắn là mỗi căn buồng ấy đều được chất đầy. Nếu bạn có ba căn như vậy, chắc chắn cũng vẫn bị chất đầy. Bất kể là chúng ta có được bao nhiêu chỗ chứa, chúng ta dường như luôn biết cách để làm đầy chúng. Và dĩ nhiên điều này sẽ không gây rắc rối gì nếu như chúng ta chẳng bao giờ mua hay nhận được thêm một món đồ nào mới cần đến chỗ chứa. Nhưng than ôi, sự thật chắc chắn không phải là như

13. Mua thêm một món, hãy bớt đi một món

vậy. Hầu hết chúng ta liên tục mang về những món đồ mới và cả những món đã có người dùng qua.

Vấn đề là, nơi đâu chúng ta có thể cất giữ hết mọi thứ? Giải pháp mà phần lớn chúng ta đều áp dụng là sắp xếp lại cái "đống bề bộn" cũ để có chỗ cho các món đồ mới. Thay vì thải bỏ, chúng ta cố sắp xếp, chèn ép, chồng chất mọi thứ lên nhau. Chúng ta chất đầy những căn gác, nhà để xe, những giá đỡ... và những chỗ chứa khác. Một số ít người còn thuê cả nhà kho ở bên ngoài nhà để tạo thêm chỗ chứa. Chúng ta thu thập mọi thứ là vì rất nhiều lý do - vì sợ rằng một ngày nào đó sẽ cần đến, hoặc là theo thói quen, hoặc chỉ vì nuối tiếc quá khứ...

Cách giải quyết vấn đề tuy đòi hỏi một kỷ luật nghiêm ngặt, nhưng lại khá đơn giản, và gần như có hiệu quả tuyệt đối. Một khi bạn nhận ra rằng mọi chỗ chứa trong nhà đã vừa đầy, điều bạn cần làm là hãy đưa ra một lời tuyên thệ: nếu một món đồ mới được mang về nhà, một món đồ cũ nào đó bắt buộc sẽ phải ra đi. Lấy ví dụ, giả sử bé gái 5 tuổi của bạn nhận được 2 con gấu nhồi bông vào dịp sinh nhật. Áp dụng sách lược này, bạn và con gái sẽ phải quyết định xem những món đồ chơi tương ứng nào của nó cần phải được cho đi nhằm lấy chỗ cho hai chú gấu mới.

Thực hiện sách lược này mang lại rất nhiều điều. Trước hết, nó giữ cho khối lượng đồ đạc trong nhà luôn luôn ở mức kiểm soát được. Bạn sẽ phải liên tục tạo ra khoảng trống cho các món đồ mới bằng cách thải bỏ đi những thứ mà bạn không còn sử dụng hoặc không cần đến nữa. Điều lợi ích ẩn sau cách làm này là nó có thể giúp giảm đi rất nhiều chi phí sinh hoạt thường ngày. Cách làm này khuyến khích bạn phải suy nghĩ thật chín chắn trước khi mua những món đồ mới, vì bạn biết rằng bạn sẽ phải thải bỏ những món khác. Thêm vào đó, bạn sẽ nêu gương tốt cho con cái rằng, việc chia sẻ những thứ mình có với người khác là quan trọng, có lẽ là với những người kém may mắn hơn bản thân chúng ta. Có thể giải thích cho chúng hiểu rằng rất nhiều trẻ con khác không có đồ chơi, và chúng ta có thể cho đi một vài món hiện có để giúp cho cuộc sống của chúng được tươi sáng hơn. Áp dụng cùng nguyên tắc như trên cho dù là chúng ta mang về những con gấu bông, đồ dùng trong nhà, đồ chứa trong bếp, hay quần áo...

Điều rõ ràng là có rất nhiều ngoại lệ cho nguyên tắc này. Nếu như bạn chưa có đủ đồ dùng trong nhà, thật là ngớ ngẩn nếu như thải bỏ đi một món nào đó mà bạn đang thật sự cần đến, chỉ bằng vào những nhận xét này hay một kế hoạch tương tự nào khác. Hoặc là, nếu bạn thật sự cần hay muốn có thêm một cái quần Jean mới, hay nếu như con bạn chỉ có một đôi món đồ chơi, bạn không cần phải áp dụng nguyên tắc này một cách cứng nhắc. Tuy nhiên, trong rất nhiều trường hợp, tôi nghĩ là bạn sẽ đồng ý rằng chúng ta đã có đủ tất cả những gì chúng ta cần. Trong những trường hợp này, tôi nghĩ rằng phương thức này là một trong những phương thức sẽ làm bạn thích. Bạn sẽ thích thú với thực tế là căn nhà của bạn chẳng bao giờ quá tải, bất kể là bạn mua về bao nhiêu món đồ mới - và bạn cũng sẽ sung sướng khi biết rằng có những người khác, thật sự cần đến và đang sử dụng những món đồ của bạn cho đi, những món mà chỉ có thể choán chỗ vô ích trong nhà bạn. Đây là một giải pháp đơn giản với hiệu quả rất cao, giải quyết được một vấn đề gần như phổ biến ở mọi nơi.

14. Cứ để cho trẻ con có đôi lúc buồn chán

Đối với các bậc cha mẹ thông thường, ít có chuyện gì đáng bực mình hơn là những lời than vãn của con cái: "Con chán quá!" hay "Chẳng có gì để chơi cả." Điều này đặc biệt càng đúng đối với những bậc cha mẹ cố gắng hết sức trong việc tạo cho con cái mình nhiều trò vui, nhiều hoạt động thật đa dạng để chúng có thể tùy ý lựa chọn. Thế nhưng, điều mỉa mai là chính những bậc cha mẹ nào có nỗ lực nhiều nhất trong việc này sẽ chịu đựng nhiều nhất những lời than vãn kiểu như trên.

Những đứa trẻ có quá nhiều cơ hội chọn lựa, nhiều trò vui được vạch sẵn để chơi, lại thường là những trẻ dễ nhạy cảm nhất với sự buồn chán. Lý do là vì, những trẻ này đã quen với sự kích thích và việc được giải trí gần như từng phút từng giây trong ngày. Chúng thường chuyển tiếp nhanh từ hoạt động này sang hoạt động khác với khoảng thời gian ngăn cách rất ít, và có những chương trình vạch sẵn cũng đầy kín thời gian chẳng thua gì cha mẹ chúng. Điều rất đơn giản là, khi mọi thứ không tiếp diễn như thường lệ, chúng sẽ cảm thấy buồn chán, bứt rứt, và hết sức cần thiết phải tìm ra một trò gì đó để chơi. Nhiều đứa trẻ cảm thấy như không thể nào sống được mà không có một cái điện thoại trong tầm tay, một máy vô tuyến truyền hình hay truyền thanh được mở liên tục, hay một máy vi tính, hoặc một băng hình trò chơi để làm vui chúng.

Giải pháp ở đây không phải là đáp ứng đủ các thứ mà chúng muốn để nhằm xóa đi sự buồn chán. Như bạn có thể đã biết, chúng thường là sẽ từ chối tất cả những gợi ý của bạn. Tuy vậy, vấn đề lớn hơn là, xét về lâu dài, bạn đang làm một điều có hại cho con cái. Bằng vào việc đưa ra quá nhiều gợi ý về những trò vui để giữ cho chúng luôn bận rộn, bạn thật sự đang giải quyết vấn đề bằng cách thừa nhận rằng bọn trẻ đúng là cần phải có trò gì đó để chơi trong từng phút từng giây mỗi ngày.

Một giải pháp rất tuyệt - mà có thể làm sửng sốt những đứa trẻ đang buồn chán - là hãy đáp lại những lời than vãn trên bằng một câu rất tự tin kiểu như "Được đấy, không sao đâu con." Hoặc hơn thế nữa, bạn có thể tiếp tục: "Thỉnh thoảng con cũng nên có những lúc buồn chán như thế." Gần như tôi có thể đảm bảo với bạn là, một khi bạn đã thử theo cách này đôi lần và nói những điều đó một cách thật lòng, bọn trẻ sẽ từ bỏ đi ý tưởng cho rằng bạn là người phải làm vui chúng bằng những trò chơi liên tục không ngừng nghỉ. Một lợi ích ẩn sau giải pháp này là nó sẽ khuyến khích tính sáng tạo tốt hơn ở trẻ bằng vào việc buộc chúng phải tự mình tìm ra những trò chơi.

Tôi không muốn nói rằng bạn nên áp dụng điều này một cách cứng nhắc, hay là không giữ một vai trò tích cực, trìu mến trong các hoạt động của trẻ con. Điều muốn nói ở đây là một cách phản ứng lại trong trường hợp trẻ bị kích thích quá độ - khi mà thâm tâm bạn thật sự biết rõ rằng trẻ có đủ các trò chơi thích hợp và sự buồn chán là do tự thân chúng, không phải do thiếu điều kiện giải trí. Tôi nghĩ là rồi bạn sẽ thích thú cái cảm giác chủ động khi bạn đẩy ngược sự buồn chán trở về nơi xuất phát của nó - với bọn trẻ. Và một điều quan trọng nữa, khi làm việc này là bạn đang giúp ích rất nhiều cho trẻ qua việc dạy cho chúng biết rằng, chẳng có gì đáng ngại khi không có đủ trò chơi trong từng phút từng giây mỗi ngày. Thỉnh thoảng nên cảm nhận sự buồn chán và điều đó là tốt thôi.

15. Chờ đợi điều không may

Tôi đã học biết điều này cách đây hơn hai mươi năm. Và ngày qua ngày, năm này sang năm khác, giải pháp này càng chứng tỏ rõ tính hiệu quả cực kỳ của nó trong việc giúp tôi tạo ra một môi trường sống êm ả hơn trong gia đình, cho chính mình và cho người khác.

Cơ sở của giải pháp này xuất phát từ sự nhận biết rằng, khi chúng ta chờ đợi trước một điều gì đó sẽ xảy ra, chúng ta sẽ ít ngạc nhiên hơn và do đó giảm bớt phản ứng quá khích đối với sự việc ấy. Thêm vào đó, khi chúng ta chờ đợi một điều sẽ xảy ra - tôi muốn nói đến một điều không may - và rồi điều đó không xảy ra, chúng ta cảm thấy thật may mắn. Nói cách khác, chúng ta bắt đầu biết cảm nhận giá trị của một thực tế là, trong phần lớn thời gian, những đồ ăn thức uống của chúng ta đã không đến nỗi đổ tràn vung vãi trên sàn nhà, và phần lớn thời gian qua, cuộc sống đã được trôi chảy êm ái... Vấn đề là, chúng ta thường có khuynh hướng tập trung sự chú ý vào những chuyện bực mình ngoại lệ mà thôi.

Hãy nhớ lại lần gần đây nhất mà bạn hay một ai đó trong nhà làm đổ vấy một ly sữa hay cà phê ra tấm thảm. Phản ứng của bạn là thế nào? Thông thường nhất sẽ là sự hốt hoảng, thất vọng và rất nhiều căng thẳng. Bạn hãy thử nghĩ xem điều gì sẽ xảy ra, nếu như thay vì cho rằng mọi thứ chẳng bao giờ hư hỏng, bạn hãy chờ đợi trước rằng thức uống có thể đổ vấy ra thảm trải nhà - bạn chấp nhận điều này như không thể nào tránh khỏi? Điều này sẽ tạo ra một thái độ hoàn toàn khác đối với cùng một sự việc. Không có nghĩa là bạn thích chuyện tệ hại ấy xảy ra, chỉ có điều là khi nó thật sự xảy ra thì cũng không sao - bạn đã chấp nhận nó. Rõ ràng là, bạn không thể biết được khi nào thì chuyện đổ vấy như vậy xảy ra, chỉ có điều là, xem xét mọi khả năng thì điều đó rất có thể sẽ xảy ra vào một lúc nào đó. Có thể là vào cuối ngày hôm nay, vào tuần tới, hoặc vài ba năm tới nữa... Nhưng trừ khi bạn là một ngoại lệ rất hiếm hoi, thì bạn nhất định sẽ làm đổ sữa trong nhà vào một lúc nào đó. Giải pháp này chuẩn bị trước cho bạn cái thời điểm không thể tránh được đó trong tương lai.

Ví dụ nhỏ này có thể mở rộng ra với hầu như bất cứ chuyện bực mình nào khác xảy ra hằng ngày trong gia đình - điều gì đó được làm không đúng, vật gì đó bị đổ bể, chuyện lộn xộn nào đó xảy ra, một người nào trong gia đình không làm tròn trách nhiệm... nói chung là bất cứ chuyện gì. Điểm mấu chốt ở đây là, khi bạn chờ đợi một điều gì sẽ xảy ra, sẽ không còn đột ngột khi nó thật sự xảy ra nữa. Đừng lo lắng rằng khi chờ đợi như vậy là bạn đang tạo điều kiện cho điều ấy xảy ra. Không phải vậy. Chúng ta không nói đến chuyện tưởng tượng một chuyện gì đó sẽ xảy ra, hay khuyến khích điều ấy bằng bất cứ hình thức nào. Chúng ta chỉ đề cập đến ở đây năng lực của sự chấp nhận, biết cách chấp nhận mọi việc như chúng thật có, thay vì gắn chặt niềm vui của mình vào việc mọi thứ phải xảy ra theo đòi hỏi của chúng ta. Quan sát mọi việc xảy ra khi lòng bạn đã sẵn sàng cho những điều không may, tôi đánh cuộc là bạn sẽ thấy thư thái hơn nhiều khi điều không may nào đó xảy ra lần tới đây.

16. Những "khoảng trắng" trong thời biểu

Có quá nhiều chuyện để làm, kể cả những chuyện tốt đẹp, cũng chỉ phải nói là quá nhiều! Bất kể là quan hệ xã hội của bạn như thế nào - hay mức độ thời gian mà bạn muốn dành cho việc giao tiếp với người khác - vẫn có điều gì đó thật kỳ diệu và thanh thản khi nhìn vào thời biểu hằng ngày và còn thấy được những "khoảng trắng", những khoảng thời gian không được dự tính cho việc gì cả. Những "khoảng trắng" chính là thời gian dự phòng của bạn, hoặc là để không làm gì cả. Giữ những khoảng thời gian trống này trong thời biểu hằng ngày, khi mà hoàn toàn không có dự tính trước một việc gì, sẽ góp phần tạo cho bạn một cảm giác bình ổn, cảm giác không bị thiếu thốn thời gian.

Nếu bạn chờ cho mọi thứ được làm xong rồi mới dành thời gian cho chính mình, bạn sẽ rất hiếm khi, nếu có thể có, tìm được thời gian đó. Thay vì vậy, thời biểu của bạn rất thường là được lấp đầy một cách lạ thường bởi những công việc của chính bạn cũng như nhu cầu và sự đòi hỏi của người khác. Vợ (hay chồng) bạn luôn sẵn có nhiều công việc cho bạn làm, các con bạn (nếu có) cũng không khó khăn gì trong việc tung ra hàng loạt đòi hỏi với bạn, rồi những người hàng xóm, bạn bè, và gia đình. Rồi đến những trách nhiệm trong xã hội - có những chuyện bạn thích, cũng có những chuyện chỉ phải làm vì bổn phận. Dĩ nhiên là còn nhiều đòi hỏi khác đến với bạn từ công việc cũng như từ những người lạ, chẳng hạn như những người chào hàng qua điện thoại và những người bán rong... Dường như là tất cả mọi người đều muốn và đều lấy ra được tí chút thời gian từ nơi bạn. Tất cả mọi người, có nghĩa là trừ bạn ra.

Giải pháp duy nhất cho vấn đề là hãy bố trí thời gian cho chính bạn với tầm quan trọng cũng giống như một buổi hẹn với bác sĩ hay với một người bạn thân. Bạn đã có hẹn, và chỉ trừ trường hợp khẩn cấp, không thì bạn sẽ đúng hẹn. Tiến trình này tự nó rất đơn giản. Bạn nhìn vào lịch làm việc và bố trí những khoảng thời gian cho mình bằng cách đánh dấu. Bạn cần phải gạch tréo thật rõ những khoảng thời gian mà bạn dự tính sẽ không cho phép bất cứ công việc nào được chính thức hoạch định vào.

Khi tôi nhìn vào lịch làm việc của tôi, tôi nhận ra là có một khoảng thời gian dành cho tôi vào thứ Sáu này, từ 1 giờ 30 cho đến 4 giờ 30 chiều. Không có một công việc nào được sắp xếp vào khoảng thời gian này, và trừ trường hợp khẩn cấp, sẽ không có việc gì được làm trong khoảng thời gian này cả. Điều này có nghĩa là, khi có ai yêu cầu tôi làm gì trong khoảng thời gian này - một buổi phát thanh cần phỏng vấn, một người nào đó muốn tôi gọi đến, một khách hàng cần sự giúp đỡ của tôi... hay bất kể là chuyện gì - tôi không thể nhận làm gì cả. Tôi đã có kế hoạch trước rồi. Và kế hoạch đó là với chính bản thân tôi. Vào cuối tháng này, tôi có cả một ngày bỏ trống. Thời gian này cũng là một khoảng thời gian quan trọng, và tôi có thể đảm bảo là sẽ không để cho bất cứ việc gì chen vào đó.

Như bạn có thể tưởng tượng ra được, cách làm này cần có một thời gian để quen dần. Cách đây mấy năm khi tôi bắt đầu dành thời gian cho chính mình, tôi vẫn thường lo lắng rằng, bởi vì tôi dành thời gian cho riêng tôi, tôi có thể đang bỏ lỡ đi những cơ hội khác, hoặc là tôi có thể bị xem là ích kỷ. Thật là khó khăn để tôi có thể nói là không có thời gian trong khi còn có những khoảng trống trong thời biểu của mình. Tuy nhiên, điều tôi nhận ra là, tôi xứng đáng để có những khoảng thời gian đó. Và tất nhiên là bạn cũng vậy.

16. Những "khoảng trắng" trong thời biểu

Những khoảng trống thời gian đã trở thành một trong những hoạch định quan trọng nhất trong thời biểu của tôi, và là điều mà tôi đã biết cách trân trọng và giữ lấy. Điều này không có nghĩa là công việc của tôi có phần nào kém quan trọng hơn, hoặc là thời gian tôi sinh hoạt với gia đình không còn giữ phần quan trọng nữa. Thay vì vậy, điều này chỉ đơn giản nói lên rằng những khoảng trống thời gian tạo ra được mức độ cân bằng cần thiết để nuôi dưỡng tâm hồn tôi. Không có chúng, cuộc sống dường như quá bề bộn và chen chúc.

Tôi khuyến khích bạn nên bắt đầu ngay từ hôm nay. Hãy nhìn vào lịch làm việc và chọn lấy những khoảng trống thời gian theo định kỳ, mỗi tuần một lần, hoặc ngay cả mỗi tháng một lần để khởi đầu. Cho dù chỉ là một vài giờ đồng hồ, nhưng hãy dành ra cho riêng bạn. Và một khi những đòi hỏi nào đó đến với bạn, đừng bao giờ - ngay cả chỉ nghĩ đến thôi - sắp xếp vào những khoảng thời gian này. Hãy bắt đầu biết trân trọng thời gian của chính mình như là - hoặc hơn cả - bất cứ điều gì khác. Xin đừng lo lắng, bạn sẽ không trở thành một người ích kỷ đâu. Trong thực tế, chính là điều ngược lại sẽ rất có khả năng xảy ra. Khi bạn bắt đầu cảm nhận được cuộc sống đã thật sự trở lại là của bạn, bạn sẽ thấy mình có nhiều khả năng giúp đỡ người khác hơn nữa. Cuối cùng khi bạn đã thật sự có được điều mình cần, bạn sẽ khám phá ra là một điều là việc chia sẻ với người khác trở nên dễ dàng hơn.

17. Cuộc sống này là vô giá

Cuối cùng, có nhiều người trong chúng ta rồi sẽ nhận được kết quả chẩn đoán về một căn bệnh nào đó đáng kinh sợ. Và bên cạnh nỗi kinh hoàng mà, không còn nghi ngờ gì nữa, chúng ta sẽ trải qua, một điều khác cũng chắc chắn xảy đến: Cuộc sống bình thường của chúng ta sẽ được cảm nhận và trân trọng. Có những điều mà thường khi chúng ta hoàn toàn coi thường - những trận cười, những vẻ đẹp, tình bạn, thiên nhiên, gia đình và những người thân yêu, nhà cửa - giờ đây sẽ dường như quan trọng hơn và đặc biệt hơn bao giờ hết. Mỗi ngày trôi qua sẽ được tận hưởng như một món quà tặng và như một sự diệu kỳ đầy yêu thương. Hơn thế nữa, những chuyện vặt vãnh trước đây thường làm chúng ta bận tâm đến nhiều, giờ đây dường như không còn quan trọng lắm, hoặc không đáng chú ý mấy. Những điều bực dọc mà chúng ta vẫn thường tập trung chú ý vào giờ đây giảm hẳn đi đáng kể. Sự chú ý của có chúng ta lúc này sẽ tập trung cả vào sự quý giá của cuộc sống.

Bởi vì chúng ta biết tương đối chắc chắn những điều như trên sẽ là phản ứng khi một điều thật tồi tệ xảy ra, như đã từng xảy ra cho rất nhiều người trước đây, liệu có chút giá trị gì trong việc chờ đợi đến những lúc ấy mới biết trân trọng cuộc sống? Thay vì trì hoãn sự cảm nhận về những ân sủng của cuộc đời cho đến lúc bị thúc đẩy phải nhận ra bằng hình thức của những điều rủi ro, tồi tệ, tại sao không bắt đầu trân trọng cuộc sống ngay từ bây giờ? Cuộc sống tự nó là một điều kỳ diệu, và chúng ta thật vô cùng may mắn được hiện hữu nơi đây!

17. Cuộc sống này là vô giá

Có nhiều nhận thức sáng suốt tiềm tàng có thể có được bằng cách tự nhắc nhở mình về tính chất mong manh ngắn ngủi của cuộc sống, và sự thay đổi nhanh chóng biết bao của sự vật quanh ta - trong một giây phút bạn có vợ, có con, rồi chỉ phút sau đó có thể đã mất rồi. Trong một giây phút bạn nghĩ là mình tồn tại mãi mãi, ngay sau đó bạn biết rằng không thể như thế. Trong một ngày bạn thích thú dạo chơi, rồi chỉ ngày sau đó, một tai nạn xảy ra và vĩnh viễn bạn không còn bước đi trên hai chân được nữa. Trong một ngày bạn có một ngôi nhà, ngày sau đó đã mất đi trong một cơn hỏa hoạn. Bạn đã thấy được vấn đề như thế đấy...

Thật rõ ràng, có hai cách khác biệt nhau để nhìn vào tính chất mong manh dễ thay đổi của cuộc sống. Một là cảm thấy mình bất lực và hoảng sợ trước những đổi thay không thể nào tránh được trong cuộc sống, kể cả những đổi thay đầy đau khổ. Cách nhìn thứ hai, tích cực hơn, cũng với cùng những thực tế của cuộc đời như trên, là dùng chính cái tính chất không chắc chắn của cuộc sống như một lời nhắc nhở thường xuyên để luôn luôn biết ơn cuộc sống.

Bởi vì chúng ta quá quen thuộc và dành quá nhiều thời gian trong nhà, nên chúng ta rất dễ coi thường cuộc sống gia đình, những vật sở hữu, môi trường chung quanh, sự riêng tư, an toàn, thoải mái và hàng bao nhiêu thứ khác mà ngôi nhà mang lại cho ta. Do nơi khuynh hướng này, điều cực kỳ quan trọng là phải thường xuyên tự nhắc nhở mình: thật may mắn biết bao để có được một mái nhà, cho dù là có tồi tàn đến đâu đi chăng nữa. Chúng ta cần phải dành ra những thời gian thật sự mỗi ngày (có lẽ chỉ cần đôi ba phút) để nghĩ đến và bày tỏ, nếu có thể được, lòng biết ơn của chúng ta đối với vai trò quan trọng của ngôi nhà trong cuộc sống chúng ta. Thay vì chờ đợi những điều tồi tệ xảy đến mới làm cho bạn biết quý giá cuộc sống, nếu bạn bắt đầu biến điều đó thành một phần trong cuộc sống của bạn ngay từ bây giờ, bạn sẽ tận hưởng được nhiều niềm vui của cuộc sống ngay trong gia đình, hơn cả những gì mà bạn có thể tưởng tượng được. Hãy thử một lần xem. Tôi dám đánh cuộc là bạn sẽ thấy có nhiều điều để phải trân trọng, hơn là bạn đã từng nhận biết trước đây.

18. Giảm nhẹ sự căng thẳng

Một ngày kia, vợ tôi, Kris, và tôi bỗng nhiên được một trận cười vỡ bụng - kiểu cười ngặt nghẽo đến mức gần như là muốn khóc. Kris đã nói về ảnh hưởng của sự việc đang diễn ra: "Đây thật là một kiểu trò đùa đáng yêu." Cái "trò đùa đáng yêu" mà cô ấy đang nói đến, chính là việc hai chúng tôi đã bỏ ra nhiều giờ đồng hồ liên tục để dọn dẹp nhà cửa, sắp xếp đồ đạc... Và rồi bất chấp những nỗ lực tập trung mạnh mẽ của chúng tôi, điều rõ ràng là giờ đây chúng tôi đang thật sự phải trở lại từ đầu!

Không, chúng tôi không đến nỗi tồi lắm. Thực tế là cả hai chúng tôi đều rất thành thạo trong việc giữ cho mọi thứ gọn gàng, sạch sẽ. Tuy nhiên, sự thật đã xảy ra là mỗi đứa nhóc của chúng tôi đã đưa về một nhóc bạn. Một đứa trong bọn chúng kéo lê đôi chân bùn bê bết khắp nhà bếp trong khi Kris bận chùi dọn trong căn phòng nhỏ. (Kẻ phạm tội rõ ràng là đã quên mất quy định bỏ dép bên ngoài ở nhà chúng tôi.) Hai đứa trẻ khác đang cố hết sức để lấy vật gì đó ra khỏi cái tủ nhỏ của con gái tôi, và rồi... ầm, một nửa số đồ chơi đổ

18. Giảm nhẹ sự căng thẳng

nhào xuống tung vãi ra khắp sàn nhà. Trong lúc đó, tôi đang loay hoay trên căn gác, sắp xếp mấy món đồ vào những cái hộp để chuẩn bị mang đi cho, và rồi bàn chân tôi bỗng xuyên thủng qua sàn, tạo ra một lỗ lớn trên trần nhà của căn phòng bên dưới. Dường như mọi thứ đều trở nên hỗn loạn ở khắp nơi. Quả thật là "một trong những ngày tồi tệ nhất." Chắc chắn là bạn cũng đã từng phải trải qua những ngày tương tự như thế ở nhà.

Vào những lúc như thế này, thật rất dễ dàng trở nên bối rối và căng thẳng. Đối với nhiều người trong chúng ta, một phản ứng tự nhiên gần như chắc chắn vào lúc này là tự nhủ mình rằng cuộc đời thật bất công, và rồi tự thuyết phục rằng những nỗ lực của mình thật vô ích. Thường thì trong những lần căng thẳng và bực dọc như thế này, chúng ta hay để tâm nhớ lại trong quá khứ xem bao nhiêu lần rồi những chuyện như thế này đã xảy ra, và có khả năng nào sẽ xảy ra trong tương lai nữa không. Không cần phải nói, những suy nghĩ như thế thật sự chẳng mang lại kết quả tốt đẹp gì.

Một trong những phương thức hiệu quả hơn để đối phó với tình trạng căng thẳng này là tách mình ra khỏi sự việc và nhìn nhận tính khôi hài trong đó. Kris chợt nêu ra điều này: "Nếu có ai đó đang bí mật quan sát cảnh này, hẳn người ấy phải cười chúng ta đến vỡ bụng mất." Và chính vào lúc ấy, cả hai chúng tôi cùng thấy nhẹ nhõm đi với tất cả sự việc.

Phải chăng điều này có nghĩa là chúng tôi không quan tâm đến cảnh hỗn độn ấy? Hoàn toàn không phải vậy. Thậm chí Kris và tôi còn là những người rất chuộng sự gọn gàng. Cả hai chúng tôi đều yêu thích sự sạch sẽ, trật tự trong nhà. Tuy nhiên, có những lúc chỉ đơn giản là bạn không thể nào kiểm soát được môi trường chung quanh - đặc biệt là khi bạn có trong nhà một hay nhiều đứa trẻ. Đôi khi, có quá nhiều người đến chơi, hoặc có quá nhiều việc cùng lúc diễn ra, hoặc là bạn không có đủ thời gian, hay vì bất cứ lý do nào khác nữa. Điều này không hề gợi ý là bạn đừng gắng sức, mà chỉ nhắc nhở rằng, dù sao thì bạn cũng chỉ là một con người. Vấn đề là, đã quá sức mà một con người có thể làm được.

Khi bạn cố nhìn ra khía cạnh khôi hài trong những nỗ lực không kết quả, điều đó làm mất đi sự căng thẳng của ý tưởng cho rằng bạn phải hoàn hảo hoặc phải giữ gìn căn nhà mình hoàn hảo. Thay vì là vật lộn với một tâm trạng đầy bực dọc để làm cho mọi việc đều hoàn tất, bạn có thể đạt đến sự bình thản khi chấp nhận một sự thật là, ngay cả khi bạn đã làm sạch được món đồ cuối cùng trong nhà, thì hẳn rồi nó cũng sẽ bẩn trở lại trong vòng một hai ngày nữa. Sự khôi hài không giúp cho căn nhà của bạn được sạch sẽ hay gọn gàng, nhưng nó thật sự có thể đưa lại cho bạn một cái nhìn toàn vẹn hơn và làm cho bạn cảm thấy dễ chịu hơn. Nói một cách thật chính xác, sự khôi hài nhắc nhở bạn đừng thực hiện công việc và trách nhiệm một cách nghiêm trọng quá đáng.

19. Bạn muốn các con sẽ như thế nào?

Một trong những cuốn sách dành cho các bậc cha mẹ mà tôi thích nhất là cuốn "What Do You Really Want for Your Children" (Bạn thật sự mong muốn gì cho các con cái mình) của bác sĩ Wane Dyer. Trong cuốn sách này, ông ta khuyến khích các bậc cha mẹ hãy tự hỏi xem mình thật sự muốn dạy dỗ cho con cái những gì, và xem xét lại những thông điệp kín đáo mà mỗi ngày chúng ta vẫn thường xuyên gởi đến cho con cái. Ông ta gợi ý rằng một số những phẩm chất quan trọng nhất của con người - tính tự lập, mạo hiểm, lòng

19. Bạn muốn các con sẽ như thế nào?

kiên nhẫn, tính độc lập - có thể bị ngăn trở bởi những phương thức vô hình mà qua đó chúng ta giao tiếp cùng con cái.

Lấy ví dụ, đôi khi chúng ta đòi hỏi trẻ phải thư thả, hay yên tĩnh, nhưng lại đưa ra yêu cầu này bằng cách to tiếng với đầy sự bực dọc. Hoặc là, chúng ta muốn con cái phải lớn lên trong tinh thần độc lập, nhưng chúng ta lại quét dọn phòng cho chúng chỉ vì thấy bực bội không chịu được, hoặc là không cho phép trẻ có được những cơ hội mạo hiểm thích hợp. Đôi khi chúng ta nói là muốn cho con cái sống điềm tĩnh, nhưng chúng ta lại tự mình có thái độ kích động thái quá, thậm chí đến như điên cuồng lên. Có lẽ chúng ta muốn trẻ con lớn lên trong tinh thần hòa hợp, nhưng bản thân chúng ta lại có khuynh hướng gây gổ, cãi vã quá thường xuyên. Có rất nhiều ví dụ chỉ ra rằng, trong khi chúng ta muốn khuyến khích trẻ cư xử theo một cung cách nào đó, thì chúng ta lại ngấm ngầm đưa ra một thông điệp nói lên điều ngược lại.

Có rất nhiều thông điệp mà chúng ta gởi đến cho con cái bắt nguồn từ những gì đang diễn ra bên trong chúng ta. Liệu chúng ta có bực dọc và quá khích, hay chúng ta bình thản và nhiệt tình? Liệu chúng ta có kiên nhẫn và sẵn lòng giúp đỡ, hay chúng ta thường đòi hỏi và dễ gây gổ? Liệu bạn có phải là người biết lắng nghe người khác? Liệu bạn có chịu lắng nghe vợ (hoặc chồng) mình, hoặc bạn bè, con cái... hay là bạn có khuynh hướng luôn nói xen vào hoặc ngắt lời người khác? Và nếu như thế, liệu có gì đáng ngạc nhiên là vì sao con cái lại thấy khó khăn trong việc phải chú ý đến, hoặc lắng nghe những chỉ dẫn của chúng ta?

Một trong những thông điệp tích cực tiềm ẩn mà Kris và tôi gởi đến cho các con là chúng tôi sẽ luôn luôn giữ cho mối quan hệ của chúng tôi được sinh động và tốt đẹp. Chúng tôi dành rất nhiều thời gian cho nhau và cùng đi chơi phố đều đặn. Ngoài việc vui hưởng một quan hệ tốt, chúng tôi còn muốn cho các con lớn lên biết rõ rằng cha mẹ chúng thật sự yêu thương và tôn trọng lẫn nhau - không chỉ vì chúng tôi dạy cho chúng như thế, mà vì chúng tôi đã minh họa bằng chính hành động và cách cư xử của mình cho chúng biết thế nào là một quan hệ tốt.

Một trong những vấn đề mà tôi nghĩ là chúng tôi còn phải tiếp tục cố gắng hơn nữa, là khuynh hướng vội vã trong mọi việc. Nhưng điều mỉa mai là chúng tôi lại bực mình khi thấy bọn trẻ thiếu kiên nhẫn. Xin nhắc lại một lần nữa, cung cách cư xử trong gia đình luôn chịu ảnh hưởng từ những thông điệp tiềm ẩn mà chúng ta gởi đến cho bọn trẻ.

Hãy suy nghĩ một chút về những thông điệp tiềm ẩn của riêng bạn. Với tất cả cả những khả năng thường gặp nhất, sẽ có nhiều khía cạnh bạn đã làm rất tốt và đồng thời còn nhiều khía cạnh khác cần hoàn thiện. Đừng lo lắng về điều đó - chúng ta chỉ là những con người! Điều quan trọng nhất là phải nhận thức rõ về sức mạnh của những thông điệp tiềm ẩn. Một khi đã được vậy, bạn sẽ có thể bắt gặp chính mình những khi đang đưa ra các thông điệp đi ngược với những gì mà bạn thật sự mong muốn. Chỉ cần thực hành đôi chút về đề tài này, tôi tin là rồi bạn sẽ đồng ý rằng, tự cân nhắc về những thông điệp thực tế đang gởi đến cho bọn trẻ là một vấn đề thật sự quan trọng.

20. Đánh giá cao giai đoạn trẻ con

Nhìn thoáng qua, đề xuất này có vẻ như không thể thực hiện, thậm chí gần như mâu thuẫn. Tuy nhiên, khi bạn đặt cái gọi là "giai đoạn trẻ con" vào trong một cái nhìn toàn cảnh bao quát hơn, tôi tin là chẳng những điều này có thể thực hiện được, mà trong thực tế việc "đánh

20. Đánh giá cao giai đoạn trẻ con

giá cao" sẽ còn là thực tiễn (và khôn ngoan) hơn so với việc luôn phải vất vả chống lại bọn trẻ.

Điều then chốt ở đây là cụm từ giai đoạn. Tôi sẽ vô cùng kinh ngạc nếu như có ai đó đang đọc cuốn sách này, là người ít nhất cũng 20 tuổi, lại vẫn còn giống hệt như thời trẻ con của mình. Rất thông thường là bạn đã thay đổi những giá trị, thái độ, ngoại hình, cung cách làm việc, mục tiêu và cả đến những gì được xem là ưu tiên hơn trong cuộc sống. Chính bản thân tôi cũng không hề giống với tôi thời trẻ con. Tôi có vẻ ngoài khác hơn, hành động cũng khác hơn, và mọi thứ trong cuộc sống của tôi đều đã thay đổi. Tôi hoàn toàn là một người khác - và bạn cũng thế thôi. Nhìn ngược về quá khứ, đó chỉ là một giai đoạn mà tất cả chúng ta đều trải qua.

Vậy thì tại sao, nếu chúng ta đã biết rằng thời trẻ con chỉ là một giai đoạn, chúng ta lại quan tâm đến mọi thứ một cách quá khe khắt? Một phần nào đó, câu trả lời cho vấn đề này là: chúng ta quên mất rằng đó chỉ là một giai đoạn! Chúng ta lo sợ rằng cung cách cư xử và định hướng trong cuộc sống ở đứa con 15 tuổi của mình là vĩnh viễn, là cứng nhắc như thể khắc sâu vào trong đá! Trong một chừng mực, chúng ta thiếu niềm tin cần thiết vào trẻ con. Sự thiếu tin cậy này được cảm nhận bởi bọn trẻ ngày nay và - tôi tin là - đã góp phần tạo ra một số trong những vấn đề khó khăn trước mắt chúng ta. Không phải tôi muốn nói rằng, nếu lũ trẻ đánh đấm nhau, đó là lỗi của bạn. Thế nhưng tôi tin tưởng khá chắc chắn rằng có rất nhiều việc mà chúng ta có thể làm để giúp trẻ phát triển tốt nhất, cũng như để giảm nhẹ đi sự bực bội mà chúng ta đang cảm nhận.

Tôi nghĩ rằng một trong những nguyên nhân giúp tôi vượt qua giai đoạn trẻ con mà không bị thương tổn là nhờ tôi cảm nhận được từ nơi cha mẹ tôi sự chấp nhận và tin cậy ở tôi như một người lớn. Có vẻ như các vị biết rằng tôi sẽ tốt thôi (ngay cả khi tôi có gặp vấn đề) và rằng chẳng có gì trục trặc nơi tôi chỉ vì là tôi đang nỗ lực để lớn lên. Bất chấp một thực tế là cách ứng xử của tôi còn rất vụng về, tôi biết rằng cha mẹ tôi vẫn đánh giá cao. Sự tin cậy của các vị đã cho tôi sức mạnh cần thiết để tôi trưởng thành vượt qua thời trẻ con.

Qua nhiều năm, tôi đã nhận thấy được cũng một cung cách cư xử tương tự như thế ở một số ít gia đình may mắn, nơi mà các bậc cha mẹ và con cái họ dường như cùng nỗ lực và sống chung trong hòa thuận. Hầu như trong tất cả những trường hợp này, những đứa trẻ có cách ứng xử tốt đẹp nhất chính là những đứa trẻ được cha mẹ đặt sự tin cậy vào như một người lớn - những bậc cha mẹ biết đánh giá cao con cái mình. Điều rõ ràng là, thật dễ dàng khi đưa ra một phát biểu: "Dĩ nhiên là cha mẹ sẽ đặt sự tin cậy (và đánh giá cao) vào một đứa trẻ nếu như cách ứng xử của nó đã hoàn hảo." Cũng có phần đúng trong phát biểu này. Tuy nhiên, tôi tin là chúng ta có thể gieo cấy niềm tin và sự tôn trọng đối với trẻ con bất chấp cả những khuyết điểm hiện thời của chúng, nếu chúng ta nhận ra được tầm quan trọng như thế nào của việc này.

Bạn chỉ cần tự hỏi mình xem, khi mọi người chung quanh tin cậy vào bạn, và khi bạn cảm thấy được đánh giá cao, thì sẽ dễ dàng hơn như thế nào trong việc thực hiện tốt mọi việc. Thực tế này cũng đúng đối với trẻ con. Khi một đứa trẻ cảm thấy mình được đánh giá cao, nó sẽ có một viễn ảnh tốt để vươn tới. Nhưng điều ngược lại cũng sẽ đúng. Khi một đứa trẻ cảm thấy mình bị xem thường, nó sẽ có một viễn ảnh xấu để trở nên tồi tệ hơn.

Tôi không nói điều này là dễ thực hiện, chỉ muốn nói rằng nó thật sự quan trọng và xứng đáng để trở thành một phần trong cách ứng xử của bạn. Nếu bạn nghĩ đến thời trẻ con như là một giai đoạn, không phải là mãi mãi, những vất vả của bạn sẽ được giảm đi rất nhiều.

21. Không để những chuyện ấy làm bận tâm

Đây là một trò vui để thực hành nếu như bạn có con nhỏ, nhưng chắc chắn cũng vẫn mang lại hiệu quả trong trường hợp bạn không có con. Không để cho những chuyện ấy làm bận tâm là một giải pháp có thể áp dụng gần như với mọi vấn đề - những trận đấu đá của lũ trẻ, hay vòi vĩnh sự chú ý của bạn, sự hỗn độn, một căn phòng bề bộn, mái nhà dột nước, con thú nuôi ồn ào, căn buồng chứa chật chội quá tải, hay người vợ (hoặc chồng) ngáy đêm.

Không phải là tất cả, nhưng chắc chắn là một phần trong những rắc rối với phản ứng quá khích của chúng ta bắt nguồn từ những phản ứng với sự việc theo thói quen, mà hầu như vượt ngoài khả năng kiểm soát của chúng ta. Ví dụ như, khi bọn trẻ đánh nhau và sự việc dường như sắp làm cho bạn phát khùng lên, phản ứng tự nhiên của bạn là nổi giận và tống ngay lũ trẻ về phòng của chúng. Rồi bạn sẽ tiếp tục làm cho vấn đề trở nên tệ hại hơn bằng những suy nghĩ như: "Thật không tin nổi những chuyện thế này lại thường xảy ra đến thế." Hoặc là: "Tôi không tin nổi là việc nuôi dạy con cái lại khó khăn đến thế." Hoặc những ý nghĩ khác đại loại như vậy, nhằm để tự thuyết phục mình rằng, không thể phản ứng lại sự việc bằng bất cứ cách nào khác tốt hơn. Trong suy nghĩ của mình, chúng ta đã thổi phồng vấn đề lên quá mức bằng những phân tích quá đáng, và rồi mang ra thảo luận cùng người khác. Không bao lâu, những chuyện như thế này, và nhiều chuyện vặt vãnh khác, bắt đầu trở nên có vẻ như là những vấn đề thật sự to tát.

Hoàn toàn có khả năng rèn luyện tư tưởng của bạn để giảm bớt những phản ứng thái quá đối với các vấn đề rắc rối thường tình. Khi bạn không để cho những chuyện ấy làm bận tâm, không phải là bạn phủ nhận việc mình thật sự có bực bội. Điều bạn đang cố gắng làm là rèn luyện tư tưởng để có thể phản ứng lại khác hơn đối với cùng những vấn đề như trước. Bạn bắt đầu thực hiện giải pháp này bằng cách tự nhủ với mình khi nhìn thấy trước một chuyện rắc rối thông thường đang sắp xảy ra: "Mình sẽ không bực mình hay phản ứng thái quá với chuyện này."

Nhìn thoáng qua, và trong giai đoạn mới bắt đầu, giải pháp này dường như chỉ là vẻ ngoài. Xét cho cùng, tự nói với mình là sẽ không bực mình, thì cũng giống như tự nhủ rằng mình khỏe trong lúc đang bị cảm cúm vậy. Tuy nhiên, nếu bạn chịu thử qua một lần, tôi tin là bạn sẽ nhận thấy giải pháp này mang lại hiệu quả đến mức đáng ngạc nhiên. Hãy kiên nhẫn và dành ra một ít thời gian. Nếu bạn dự tính trước những phản ứng của mình trong cuộc sống, điều này sẽ đẩy lùi những kiểu hành động theo thói quen ra khỏi vấn đề. Bạn sẽ biết trước được là phản ứng của mình sẽ như thế nào, và bạn chỉ cần sử dụng chính những hoàn cảnh xảy ra trong cuộc sống để thực hành những cách ứng xử của mình. Bằng cách này, bạn chuyển đổi được những sự việc trước đây dường như là một gánh nặng trở thành một trò chơi nội tâm.

Tôi không thể nói hết với bạn giải pháp này đã mang lại hiệu quả như thế nào trong trường hợp của chính hai đứa con tôi. Cũng giống như mọi người khác, tôi đã từng phản ứng quá khích rất nhiều lần với chúng. Tuy nhiên, khi tôi vận dụng giải pháp này, có vẻ như nó đã giúp xóa bỏ những kiểu ứng xử không hay mà hầu hết chúng ta thường phát triển thành thói quen. Chỉ mới hôm kia đây, bọn trẻ bắt đầu một trong những trận cãi vã nhì nhằng của chúng, la hét và đổ lỗi cho nhau ầm ĩ. Tôi có thể nhìn thấy trước mọi việc khi sắp diễn ra, và âm thầm tự nhủ: "Mình sẽ không để cho trận ẩu đả sắp tới đây làm bực mình." Kết quả đã là một trong những giây phút mà bậc cha mẹ nào cũng mong mỏi có được - những đứa trẻ đầy kinh ngạc. Tôi ngồi yên vô tư trên trường kỷ, không hề ngẩng đầu khỏi cuốn sách đang đọc, cho dù chỉ một lần. Chỉ trong mấy phút, bọn trẻ bỗng nhiên hoàn toàn im lặng, ngạc nhiên tự hỏi không biết chuyện gì đang xảy ra cho tôi. Chuyện tranh cãi của chúng tự nhiên tan biến một cách thật kỳ diệu, chẳng có sự can thiệp nào về phần tôi cả. Chúng tôi cùng chơi vui trong thời gian còn lại của buổi chiều. Rồi bạn cũng sẽ gặp những chuyện vui tương tự khi áp dụng giải pháp này.

22. Đừng bỏ lỡ cơ hội bày tỏ lòng thương yêu

Trong đời tôi, tôi đã được nghe rất nhiều người than phiền là cha mẹ, hay vợ, chồng của họ chẳng bao giờ, hoặc là rất hiếm khi nói lời yêu thương họ. Đảo ngược lại vấn đề, tôi chưa từng nghe, dù chỉ một người, than phiền rằng phải nghe những lời yêu thương của người thân quá thường xuyên.

Tôi không thể nào tưởng tượng được có chuyện gì lại dễ dàng hơn là nói ra một câu như: "Anh yêu em." hoặc những câu bày tỏ tình cảm tương tự như vậy với người thân của mình. Tuy nhiên, vì những lý do nào đó, rất nhiều người đã hoàn toàn không làm điều này. Có lẽ là chúng ta không tin rằng những người thân yêu của ta cần được nghe những lời như thế, rằng là họ không muốn thế, hoặc có thể là họ sẽ không tin. Hay cũng có thể là chúng ta quá cứng rắn hoặc quá e thẹn để có thể nói ra những lời yêu thương như vậy.

Cho dù là lý do gì, thì điều đó cũng không tốt lắm. Chỉ đơn giản là vì có quá nhiều lý do quan trọng để cho bạn cần phải nói lên thành lời với những người bạn thương yêu là bạn đang yêu thương họ.

Cho dù bản thân bạn có được nghe đủ những lời ngọt ngào như thế trong cuộc sống hay không, điều đó không phải là vấn đề. Vấn đề ở đây là một thực tế: Một câu nói tương tự như câu "Anh yêu em." làm cho người ta cảm thấy dễ chịu hơn. Nó nhắc nhở người nghe rằng họ không cô độc, và rằng bạn đang quan tâm đến họ. Nó làm cho người nghe tự đánh giá cao hơn bản thân mình - và cũng làm cho chính bạn cảm thấy tốt đẹp nữa.

Một điều chắc chắn là, trong cuộc sống gia đình, chúng tôi cũng vấp phải không ít sai lầm. Tuy vậy, có một điều chúng tôi làm đúng, đó là bảo cho nhau biết chúng tôi yêu thương nhau như thế nào. Điều đó đơn giản, vô hại và không tốn kém. Những câu thế này là một trong những câu nói có sức mạnh nhất trên toàn thế giới. Những người biết rằng họ đang được yêu thương (bởi vì họ được nghe người khác nói thế) thì đến lượt họ lại sẽ sẵn lòng hiến dâng tình yêu thương cho thế giới này. Họ có sự tự tin bình thản và một cảm giác an ổn nội tâm.

Một trong những niềm tin chắc chắn nhất của tôi là: Khi bạn đã có được điều bạn muốn (trong ý nghĩa tình cảm), thì khuynh hướng tự nhiên của bạn là chia sẻ trở lại với người khác. Vì thế, chỉ cần nói "Anh yêu em." (hay một câu tương tự như vậy) với một người thôi, là bạn đang gián tiếp góp phần giúp ích cho cả thế giới này. Có lẽ cũng chẳng có cách nào để đảm bảo rằng người nào đó khi được nghe câu nói này sẽ cảm thấy mình được yêu thương và được trân trọng. Nhưng cách chắc chắn nhất để làm tăng thêm khả năng có được điều này là hãy nói với người ấy câu này một cách thường xuyên hơn nữa.

22. Đừng bỏ lỡ cơ hội bày tỏ lòng thương yêu

Nói ra một lời yêu thương, một cách chân thành, có thể làm xóa đi nhiều lỗi lầm trong mắt nhìn của những người mà bạn yêu thương. Ví dụ như, tôi biết rằng khi tôi gặp phải những lúc không êm ả với các con tôi, nếu nhớ nói với chúng một lời yêu thương sẽ giúp chúng tôi cùng tha thứ cho nhau và tiếp tục mọi việc tốt đẹp.

Theo một cách nhìn vị kỷ hơn, việc nói ra những lời yêu thương cũng có lợi riêng cho bạn nữa. Nó làm ta cảm thấy dễ chịu. Bởi vì cho đi và nhận lại chỉ là hai mặt của cùng một đồng xu, nên nói ra những lời yêu thương nhiều hơn nữa sẽ bù đắp lại cho việc bạn đã không được nghe nhiều những lời như thế trong cuộc sống. Điều hoàn toàn đúng là: việc cho đi tự nó đã là một phần thưởng. Và nói ra những lời yêu thương này là một trong những hình thức căn bản và đơn giản nhất của việc cho đi.

Có quá nhiều cơ hội để bày tỏ lòng thương yêu của bạn theo cách này - khi bạn bước vào nhà, ngay trước khi rời nhà, trước khi ngủ, và lời đầu tiên buổi sáng. Trong gia đình, chúng tôi đã tạo thành thói quen phải nói một câu bày tỏ lòng yêu thương trước khi cắt máy mỗi lúc chúng tôi nói điện thoại với nhau, cũng như trước khi chúng tôi bắt đầu một bữa ăn gia đình. Những cơ hội như thế là không giới hạn. Đây sẽ là một trong những điều dễ dàng nhất mà bạn đã từng làm - và cho dù vậy, lại là một trong những điều quan trọng nhất.

23. Tự điều chỉnh lại mình đúng lúc

Trong mỗi gia đình đều có những dấu hiệu cảnh báo trước khi một trận nhốn nháo nào đó sắp xảy ra. Vấn đề là, rất hiếm khi chúng ta lắng nghe những dấu hiệu này. Thay vì vậy, chúng ta cứ tiếp tục công việc của mình cho đến khi sự việc xảy ra và chế ngự chúng ta hoàn toàn. Tuy nhiên, chúng ta có thể tránh được rất nhiều những lần như thế này bằng vào việc lắng nghe các dấu hiệu cảnh báo và rồi học biết cách sử dụng chúng như những động lực để điều chỉnh lại mình.

Ví dụ như, một trong những dấu hiệu cảnh báo ở gia đình tôi xuất hiện khi mà cả bốn chúng tôi đều cảm thấy gấp rút, hối hả. Có một cảm giác quá khích không thể phủ nhận được hiện ra khi mà mọi người đều cảm thấy bị thúc bách về thời gian và dường như đang hối hả loay hoay, bực dọc. Trong cuộc sống gia đình, chúng tôi đã biết cách nhận ra cảm giác này và dùng nó như một động lực để tự điều chỉnh lại. Nói cách khác, một người trong chúng tôi khi nhận ra cảm giác này sẽ nói một câu như: "Ái chà, mọi người xem, lại sắp có chuyện rồi đấy." Hay một câu gì đó, đại loại là cũng có hiệu quả giống như thế. Nhận xét đơn giản này cho phép chúng tôi cùng thở một hơi dài, kiềm chế mình lại, và một cách thực tiễn, bắt đầu lại mọi chuyện hay tự điều chỉnh ngay mức làm việc của mình. Gần như bao giờ cũng vậy, dấu hiệu cảnh báo này cho biết rằng tất cả chúng tôi cần phải tự kìm hãm và hòa nhập lại cùng nhau.

Bằng vào việc sử dụng quá trình tự điều chỉnh này, chúng tôi có thể hòa nhập và lấy lại thế quân bình của mỗi người. Và nhờ đó có thể cùng nhau bắt đầu lại mọi việc. Với những lần như thế, nếu chúng tôi không lắng nghe hoặc không chú

23. Tự điều chỉnh lại mình đúng lúc

ý đến dấu hiệu cảnh báo này, không khí trong nhà sẽ ngày càng trở nên hối hả hơn và thường thì sẽ dẫn đến rất nhiều bực dọc.

Những dấu hiệu cảnh báo thông thường khác cũng gồm cả những trận cãi vã căng thẳng giữa bọn trẻ với nhau. Bạn có thể dùng ngay chính chuyện cãi vã ấy như một cơ hội để điều chỉnh lại trạng thái tinh thần và không khí chung. Thay vì đợi cho một trận gây gổ bùng nổ hết mức của nó, hãy hành động ngay trước khi mọi việc vượt ra ngoài tầm khống chế - dùng những dấu hiệu cảnh báo trước đó như là động lực để điều chỉnh lại. Nếu bạn chỉ có một đứa con, bạn có thể xem chuyện trẻ khóc như là dấu hiệu này. Nếu bạn sống một mình, dấu hiệu điều chỉnh có thể xuất hiện vào lúc mà có quá nhiều món để mua trong một buổi chợ, hoặc khi có quá nhiều bát đĩa chất chồng trong chậu rửa. Những dấu hiệu này có thể kể ra trong một danh sách rất dài, nhưng động lực tự điều chỉnh của bạn sẽ là tương tự. Vấn đề ở đây là nhận ra sự căng thẳng sắp đến trước khi nó thật sự xảy ra và chặn đứng ngay từ đầu.

Hãy nghĩ đến gia đình bạn trong một lúc thử xem. Liệu có những kiểu căng thẳng nào nổi bật nhất hoặc thường xuyên được lặp lại? Nếu có, có những dấu hiệu cảnh báo nào xuất hiện trước đó chăng? Nếu bạn quan sát vấn đề một cách kỹ lưỡng, bạn sẽ thấy là có đấy. Điều khôn ngoan là biết vận dụng các dấu hiệu này theo hướng có lợi cho bạn. Hãy chú ý đến và sử dụng chúng như là những động lực để điều chỉnh lại. Nếu bạn làm được vậy, bạn sẽ thấy giảm đi rất nhiều căng thẳng trong gia đình.

24. Khám phá cách sống giản đơn tự nguyện

Có một khuynh hướng sống phổ biến trong giới thường dân, đang nhanh chóng tạo đà phát triển và len lỏi vào nhiều tầng lớp khác nhau trong xã hội. Khuynh hướng sống này được gọi tên là "sống giản đơn tự nguyện".

Như tên gọi cũng đã chỉ ra, sống theo cách này tức là đơn giản hóa cuộc sống của chúng ta bằng sự lựa chọn hơn là theo với nhu cầu. Điều này có nghĩa là bạn đặt ra một giới hạn tối đa cho sự mong muốn của mình, không cần thiết, không bắt buộc, mà chính là vì bạn muốn thế - bạn thấy được sự khôn ngoan và khả năng có được sự yên ổn trong việc đặt ra một giới hạn cho ý muốn của mình, nhằm để bạn có thể vui sống với những gì sẵn có. Đơn giản hóa cuộc sống làm giảm đi nhu cầu về thời gian, tiền bạc và năng lượng, vì thế bạn có thể dành thêm những thứ này cho chính bạn và cho gia đình.

Có nhiều người (tôi cũng là một trong số đó) đã nhận thấy rằng cách sống đua đòi theo người khác là quá sức và tạo ra nhiều khó khăn. Thêm vào đó là sự căng thẳng và hao tốn nhiều thời gian. Rất nhiều người trong chúng ta đã mắc phải thói quen liên tục gia tăng những ước muốn, nhu cầu và sự khao khát. Dường như hầu hết chúng ta đều tin rằng nhiều hơn có nghĩa là tốt hơn - thêm nhiều đồ đạc, nhiều việc để làm, nhiều điều từng trải ... đại loại là như thế. Nhưng, có thật đúng như vậy chăng?

Có những lúc chúng ta bận rộn quá, đến mức không thể nào cảm nhận được niềm vui trong cuộc sống. Dường như là từng phút trong ngày đều đã được vạch chương trình sẵn và được tính toán đến. Chúng ta lao từ công việc này sang công việc khác, thường là quan tâm nhiều hơn đến những gì

24. Khám phá cách sống giản đơn tự nguyện

sắp đến chứ không phải vào những gì đang làm trong giây phút hiện tại. Thêm vào đó, chúng ta mong muốn những căn hộ rộng lớn hơn, những chiếc xe xinh đẹp hơn, nhiều quần áo hơn, nhiều đồ vật hơn. Bất chấp những gì đã có, mọi thứ không bao giờ đủ. Lòng mong muốn được nhiều hơn của chúng ta dường như không thể nào thỏa mãn.

Rất thú vị là, khuynh hướng nhắm đến một cuộc sống phần nào đơn giản hơn không chỉ giới hạn cho những người giàu có. Thay vì vậy, tính đúng đắn của nó được nhận ra bởi rất nhiều tầng lớp có điều kiện kinh tế khác nhau trong xã hội. Tôi biết một số người có thu nhập rất hạn chế, đã chọn theo cách sống này, và mọi trường hợp đều được xác nhận là đã có những lợi ích rất đáng kể.

Đôi khi việc đơn giản hóa cuộc sống của bạn có thể liên quan đến những chuyển đổi quan trọng. Như việc chọn sống trong một căn hộ nhỏ hơn, rẻ tiền hơn thay vì phải vất vả để đủ tiền chi trả cho một căn hộ lớn. Quyết định này có thể làm cho cuộc sống của bạn bớt căng thẳng đi, bởi vì sẽ dễ dàng hơn nhiều trong việc trả chi phí thuê nhà. Nhiều quyết định thông thường khác bao gồm những việc như ăn uống giản dị hơn, chia sẻ và trao lại quần áo cũ cho người khác, hay từ chối những cơ hội có thêm việc để làm. Dĩ nhiên, vấn đề ở đây là biết đưa ra những quyết định nhằm thúc đẩy cuộc sống của bạn theo hướng dễ dàng hơn và ít phức tạp hơn.

Cách đây mấy năm, tôi đã dời văn phòng làm việc sang một địa điểm khác. Quyết định có vẻ như đơn giản này có nhiều ích lợi lớn lao trong việc góp phần đơn giản hóa mọi việc. Trước hết, văn phòng mới mà tôi dời đến rẻ tiền hơn nhiều so với nơi trước đây, vì thế giúp tôi giảm đi một ít áp lực về tài chánh. Thêm vào đó, văn phòng mới cách nhà tôi chỉ có mấy dặm đường, thay vì là 15 dặm mà tôi vẫn thường phải đi trước đây. Như vậy, thay vì phải mất khoảng 30 phút hay hơn nữa cho mỗi lần đi, giờ đây tôi chỉ lái xe chưa đầy 5 phút. Và bởi vì tôi làm việc 50 tuần lễ trong một năm, xem như tôi đã tiết kiệm được hơn 200 giờ mỗi năm nhờ vào chỉ một quyết định đơn giản này. Tất nhiên là văn phòng trước đây đẹp hơn, nhưng liệu có đáng giá chăng? Nhìn lại vấn đề, rõ ràng là không đáng thế. Nếu cần quyết định lại lần nữa, tôi cũng vẫn quyết định như thế thôi.

Mua hoặc thuê một chiếc xe hơi đơn giản hơn sẽ tiết kiệm được tiền và những chuyến "thăm viếng" thợ máy có thể có. Có ít đồ đạc hơn có nghĩa là giảm nhẹ hơn yêu cầu chăm sóc, bảo quản, bảo hiểm, suy nghĩ đến, lo lắng đến, và giữ gìn cho sạch sẽ. Mỗi món hàng mà bạn mua theo lối trả chậm là phải trả giá đắt hơn, nhưng vẫn là thêm một hóa đơn phải trả hàng tháng. Một ngôi nhà có thêm khu vườn bao quanh nghĩa là thêm công việc trong vườn và thời gian để chăm sóc. Tôi còn có thể kể ra thêm nhiều hơn nữa, nhưng chắc rằng bạn đã thấy được vấn đề như thế nào rồi.

"Sống đơn giản tự nguyện" không có nghĩa là bạn từ bỏ tất cả những gì bạn có. Ngược lại, có những trường hợp chắc chắn mà việc có thêm một món nào đó sẽ làm cho cuộc sống của bạn dễ dàng hơn và đơn giản hơn. Lấy ví dụ như, tôi không thể tưởng tượng được việc phải từ bỏ máy vi tính và máy fax của tôi. Làm như vậy, rõ ràng là sẽ khiến cho cuộc sống trở nên phức tạp hơn và khó khăn hơn. Trong thực tế, nếu không có máy vi tính, tôi không tin là bạn lại có thể đang đọc tập sách này như hiện giờ.

"Sống đơn giản tự nguyện" không phải là việc chỉ liên quan đến một quyết định duy nhất nào, cũng không phải là sự nghèo túng tự nguyện. Bạn có thể dùng một chiếc xe hơi đắt tiền mà vẫn là đang sống đơn giản. Bạn vẫn có thể tận hưởng, có được, hoặc ngay cả mong muốn những thứ tốt đẹp hơn mà vẫn sống được một cuộc sống đơn giản hơn. Điều này có nghĩa như một sự định hướng, một loạt những quyết định tỉnh táo mà bạn đưa ra bởi vì bạn muốn hoàn thiện cuộc sống của mình. Điều cốt yếu là phải nhìn ra một cách trung thực những gì thật sự quan trọng trong cuộc sống của bạn. Nếu bạn muốn thừa ra đôi chút thời gian, giữ lại đôi chút năng lượng cơ thể, và thanh thản hơn đôi chút trong tâm hồn, tôi khuyên bạn hãy khám phá cách sống mới này một cách nghiêm túc hơn đôi chút.

25. Chọn bạn mà chơi

Hầu hết mọi người đều chấp nhận một sự thật là chúng ta chịu ảnh hưởng tốt hoặc xấu của những người mà chúng ta gần gũi nhiều nhất. Con cái chịu ảnh hưởng của cha mẹ, và ngược lại. Vợ chồng chịu ảnh hưởng lẫn nhau. Anh chị em một nhà cũng vậy. Chúng ta cũng còn chịu ảnh hưởng của những người đồng sự trong công việc, rồi bạn bè, hàng xóm...

Dĩ nhiên là có những trường hợp mà chúng ta có rất ít - hoặc không có - khả năng lựa chọn những người gần gũi, chẳng hạn như trong công việc. Trong những trường hợp này, thường thì chúng ta chỉ có thể vận dụng tốt nhất điều kiện hiện có. Điều này đôi khi cũng đúng với một số thành viên nào đó trong gia đình. Bạn phải gần gũi họ không phải vì bạn yêu thích, mà chỉ đơn giản vì họ sống trong gia đình - bạn không có khả năng lựa chọn nào khác.

Tuy nhiên, trong nhiều trường hợp khác chúng ta hoàn toàn có thể chủ động trong việc sẽ gần gũi với những ai. Thí dụ như bạn bè và những người mà chúng ta mời đến nhà, hoặc nói chuyện qua điện thoại.

Thời gian và năng lượng là những sở hữu quý giá và quan trọng nhất của bạn. Bởi vậy, điều cực kỳ quan trọng là phải có những chọn lựa thật chín chắn và khôn ngoan trong việc sẽ thường xuyên giao tiếp với những ai. Liệu bạn có giao tiếp với những người mà thật sự giúp bạn (và gia đình bạn) trở nên tốt hơn, hay là bạn chọn lựa bạn bè theo cách ngẫu nhiên? Nếu thật lòng, bạn có thể sẽ phải ngạc nhiên với câu trả lời của chính mình. Có thể là bạn đã quan hệ với một số người mà bạn không thật sự biết được là vì sao - hoặc chỉ do sự thuận tiện hay hoàn toàn theo thói quen.

Không phải nói thế nghĩa là bạn nên cắt đứt quan hệ hiện có để hình thành những quan hệ mới. Cũng không có nghĩa là tất cả quan hệ bạn bè dựa trên tập quán, nghĩa vụ, hay kinh nghiệm đã qua là không tốt hay sai trái. Tôi chỉ đơn giản khuyên bạn hãy đánh giá lại và nhận thức một cách trung thực cảm giác của mình như thế nào trong mỗi lần giao tiếp cùng ai đó, hoặc một thời gian ngắn ngay sau đó. Liệu người mà bạn đang giao tiếp có giúp bạn phát triển tốt hơn? Liệu người ấy có phải là người mà bạn ngưỡng mộ và kính trọng? Liệu bạn và người ấy có thể giúp nhau cùng hoàn thiện? Liệu các bạn có cùng chia sẻ với nhau được những giá trị chung? Liệu bạn có thấy thoải mái về cách thức, thời gian giao tiếp của mình trong những quan hệ trực tiếp hoặc là qua điện thoại? Nếu bạn trả lời không cho những câu hỏi này, cũng không có nghĩa là bạn không thể tiếp tục làm bạn cùng người ấy, chỉ có điều là, có lẽ nên đi đến quyết định sử dụng ít thời gian hơn cho những quan hệ giao tiếp như vậy, để dành thời gian nhiều hơn cho những quan hệ mới, hoặc ở yên một mình.

Đề xuất này không liên quan gì đến việc đưa ra phán đoán về người khác. Nếu bạn xác định rằng có những người mà bạn không muốn dành thời gian để cùng giao tiếp, điều đó không có nghĩa là bạn không tôn trọng, kính nể những

25. Chọn bạn mà chơi

người ấy, hoặc bạn không nghĩ rằng đó là những con người tuyệt vời. Cũng không có nghĩa là bạn cho rằng bạn có gì tốt hơn họ, hoặc là họ không có được những phẩm chất tốt đẹp. Chỉ đơn giản là, cân nhắc hết thảy mọi mặt, bạn thấy muốn sử dụng thời gian hiện có để được ở một mình, hoặc là với một người khác.

Hãy luôn nhớ rằng mỗi chúng ta chỉ có một khoản thời gian nhất định để giao tiếp cùng người khác, có lẽ là ít hơn nhiều so với mong muốn. Hoàn toàn tùy thuộc nơi mỗi chúng ta để chọn lựa cách tốt nhất có thể có. Trong đời tôi chẳng hạn, tôi đã gặp đến hàng trăm người mà tôi rất thích, bởi nhiều lý do khác nhau, nhưng lại không muốn dành thời gian để cùng giao tiếp. Và trong phần lớn trường hợp, tôi đoán là những người ấy cũng đều cảm nhận về tôi giống như vậy. Tôi rất thích được ở một mình, và nếu dành thời gian giao tiếp cùng ai, tôi muốn rằng đó phải là một mối quan hệ mà tôi thật sự yêu thích.

Mỗi người có những ý thích khác nhau trong việc chọn bạn mà chơi. Lấy ví dụ như, nói chung tôi không thích dành quá nhiều thời gian với những người dễ cáu gắt, bực bội. Tôi cũng tránh gần gũi những người dễ thương cảm và hay than phiền. Một phần trong sở thích của tôi xuất phát từ việc tôi thừa nhận là mình chịu ảnh hưởng của những người chung quanh. Bởi vậy, nếu tôi gần gũi với những người hay than phiền, bản thân tôi rồi cũng sẽ có khuynh hướng hay ca cẩm nhiều hơn. Và nhiều quan hệ khác cũng tương tự như vậy.

Giải pháp này có khả năng tạo một ảnh hưởng lớn đối với việc hoàn thiện cuộc sống của bạn. Những người quanh bạn, nhất là những người mà bạn chọn để giao tiếp, có một ảnh hưởng rất lớn đến thái độ sống và trạng thái lành mạnh của bạn. Nếu biết chọn bạn mà chơi, cuộc sống của bạn sẽ dễ dàng hơn và giảm đi rất nhiều căng thẳng.

26. Chấp nhận sự bất đồng

Mỗi con người chúng ta là một thực thể duy nhất và nhìn cuộc sống theo những cách khác nhau. Chúng ta có những sở thích riêng, và giải thích sự việc cũng theo cách riêng của mỗi người. Bởi vì tất cả chúng ta đều được nuôi nấng và dạy dỗ để suy nghĩ theo những cách nhất định, chúng ta có những phương thức tinh tế riêng biệt của mình trong việc giải quyết những xung đột, cũng như sự lý giải về nguyên nhân sự việc. Mỗi chúng ta đều đặt ra những mức độ khác biệt đáng kể trong việc nhận định sự việc nào là thật sự thích hợp và quan trọng. Chúng ta gần như luôn luôn có thể chỉ ra sai lầm trong cung cách suy nghĩ và ứng xử của người khác. Chúng ta xác định sự đúng đắn trong cách nhìn nhận thực tiễn của chính mình bằng cách tập trung vào những điển hình mà chúng ta tin là chứng minh được điều đó. Nói tóm lại, cách nhìn nhận cuộc sống của chúng ta dường như luôn luôn công bằng, hợp lý và chính xác - tất nhiên là chỉ đối với chúng ta.

Vấn đề ở đây là, mọi người khác cũng đều có cùng sự giả định như thế.

Chung quanh ta, vợ (chồng), con cái, cha mẹ, bạn bè, hàng xóm - và tất cả mọi người khác nữa - đều tin tưởng giống nhau rằng cách nhìn của họ về cuộc sống là đúng nhất. Hoàn toàn có thể đoán trước được rằng, mọi người khác không thể hiểu được vì sao bạn lại không nhìn nhận sự việc theo cách giống như họ, và cũng sẽ nghĩ rằng, giá như bạn giống họ thì mọi việc hẳn là đã tốt đẹp biết bao nhiêu!

Biết được sự thật này, vậy thì tại sao hầu hết chúng ta lại cứ tiếp tục bực dọc, khó chịu với một thực tế là: chúng ta dường như bất đồng ý kiến với nhau quá thường xuyên.

26. Chấp nhận sự bất đồng

Tại sao chúng ta lại dễ dàng bực dọc khi một người chúng ta quen biết hoặc yêu thương bày tỏ ra một ý kiến hay quan điểm khác hơn, giải thích một điều gì đó theo cách khác hơn, hoặc cho rằng chúng ta đã sai? Tôi tin rằng câu trả lời cho những câu hỏi này rất đơn giản: Chúng ta quên mất rằng, về mặt tâm lý, tất cả chúng ta đều sống trong những thực tế tách biệt riêng của mình. Phương thức mà chúng ta diễn giải cuộc sống và sự việc quanh ta đã chịu sự ảnh hưởng bởi rất nhiều yếu tố mà hoàn toàn chỉ có trong cuộc đời của riêng ta. Thời thơ ấu và những kinh nghiệm sống trước đây của tôi đã và sẽ tiếp tục khác biệt với bạn, bởi vậy nhận thức của tôi về cuộc sống sẽ phần nào khác hơn. Một sự kiện nào đó làm tôi bực mình, có thể sẽ là không đáng kể đối với bạn - và ngược lại.

Bí quyết để trở nên hòa nhã hơn và giảm sự quá khích là luôn tự nhủ rằng, việc tất cả chúng ta khác biệt nhau là không sao cả. Thay vì ngạc nhiên trước sự thật này của cuộc sống, bạn có thể biết cách chờ đợi trước, hoặc thậm chí là chấp nhận nó. Thay vì thấy bối rối khi có một người thân không đồng ý với mình, hãy tự nhủ rằng: "Dĩ nhiên là cô ấy sẽ nhìn vấn đề một cách khác hơn thôi." Thay vì phải ở vào tư thế bảo vệ khi kiến giải của bạn về một sự việc lại khác biệt với một người khác, hãy xem bạn có thể nào quay sang biết ơn người ấy, và thích thú với những dịp rất hiếm hoi khi mà bạn có thể thật sự nhìn sự việc theo cách giống như vậy.

Bạn có thể đồng ý với sự bất đồng. Điều này không có nghĩa là cách nhìn của bạn kém phần quan trọng hay không chính xác, chỉ có nghĩa là bạn sẽ không quá bực mình với sự thật là những người khác không phải bao giờ cũng đồng ý với bạn, hoặc nhìn sự việc theo cùng một cách. Trong rất nhiều trường hợp, bạn có thể cần giữ vững những ý kiến và giá trị riêng của mình, và điều đó là tốt. Nhưng hãy làm thế với sự chân thành tôn trọng và hiểu biết đối với ý kiến của những người khác nữa. Khi bạn làm như thế, sẽ xóa đi rất nhiều sự căng thẳng và những tranh cãi có thể có. Trong hầu hết các trường hợp, người mà bạn bất đồng ý kiến sẽ cảm nhận được sự thành thật tôn trọng của bạn và rất có thể cũng sẽ giảm đi những phản ứng thái quá. Thêm vào đó, khi bạn áp dụng thái độ không phản ứng quá khích này vào trong việc giao tiếp, bạn sẽ tự thấy mình dần dần trở nên quan tâm nhiều hơn đến ý kiến của người khác. Và điều này sẽ làm cho bạn thấy thích thú hơn trong giao tiếp. Bạn sẽ biết cách khơi dậy được những gì tốt đẹp nhất nơi người khác, và đồng thời bạn cũng sẽ cống hiến được những gì tốt đẹp nhất của mình. Mọi người đều có lợi!

Tôi đã từng nhìn thấy sự thay đổi đơn giản trong cách nhìn như thế này giúp cải thiện nhiều quan hệ hôn nhân, bạn bè, cũng như trong gia đình. Điều này đơn giản và mang lại cho cuộc sống rất nhiều niềm vui. Vì thế, hãy bắt đầu ngay hôm nay, xem bạn có thể nào đồng ý với sự bất đồng hay không. Một giải pháp rất đáng giá để bạn nỗ lực.

27. Đừng tự hạ mình

Điều này không hay, nhưng lại là sự thật. Một phần rất lớn trong chúng ta mắc phải thói quen tiêu cực là tự hạ thấp mình hoặc tự phê phán bản thân quá nghiêm khắc. Chúng ta hay nói (hoặc suy nghĩ) những điều như thế này: "Tôi mập quá.", "Tôi không tốt.", hoặc là "Tôi chưa bao giờ làm được điều gì đúng cả." Bạn có mắc phải cái khuynh hướng không cần thiết nhưng rất phổ biến này không?

27. Đừng tự hạ mình

Vấn đề không hay đối với việc tự hạ thấp mình là, bất kể bạn có thật sự tuyệt vời đến đâu, hay có được bao nhiêu phẩm chất tốt đẹp, bạn vẫn luôn luôn tìm thấy được những chứng cứ cho những điểm xấu mà bạn muốn chỉ ra. Nói một cách khác, tất cả chúng ta đều có một khuynh hướng là tìm cách chứng minh cho những gì được giả định là đúng, bất chấp điều giả định đó là về việc gì. Bởi vì những suy nghĩ của chúng ta gần như luôn luôn có khuynh hướng tự cho mình là đúng. Lấy ví dụ, nếu bạn muốn giảm cân và quá chú ý vào 5 cân trọng lượng cuối cùng mà dường như không thể nào làm giảm đi thêm nữa, bạn sẽ luôn luôn chú ý điều đó khi đo lại vòng eo chẳng hạn. Bạn sẽ không thấy hài lòng và đánh giá cao một thực tế là, nhìn chung bạn đang ở trong một tình trạng sức khỏe thật tuyệt hảo. Hoặc là, nếu bạn tự nhủ rằng bạn "ghét cảnh sống chung trong gia đình", bạn sẽ có khuynh hướng tìm kiếm, và bằng cách nào đó, gần như luôn luôn tìm thấy được, những chứng cứ về sự không hài lòng của mình đối với mỗi sinh hoạt gia đình. Thay vì vui sống với những thành viên gia đình mà bạn yêu thích, bạn sẽ có khuynh hướng nhận thấy một bà cô hay cao giọng, hay những người anh em có tính khoe khoang, khoác lác. Hoặc là bạn sẽ chú ý vào, và chỉ trích, một người nào đó trong gia đình hay chè chén thái quá. Bạn sẽ không thấy ngạc nhiên thích thú trước một sự thật là: nhìn chung thì gia đình bạn vẫn là một tập hợp những thành viên thật sự rất tuyệt vời.

Vì thế bạn có thể thấy rằng, nếu bạn tự hạ thấp mình vì bất cứ lý do gì, điều có thể dự đoán trước là rồi bạn sẽ tìm ra được những chứng cứ cho thấy việc đánh giá của bạn là đúng đắn. Và cũng từ điều này, có thể dự đoán tiếp theo, cũng chắc chắn như vậy, là bạn đang hạ thấp sự đánh giá bản thân, cũng như tạo ra những cảm giác tiêu cực. Tự hạ thấp mình cũng làm phát triển thêm, thay vì điều chỉnh lại, những khuyết điểm của bản thân, bằng vào việc tập trung sự chú ý không cần thiết và tâm lực vào toàn những điều bất ổn đối với bạn, thay vì là vào những điều tốt đẹp.

Một vấn đề quan trọng để cân nhắc là: Tại sao bạn lại làm như thế, khi biết rằng kết quả chắc chắn sẽ dẫn đến chỉ là tăng thêm những viễn ảnh, những tình cảm tiêu cực và làm giảm thấp sự cảm nhận đối với cuộc sống tuyệt đẹp này? Tự hạ thấp mình cũng làm cho bạn trở nên có vẻ, đối với người khác, như là bạn đang chịu đựng một điều bất hạnh nào đó. Những ai thường xuyên tự hạ thấp mình thường được cảm nhận bởi người khác như là những người hay than phiền và thiếu sự cảm nhận giá trị cuộc sống tự thân, chưa kể đến tấm gương xấu mà họ đang nêu ra cho con cái, gia đình và bè bạn. Tôi hy vọng là tôi đang bắt đầu thuyết phục được bạn rằng tự hạ thấp mình thật sự là một ý tưởng xấu và dẫn đến nhiều hệ quả khá nghiêm trọng cho bản thân.

Điều rõ ràng là, mỗi người đều có những khía cạnh nào đó mà họ có thể, hoặc mong muốn, hoàn thiện hơn nữa. Thí dụ như, một trong rất nhiều điều mà tôi mong muốn là có thể trở nên kiên nhẫn nhiều hơn nữa. Thỉnh thoảng tôi vẫn tự cảm thấy mình hơi quá khích và dễ chán nản - trong thực tế, tôi dám chắc điều này là đúng. Nhưng điều này không có nghĩa là tôi phải tự dằn vặt và hạ thấp mình chỉ đơn giản là vì tôi thừa nhận mình còn xa mức hoàn thiện. Làm như vậy chỉ có thể nhấn mạnh thêm vấn đề và khiến mình cảm thấy tồi tệ hơn so với mức thực tế. Tự biết rằng mình còn rất nhiều điểm cần phải hoàn thiện, và tự mình quyết tâm tiếp tục nỗ lực hướng đến việc rèn luyện thêm tính kiên nhẫn, đó là những gì tốt nhất mà tôi có thể làm được. Càng biết tha thứ và kiên nhẫn với chính bản thân mình, tôi sẽ càng dễ dàng hơn trong việc tiếp tục con đường hoàn thiện, và càng có nhiều khả năng duy trì lòng kiên nhẫn hơn nữa với người khác.

Cho dù là bạn đang làm việc trong bất kỳ lãnh vực nào, và bất kể là bạn muốn hoàn thiện những gì đối với bản thân, nên biết rằng một trong những điều tệ hại nhất mà bạn có thể mắc phải là trách cứ bản thân bằng sự tự phê phán. Hãy vươn lên và cố sức tự hoàn thiện, tự biết những điểm yếu kém của mình, làm bất cứ điều gì có thể được để tạo sự thay đổi - nhưng hãy dễ dãi với chính mình. Đừng tự hạ mình trước mặt những người khác, hay thậm chí chỉ là trong những suy nghĩ riêng tư của bạn. Chẳng có ai lại muốn nghe bạn tự đánh giá thấp mình. Và tôi hy vọng là bạn đã bắt đầu nhìn thấy thói xấu này thật sự tai hại đến như thế nào. Vì thế, hãy vượt qua nó. Chẳng ai trong chúng ta được hoàn hảo, nhưng tự hạ thấp mình không phải là phương thức đối trị cho thực tế này trong cuộc sống.

28. Đừng nhắc lại những chuyện không hay

*G*iải pháp này đặc biệt thích hợp cho những ai sống chung cùng nhau. Có một hiện tượng rất thường thấy đối với hai người sống chung, cho dù họ làm việc xa nhà hay ở nhà suốt ngày, là gặp gỡ nhau vào buổi tối rồi dành thật nhiều thời gian và sinh lực để trao đổi toàn những chuyện đáng sợ. Cụ thể hơn, điều tôi muốn nói đến ở đây là hàng đống những mẩu đối thoại toàn hướng đến những chuyện vô bổ và tồi tệ đã xảy ra trong ngày. Những trao đổi này bao gồm cả chuyện một ngày qua khó khăn và mệt mỏi đến mức nào, bao nhiêu đòi hỏi đã trút lên người bạn, những bực dọc mà bạn phải đối mặt, những điều không thuận lợi, những kinh nghiệm xấu, những giây phút khó khăn, lũ trẻ con vòi vĩnh, những ông chủ gay gắt... Những chuyện đại loại là như thế. Dường như là nhiều người trong chúng ta muốn biết chắc rằng vợ (hoặc chồng) mình hiểu được cuộc sống của mình thật sự khó khăn đến đâu.

Có nhiều lý do để tôi tin rằng thói quen này là một sai lầm lớn. Trước hết, hầu hết chúng ta đều có rất ít thời gian mỗi ngày để tiếp xúc với những người thân yêu. Với tôi, dù chúng ta có trải qua một ngày khó khăn, cũng chẳng có ý nghĩa gì khi nhắc lại vào buổi tối. Việc nghĩ đến và bàn thảo về những sự việc không hay trong ngày cũng tương đương như là chịu đựng chúng thêm một lần nữa. Điều này tạo ra nhiều căng thẳng và làm khô kiệt tình cảm.

Lý do thứ hai là, chú ý quá nhiều vào những khía cạnh xấu trong ngày là tự biện hộ cho những tiêu cực. Nói cách khác, điều này nhắc nhở bạn về những căng thẳng và khó khăn của cuộc sống hằng ngày, và do đó làm cho bạn tin rằng cách sống khắt khe, phiền muộn và cáu gắt của bạn là thích hợp.

Một việc đơn giản như xóa bỏ đi, hay ít nhất cũng là giảm bớt, việc kể lại những câu chuyện không hay hằng ngày, có một khả năng gần như tức thì. Và trong chừng mực nào đó là kỳ diệu, trong việc làm cho bạn cảm nhận tốt hơn về cuộc sống. Không phải là bạn không có những điều cực kỳ khó khăn và nghiêm trọng để phải đối phó - chúng ta ai cũng có cả - nhưng việc than vãn với người khác về những khó khăn trong cuộc sống mang lại tai hại nhiều hơn là ích lợi. Khi bạn từ bỏ được khuynh hướng này, bạn sẽ được nhắc nhở về những điều tốt đẹp hơn. Sẽ dễ dàng hơn trong việc nhớ lại và nghĩ đến những khía cạnh đáng yêu và đẹp đẽ của cuộc sống, những điều đã diễn ra thuận lợi và tốt đẹp, những khía cạnh mà bạn thấy tự hào và giúp bạn hoàn thiện hơn. Bạn cũng sẽ nhận thấy rằng, khi bạn chú ý nhiều hơn đến những khía cạnh tích cực

28. Đừng nhắc lại những chuyện không hay

mỗi ngày, người sống chung với bạn sẽ nhanh chóng làm theo. Hầu hết mọi người khi từ bỏ được thói quen xấu này, đều nhận ra rằng chú ý vào những điều tốt đẹp là thú vị và vui vẻ hơn nhiều. Những cánh cửa mới sẽ mở ra trong quan hệ của bạn, và những điều lý thú mới sẽ tăng dần.

Xin hiểu cho rằng tôi không muốn nói việc chia sẻ những gì đang xảy ra - kể cả những điều tồi tệ nhất - là chẳng bao giờ thích hợp hay hữu ích. Đôi khi, bạn sẽ thấy muốn, hay thậm chí là cần phải làm như vậy. Có rất nhiều ngoại lệ cho giải pháp này. Điều mà tôi muốn bạn từ bỏ là sự lạm dụng khuynh hướng kể lể theo lối như trên. Thay vì xem việc này là một phần thường xuyên trong mỗi buổi tối của bạn, điều bạn vẫn làm đều đặn mà không có sự suy xét, hãy xem bạn có thể nào giảm bớt mức độ, chỉ thỉnh thoảng mới mang ra thảo luận một lần thôi.

Tất nhiên là bạn vẫn muốn trung thực với những tình cảm thật của mình, nhưng tôi đã nhận ra rằng có những phần thưởng xứng đáng để từ bỏ đi một số điều không tốt đẹp. Trước khi bắt đầu một câu chuyện, có thể bạn sẽ tự hỏi: "Kể lại chuyện này để được ích lợi gì?" hoặc là bạn cũng có thể hỏi: "Liệu việc chia sẻ những chuyện này có làm tươi sáng hơn cuộc sống của chúng ta, hay nó sẽ làm chúng ta phiền muộn? Liệu việc này có làm chúng ta gần gũi nhau hơn, thân mật hơn, hay lại sẽ thêm một điều gợi nhắc là cuộc sống có thể khó khăn đến mức nào?"

Tôi nghĩ là tất cả chúng ta đều biết cuộc sống có thể cực kỳ khó khăn và hao phí nhiều sinh lực. Tôi cũng tin rằng hầu hết chúng ta đều xem như một chuyện dĩ nhiên là phải đối phó với những khó khăn thường xuyên mỗi ngày. Vấn đề ở đây là: Liệu chia sẻ với nhau tất cả những chuyện không hay có đưa lại điều gì tốt chăng? Liệu điều này thật sự có giá trị gì không? Và bất chấp một thực tế là tôi cũng không hơn gì hết thảy mọi người trong việc thỉnh thoảng mắc phải vào khuynh hướng này, tôi vẫn nhận ra rằng, trong hầu hết các trường hợp, việc kể lể những điều không hay là hoàn toàn chỉ tạo thêm ảnh hưởng xấu, và còn làm hỏng đi một buổi tối tốt đẹp để thư giãn.

Tôi khuyến khích bạn hãy thử nghiệm đề xuất này một lần xem sao. Trong lần tới đây, khi bạn cảm thấy muốn chia sẻ những chuyện như là một ngày qua đã đáng sợ và đầy thử thách như thế nào, hãy xem thay vì vậy bạn có thể nào giữ lại những điều ấy cho riêng bạn hay không. Tôi đoán rằng rồi bạn sẽ khám phá ra đây thật sự là một giải pháp tốt nhất trong việc làm dịu bớt căng thẳng và hàn gắn những tổn thương từ cuộc sống.

29. Hãy nêu gương tốt

Gần đây tôi vừa trải qua một kinh nghiệm cảm động với đứa con gái 6 tuổi của tôi, và điều này gợi tôi nhớ đến tầm quan trọng của giải pháp này - hãy nêu gương tốt.

Một trong những điều nhỏ nhoi mà tôi muốn góp phần vào cộng đồng của mình là, bất cứ khi nào có thể và hợp lý, nhặt lấy những rác bẩn và bỏ vào thùng rác. Tôi đã làm điều này từ nhiều năm nay, và thỉnh thoảng tôi vẫn giải thích cho các con hiểu mức độ quan trọng như thế nào trong việc tất cả mọi người đều góp phần nhỏ bé của mình trong việc giữ gìn sạch sẽ đường phố, công viên và các khu vực phụ cận.

Một ngày kia, Kenna - con gái tôi - và tôi vừa ra khỏi một quán cà phê và đang đi về phía xe hơi. Tôi đã nhìn thấy một chỗ rác bẩn trên mặt đất. Tuy nhiên, đặc biệt lần này tôi

29. Hãy nêu gương tốt

không đến nhặt lên. Khi tôi đã đến chỗ xe hơi, tôi nhìn quanh và không thấy Kenna đâu cả. Lo lắng, tôi quay trở lại. Và kìa, con bé đang nhặt chỗ rác bẩn rồi mang cho vào thùng rác gần đó. Điều làm cho cảnh tượng này trở nên đáng giá vô cùng chính là câu nhận xét của nó ngay lúc ấy: "Bố ơi, không phải là bố đã quên mất điều gì rồi sao?"

Cho dù bạn có con cái hay không, giải pháp này vẫn là quan trọng đáng ghi nhớ. Sự thật là, chúng ta luôn nêu gương cho người khác theo một cách nào đó, cho dù chúng ta có nhận biết điều đó hay không. Những hành động của chúng ta được nhìn vào và được ghi lại trong ý thức của những người quanh ta. Từng hành vi riêng rẽ có thể là chẳng tạo ra bao nhiêu ảnh hưởng nơi người khác, nhưng có một hiệu quả chung của nhiều hành vi góp lại. Hoàn toàn tùy thuộc nơi mỗi chúng ta để quyết định xem mình sẽ nêu lên một tấm gương như thế nào cho người khác - yêu thương, tích cực và tốt bụng hoặc là lười nhác, thờ ơ và ích kỷ...

Quyết định nêu gương tốt trong càng nhiều khía cạnh của cuộc sống càng tốt sẽ giúp định hướng cho cung cách cư xử và phản ứng của bạn đối với sự căng thẳng. Ví dụ như, tôi luôn cố để không quá bồn chồn trong những lúc kẹt xe cũng như khi phải xếp hàng dài chờ đợi. Tôi làm như thế, không chỉ vì đây là một cách ít căng thẳng để trải nghiệm cuộc sống, mà còn bởi vì tôi muốn đưa ra một lời nhắn gởi đến mọi người chung quanh rằng, để sống vui và thanh thản không cần thiết phải đòi hỏi sự toàn hảo trong cuộc sống.

Hãy nhìn lại xem bạn đang nêu gương như thế nào cho những người chung quanh? Liệu có phải đúng là những gì mà bạn thật sự muốn nhắn gởi người khác - hay thật lòng bạn muốn nhắn gởi một điều gì khác hơn, tốt đẹp hơn? Cho dù câu trả lời của bạn là như thế nào, đây vẫn là một câu quan trọng cần tự hỏi. Nó giúp bạn có những điều chỉnh về cách ứng xử và thái độ sống để làm cho cuộc sống trở nên bớt căng thẳng và nhiều ý nghĩa hơn, đối với chính bạn cũng như mọi người chung quanh.

30. Sống buông xả bình thản

Buông xả bình thản là cụm từ tôi dùng để miêu tả một quá trình buông bỏ trong gia đình cũng như mọi nơi khác. Nói một cách đơn giản, điều này có nghĩa là bình thản trước sự hỗn độn của cuộc sống, với sự tán thành và khiêm tốn. Nghĩa là một hình thức của sự chấp nhận, hài lòng với hiện thực, và chấm dứt không còn vật lộn với cuộc sống nữa.

Thường thì chúng ta hay vật lộn với nhiều phạm vi trong cuộc sống mà phần lớn là vượt ngoài khả năng kiểm soát của chúng ta - tiếng ồn, sự nhầm lẫn, những nhận xét mà ta không hài lòng, những món đồ thất lạc, sự thô lỗ, sự khiếm khuyết, những điều tiêu cực, những chiếc tẩu thuốc gãy, những đường ống nước bị nghẽn... gần như bất cứ điều gì. Chúng ta chống lại, nổi giận và bực tức, rồi mong muốn cho sự việc đổi khác đi. Chúng ta phàn nàn, cáu kỉnh và than vãn. Cho dù vậy, thêm vào tất cả những chuyện bực dọc này rồi thì kết quả cuối cùng vẫn là như vậy: những điều phiền lòng vẫn y nguyên như cũ. Những thái độ tức tối của chúng ta như nghiến răng, nắm chặt tay đấm... cũng chẳng tạo ra được sự khác biệt nào dù là nhỏ nhất. Trong thực tế, chúng chỉ như đổ thêm dầu vào lửa, thường làm cho sự việc càng tồi tệ hơn cả mức thật có.

Buông xả bình thản không có nghĩa là thua cuộc. Cũng

30. Sống buông xả bình thản

không phải là thờ ơ, lười nhác hay không quan tâm. Thay vì vậy, đây là một thái độ chấp nhận thích hợp, là sẵn lòng buông bỏ tính cố chấp xưa nay của chúng ta, cho rằng mọi chuyện trong đời phải xảy ra theo một cách nhất định nào đó, hay là phải khác hơn so với thực tại. Ý nghĩa khôn ngoan trong giải pháp này cũng đơn giản thôi: cho dù bạn có mong muốn mọi chuyện khác đi (hoặc đòi hỏi như thế), chúng vẫn không thay đổi. Chúng vẫn hiện hữu đúng như thực tại.

Điều này cũng không có nghĩa là bạn không nên thực hiện những đổi thay hay thúc đẩy sự hoàn thiện. Bạn hoàn toàn nên làm những điều đó khi thấy là quan trọng hay cần thiết. Điều mà giải pháp này đang đề cập đến là sự bực bội khi mọi việc xảy ra không như ý muốn.

Phương pháp sống buông xả bình thản là bắt đầu từ những việc nhỏ nhặt. Ví dụ như, trong khi rửa bát đĩa, bạn bộc lộ bản chất con người - là không hoàn thiện - và làm rơi vỡ một cái đĩa. Thay vì là kêu thét lên rồi dậm chân vì bực tức, hãy xem bạn có thể nào chấp nhận giây phút đó đúng như thực tại - thực tại có cái đĩa đã vỡ. Không có vấn đề gì to tát, không cần phải bực dọc, không cần phải hốt hoảng. Chỉ một sự chấp nhận trìu mến đối với sự thật trong hiện tại. Kìa là cái đĩa vỡ, trước mặt bạn, trên mặt đất. Vấn đề là: giờ bạn sẽ làm gì đây? Cái đĩa đã vỡ rồi. Bạn có thể căng thẳng đôi tay hơn để rồi có lẽ sẽ làm vỡ thêm một cái khác, hoặc là bạn có thể thư giãn đi và nhận ra tính hài hước trong một sự thật là tất cả chúng ta đều không hoàn thiện.

Một ví dụ khác có thể là về chuyện giao tiếp giữa vợ chồng. Nếu vợ (hay chồng) bạn nói một điều gì đó mà thường thì có thể làm bạn bực mình, hãy xem bạn có thể nào phản ứng một cách hơi khác đi chăng. Thay vì cảm thấy bực bội với nhu cầu cần đưa ra lời phê phán của vợ (hoặc chồng) mình trong lúc ấy, xem bạn có thể nào "phớt lờ" đi, và tỏ thái độ yêu thương bất chấp sự phê phán đó. Cũng như trường hợp trước, lời phê phán giờ đây đã được đưa ra. Phản ứng như thế nào là hoàn toàn tùy thuộc vào bạn. Nếu bạn có thể thay đổi đi cách phản ứng theo thói quen lâu nay, để phản ứng theo một cách hòa dịu hơn, bạn sẽ nhanh chóng thấy rằng mọi việc rồi ra cũng đều tốt đẹp cả.

Trong gia đình chúng tôi, có một câu cách ngôn nhỏ mà một trong hai đứa bé đã nghĩ ra. Tôi vẫn luôn nghĩ rằng đó là một cách thật tuyệt để mô tả cách sống buông xả bình thản. Khi một vật gì đó đổ vỡ, hoặc có điều gì thật sự không hay xảy ra, một trong hai đứa trẻ sẽ nói câu này: "Ái chà, chuyện gì cũng có thể xảy ra." Nói một cách khác, chuyện vùng vẫy liệu có ích gì đâu?

Giải pháp này đặc biệt hiệu quả khi có rất nhiều chuyện lộn xộn xảy ra trong nhà. Mới hôm qua đây, tôi ở nhà với cả hai đứa trẻ và hai nhóc bạn của chúng. Tất cả bọn trẻ đều đã đói, và tôi thì vẫn chưa lau chùi xong những chỗ bẩn cuối cùng. Điện thoại reo cùng lúc với chuông gọi cửa. Trong một lúc, tôi nghĩ rằng mình sắp phát điên lên được. Rồi thì tôi nhớ ra, thở một hơi thật sâu và buông bỏ. Trong giây phút hỗn loạn đó, điều tốt nhất tôi có thể làm là thực hành sống buông xả, hoàn toàn thư giãn. Điều thú vị đối với tôi trong chuyện này, cũng như mọi trường hợp tương tự khác mà tôi có thể nhớ lại, là ngay lúc tôi buông xả và thôi không vật lộn với sự việc nữa thì mọi thứ bắt đầu lắng dịu.

Nếu bạn sẵn lòng thử nghiệm giải pháp này một lần, bạn sẽ kinh ngạc trước kết quả thấy được. Bạn càng bình thản hơn thì cuộc sống của bạn sẽ càng dễ dàng hơn. Thay vì làm trầm trọng thêm những sự việc không hay và nhận lấy những gì tồi tệ nhất nơi người khác, bạn sẽ bắt đầu biết cách chặn đứng điều không hay ngay khi nó còn chưa kịp phát triển thêm. Với thời gian, và với sự rèn luyện đôi chút, bạn sẽ bắt đầu trải nghiệm những cơn hỗn loạn dưới một ánh sáng hoàn toàn mới. Sẽ giảm đi rất nhiều kịch tính trong cuộc sống của bạn. Vì thế, hãy bắt đầu ngay hôm nay, để xem bạn có thể nào giảm nhẹ sự hỗn loạn bằng vào cách sống buông xả bình thản này hay không.

31. Tạo ra một thông lệ "vị kỷ"

Tôi luôn luôn cảm thấy khôi hài khi mọi người bao giờ cũng đáp lại đề nghị của tôi - về việc họ nên quan tâm đến nhu cầu của chính mình - bằng câu hỏi là: "Vậy chẳng phải là ích kỷ hay sao?" Tôi muốn nhân dịp này để giải tỏa mối quan tâm ấy. Giải pháp này xuất phát từ sự hiểu biết rằng, khi bạn đã có đủ những gì bạn cần, trong ý nghĩa về mặt tình cảm, bạn sẽ có thể dành lại rất nhiều cho người khác.

Nếu như mục tiêu của bạn là được thanh thản hơn và hạnh phúc hơn trong gia đình, một trong những điều hữu ích nhất mà bạn có thể làm là nghĩ ra một hoạt động hoàn toàn chỉ cho riêng bạn, một điều gì đó mà bạn làm - chỉ là cho riêng bạn. Lấy ví dụ như, một thông lệ riêng của tôi là buổi sáng thức dậy thật sớm, sớm hơn tất cả mọi người trong gia đình. Tôi dùng khoảng thời gian này để vươn thở, uống một tách cà phê thật êm ả, và đọc một hay hai chương sách mà tôi ưa thích nhất. Đôi khi tôi suy ngẫm, chiêm nghiệm cuộc sống của chính mình. Tôi yêu quý thói quen đặc biệt trong ngày này của mình.

Điều rõ ràng là mọi người đều khác nhau. Một số người thích chen thêm ít hoạt động rèn luyện vào hoạt động thường ngày của mình - tạo được một thông lệ lành mạnh. Những người khác thích rảo qua các hiệu sách hay lặng lẽ uống một tách cà phê trước khi làm việc. Lại có những người thích tắm nước nóng hoặc tắm vòi sen vào một giờ nào đó, đều đặn mỗi ngày. Vấn đề ở đây là: đó là thời gian của bạn - một phần đặc biệt trong ngày được dành riêng cho bạn.

Một thông lệ mà tôi vẫn thường làm, và cũng thường chia sẻ với nhiều người khác, là tôi thường dừng xe cách nhà vài ba căn hộ trên đường về sau giờ làm việc. Và tôi thường đưa xe ra khỏi đường, đậu vào một nơi có rất nhiều cây cối. Chỉ trong mấy phút thôi, tôi lặng ngắm vẻ đẹp thiên nhiên quanh mình. Không có gì quá đáng lắm, không mất bao nhiêu thời gian. Nhưng chỉ vừa đủ để cho tôi được một chút buông xả giữa khoảng thời gian làm việc và trở về nhà với những đứa trẻ năng động, đang cần đến, và xứng đáng có được, sự quan tâm của tôi. Trong mấy phút này, tôi thường hít thở thật sâu và tự nhủ với mình rằng, thật may mắn biết bao khi đang được quay trở về nhà với một mái gia đình đầy yêu thương. Tôi thường nhìn sững sờ một cách trân trọng vào những cây cối đẹp đẽ quanh mình. Và, chỉ mấy phút thế thôi, tôi lại nổ máy xe đi tiếp về nhà.

Sự khác biệt mà tôi cảm nhận khi tôi sử dụng thêm khoảng thời gian này là rất lớn lao. Thay vì rảo bước đến cửa nhà mệt mỏi và gắt gỏng, tôi đã cảm thấy thật thư giãn và yêu thương. Tôi cũng có thể thấy được sự khác biệt trong cách chào đón của mọi người trong gia đình. Rõ ràng là họ cũng cảm nhận được sự thanh thản ở nơi tôi.

Dù là bạn có thể thức dậy sớm hơn một chút, hay đi tắm vào một giờ đều đặn mỗi ngày, hoặc dừng lại trên đường về nhà để ngửi một chút hương hoa hồng... hãy làm một điều gì đó. Tạo ra một thói quen chỉ cho riêng bạn. Bạn sẽ kinh ngạc khi thấy là mình có được quá nhiều chỉ từ khoảng thời gian bỏ ra chừng dăm ba phút.

32. Nếu bạn có con, quên đi chuyện thời biểu

Phải thừa nhận rằng, đây là một giải pháp khó thực hiện. Tuy vậy, nếu bạn thử qua một lần, tôi nghĩ là bạn sẽ thấy nó xứng đáng với nỗ lực của bạn. Tôi nhắc điều này nếu như bạn chưa để ý đến. Khi bạn không có một thời biểu vạch sẵn ở nhà (hay ít nhất là một thời biểu không căng lắm), bạn thường hưởng được một ngày tốt đẹp hơn, so với khi bạn có sẵn một kế hoạch cứng nhắc mà bạn quyết tâm phải làm theo. Khi bạn trói buộc vào những dự định của mình một cách cứng nhắc, thì gần như bạn sẽ luôn luôn kết thúc hạn kỳ một cách thất vọng, bởi vì bạn đã không thực hiện được đầy đủ những việc đã đề ra. Và cho dù nếu như bạn có làm xong, bạn cũng sẽ mệt lã đi và có lẽ sẽ bực tức mà nhận ra rằng, thật khó khăn biết bao để làm xong mọi việc.

Tất nhiên là cũng có những lúc bạn buộc phải có một thời biểu, một kế hoạch. Hoặc những lúc bạn có một số công việc buộc phải hoàn tất, hay một mục tiêu phải đạt được. Nhưng tinh thần của giải pháp được đề xuất ở đây là những gì hữu ích nhất. Hãy thử xem sự cứng nhắc, bó buộc vào kế hoạch có xu hướng làm cho bạn căng thẳng đến như thế nào. Và không chỉ có thế - bạn có thể sẽ còn khám phá ra rằng, càng trói chặt vào thời biểu bao nhiêu, bạn càng ít có khả năng thật sự hoàn tất nó. Điều này do nơi một sự thật là, cung cách làm việc cứng nhắc làm cho việc uyển chuyển theo thực tế trở nên khó khăn, nếu không nói là không thể được. Khi bạn có con nhỏ để chăm sóc, gần như bất cứ ngày nào cũng không thể biết trước được chính xác là việc gì sẽ xảy ra. Để hòa theo với những thay đổi và những đòi hỏi không ổn định, cần phải có một khả năng linh động và ứng xử nhanh nhạy.

Thường thì có một cách khôn ngoan là giữ lấy thời biểu của bạn như một động lực thôi thúc. Nói một cách khác, bạn biết được những gì, một cách lý tưởng, bạn cần phải làm. Nhưng hãy xóa bỏ đi sự trói buộc vào việc phải làm cho xong. Và như thế, bất cứ khi nào có thể được, hãy khéo léo nắm lấy cơ hội làm việc nhắm đến các mục tiêu đó. Lấy ví dụ, bạn có thể có một số công việc là: trả lời 3 cuộc gọi điện thoại, đưa xe hơi đi sửa chữa, và đi mua ít vật dụng linh tinh. Thay vì cảm thấy thất vọng vì thực tế là không có thời gian để thực hiện bất cứ việc nào trong số này, hãy cố hết sức kiên nhẫn như có thể được. Hãy thư giãn. Đừng làm bận tâm trí thêm với những ý tưởng rằng bạn đang bị mắc kẹt trong nhà, hay là bạn đang quá sức chịu đựng. Thay vì vậy, hãy tập trung chú ý vào giây phút hiện tại theo cách tốt nhất có thể được. Nếu bạn vẫn giữ được cách ứng xử bình thản thay vì là bực dọc và vội vã, bạn sẽ cảm nhận được khi cơ hội đến để bạn có thể thực hiện công việc đã định. Bởi vì bạn luôn ở trong trạng thái sẵn sàng, bạn sẽ nắm ngay được bất cứ cơ hội nào có được và thực hiện phần trách nhiệm của mình theo một cung cách khôn ngoan và đúng lúc. Và ngay cả nếu như trong một ngày nào đó bạn thậm chí chẳng có được dịp nào như đã hy vọng, bạn cũng vẫn sẽ giữ được sự bình thản. Và hãy nhớ rằng, về lâu về dài, những chuyện như thế cũng sẽ hoàn toàn được xem như là "chuyện vặt" mà thôi.

33. Những biểu hiện của yêu thương

Có quá nhiều rối rắm trong cuộc sống và sự gợi nhắc thường xuyên về biết bao nhiêu khó khăn mà chúng ta phải giải quyết, đến nỗi rất cần phải đối phó với hàng loạt những tiêu cực liên hồi bất tận này bằng vào những biểu hiện của yêu thương. Kris và tôi đã nhận ra rằng việc tạo ra thật nhiều những biểu hiện yêu thương và hạnh phúc trong gia đình thật rất đơn giản và không tốn kém mấy. Và khi bạn làm được điều này, bạn sẽ liên tục được nhắc nhở về những khía cạnh lạc quan trong cuộc sống.

Những biểu hiện của yêu thương có thể là bất cứ điều gì tốt đẹp, đặc biệt đối với tâm hồn bạn: nghệ thuật, không khí, hay ánh sáng - bất cứ điều gì có thể nhắc nhở bạn về tình yêu, lòng tốt, tính nhã nhặn và sự cảm thông. Có thể đó là một bức vẽ của trẻ con, một đóa hoa tươi mới hái, một bài thơ hay, hoặc một câu cách ngôn treo trên tường, những cuốn sách quý được đặt trên bàn uống nước của bạn, hay những bức ảnh của người mà bạn yêu thương. Một người quen của tôi viết những câu khẳng định sự lạc quan, yêu thương bằng lối chữ thảo rất đẹp và dán lên cái tủ lạnh của cô ấy. Nhiều người khác giữ lại những lá thư đầy tình cảm và kẹp chúng vào một tấm bìa cứng.

Diễn viên hài Steve Martin đã từng diễn một hài kịch, trong đó anh ta chơi đàn banjo và hát một bài hát nói lên rằng, thật khó khăn biết bao để có thể chán nản trong lúc chơi đàn như thế. Tiếng đàn banjo vang lên quá nhộn nhịp, vui vẻ, đến nỗi khi bạn đang chơi nó, cảm giác tiêu cực và không vui trở nên có phần nào không thích hợp. Cũng vậy, việc tạo ra thật nhiều những biểu hiện của yêu thương trong gia đình có một tác dụng tương tự. Không phải là không thể có, nhưng chắc chắn rằng sẽ khó khăn hơn trong việc trở nên quá khích, căng thẳng hoặc chán nản khi mà nhìn quanh bạn đầy những biểu hiện của yêu thương và vẻ đẹp.

Trong nhà, chúng tôi treo những bức ảnh của bạn bè, người thân trong gia đình và những con người có tâm hồn cao đẹp trên các bức tường. Chúng tôi thường xuyên bổ sung, đổi chỗ và thay đổi những bức ảnh này, để giữ cho chúng luôn được mới mẻ hơn và hấp dẫn. Chúng tôi cũng đặt những cuốn sách hay nói về lòng yêu thương ở những nơi dễ thấy, gần như trong tất cả các phòng, cũng như là những bức vẽ xinh đẹp của các con tôi. Tôi dám chắc rằng nếu như tôi không có con nhỏ, hẳn tôi đã phải đến hỏi xin bạn bè hoặc hàng xóm xem họ có thể cho tôi một ít những bức vẽ như thế mà họ có thừa. Trong rất nhiều gia đình có đông đảo trẻ con chạy chơi quanh, và nếu bạn thử đề nghị những đứa trẻ này vẽ giúp bạn một bức tranh, nhiều đứa sẽ rất hân hạnh được làm như thế. Những bức vẽ của trẻ con làm nâng cao tinh thần chúng ta, và là những biểu tượng tuyệt vời cho lòng yêu thương, đến nỗi tôi không thể nào tưởng tượng được là tôi lại có thể không có thật nhiều những bức vẽ này trong nhà. Con gái tôi cũng rất thích đi ra ngoài và cắt những đóa hoa tươi trong vườn, mang chúng về nhà để chưng cắm.

Không có một phương thức nhất định nào để bạn theo đó thực hiện giải pháp này. Chỉ đơn giản là một thói quen trong tinh thần. Một khi bạn đã nhận ra được sự hợp lý của giải pháp này, và cảm nhận được những hiệu quả tích cực của nó, tôi dám chắc là bạn sẽ bị lôi cuốn vào. Đơn giản là sẽ không có rủi ro gì khi thực hiện. Hãy bắt đầu ngay hôm nay, hãy tạo thật nhiều những biểu hiện của yêu thương trong căn nhà của bạn, thậm chí nhiều, nhiều hơn nữa. Mỗi khi bạn bước chân vào nhà, bạn sẽ hài lòng về việc mình đã làm.

34. Đừng để tiền bạc làm bạn quy ngã

*H*ãy nhìn nhận một thực tế, hầu hết chúng ta đều không cảm thấy là mình đã có đủ tiền bạc để làm những điều mà mình thật sự muốn làm - đi du lịch, sửa chữa nhà cửa, hoặc mua những thứ cần thiết. Thật ra, vấn đề dường như không phải ở chỗ là chúng ta có đủ số tiền cần thiết hay không, mà là chúng ta sẽ làm gì với thực tế này của đời sống. Trong một mức độ rộng lớn, cách nhận thức về vấn đề này của chúng ta sẽ ảnh hưởng toàn diện đến cuộc sống gia đình.

Đôi khi, chúng ta cảm thấy rất muốn - và chính tôi cũng đã từng làm - bỏ nhiều thời gian để than phiền về chuyện tiền bạc của mình hạn hẹp như thế nào, và dùng điều này như một cái cớ để không vui, thay vì là cứ vui vẻ với số tiền mà chúng ta đang có. Chúng ta mơ mộng về một kỳ nghỉ hè mà chúng ta có thể không bao giờ có được, hay mong muốn được chuyển đến một căn hộ lớn hơn; và vì thế không thực hiện được một kỳ nghỉ giản dị, nhưng không kém phần vui thú mà chúng ta thật sự đủ khả năng lo liệu, hoặc tận dụng được ở mức tốt nhất căn hộ chúng ta đang hiện có.

Tôi có một người bạn thân mà khả năng tiền bạc rất hạn hẹp. Điều làm cho tôi phải kinh ngạc là tất cả những gì anh ta đã làm được chỉ bằng vào những gì anh có trong tay. Anh ta thích tham gia những chuyến đi chơi trong ngày và rất thích cắm trại. Anh đã cho tôi xem nhiều bức ảnh đẹp nhất của những nơi mà tôi chưa từng biết đến. Anh cũng đã từng tham gia một số chuyến đi bộ đường dài tuyệt vời nhất có thể tưởng tượng được, và những chuyến đi chơi ngoài trời thú vị nhất từ xưa nay. Anh ta thích leo núi đá, thích hoa, chim chóc và đời sống ở biển. Anh ta là một trong những con người gợi cảm và từng trải nhất mà tôi đã từng quen biết. Và dù vậy anh rất hiếm khi đi ra khỏi nước. Anh đã chỉ ra cho tôi thấy rằng, ngay ở quê nhà chúng tôi, bạn cũng có thể đi chơi mỗi dịp cuối tuần đến một nơi đẹp đẽ khác nhau, chỉ trong một quãng lái xe rất dễ dàng - và nếu bạn không muốn, bạn cũng không bao giờ phải viếng thăm một nơi đến hai lần. Anh cười nhạo tất cả những người quen biết khi thấy họ phải vay tiền ngân hàng để đi du lịch ở những vùng xa lạ tận Châu Âu, trong khi lại chưa từng một lần đến thăm những công viên quốc gia xinh đẹp ở ngay bên cạnh nhà. Tôi đã quen biết anh bạn này hơn mười năm, và chưa bao giờ nghe anh ta, dù chỉ một lần, than phiền chuyện tiền bạc. Trong suy nghĩ của tôi, anh ta đúng là một trong những người giàu có nhất thế giới.

Bạn cũng có thể học lấy cách suy nghĩ này và áp dụng vào bất cứ sự việc nào khác, khi mà sự thiếu thốn về tiền bạc có thể xem như một trở ngại. Bạn có thể than phiền là bạn không đủ tiền để chuyển đến một căn hộ lớn hơn, rằng bạn sẽ chẳng bao giờ đủ khả năng để mua một căn nhà riêng cho mình; hoặc thay vì vậy, bạn có thể sửa chữa lại căn nhà đang có theo những cách thức sáng tạo và rẻ tiền, phù hợp với ngân sách mà bạn đang hiện có. Bạn có thể cảm thấy thật tồi tệ khi bạn không có đủ tiền để mua cho những người thân món quà Giáng sinh đáng giá như bạn mong muốn; hoặc thay vì vậy, bạn có thể tự hào với một bữa ăn hay những cái bánh mà bạn tự làm cho họ, hay là với tấm thiệp mừng xinh đẹp mà bạn đã bỏ thời giờ để chọn ra. Hoàn toàn tùy thuộc nơi mỗi chúng ta để quyết định cho chính mình. Liệu chúng ta có khao khát được nhiều hơn, và tạm gác những niềm vui hiện tại vì còn thiếu thốn tiền bạc - hay liệu chúng ta có thể tận dụng tốt nhất khả năng hiện có và giữ cho thái độ lạc quan của mình không hề thương tổn?

Bất cứ khi nào chúng ta nghĩ nhiều đến những gì mình không có hoặc không thể làm được, chúng ta tạo ra một khoảng cách giữa những gì đang có và những điều mong muốn. Rất thường khi, khoảng cách này chính là nguồn tạo ra rất nhiều căng thẳng. Bạn có thể xóa bỏ đi nguồn căng thẳng này bằng cách quyết định thôi không lấy vấn đề thiếu thốn tiền bạc để đánh giá sự hạnh phúc hay buồn chán của mình nữa. Điều này không có nghĩa là bạn không mong muốn, hoặc xứng đáng để có nhiều tiền bạc hơn - hay là không nên cố gắng để kiếm nhiều tiền hơn. Đề xuất này chỉ đơn giản là, trong thời điểm hiện nay, bạn hãy tận hưởng càng nhiều càng tốt những gì đang sẵn có. Có thể là bạn sẽ ngạc nhiên. Khi bạn quan tâm nhiều hơn đến những gì có thể làm được, thay vì là những gì không thể, thì một điều chắc chắn là: bạn sẽ vui vẻ hơn nhiều.

35. Bắt đầu ngày mới với yêu thương, sống trọn một ngày với yêu thương, và kết thúc một ngày cũng trong yêu thương

Nếu có ai trong chúng ta có thể vận dụng nhuần nhuyễn ý tưởng này đến mức trọn vẹn nhất, người đó hẳn là nằm trong số những tấm gương mẫu mực nhất của lòng nhân ái, ở tầm vóc cao vời tương tự như Mẹ Teresa. Dù vậy, ý tưởng nào càng khó khăn để vận dụng nhuần nhuyễn, nó càng xứng đáng cho chúng ta dồn mọi nỗ lực của mình vào để thực hiện.

Thật ra, khía cạnh khôn ngoan trong ý tưởng này rất đơn giản. Nó nhắm đến việc nhắc nhở bạn thường xuyên, suốt ngày, về tầm quan trọng của việc sống một cuộc sống yêu thương, như là ưu tiên hàng đầu của bạn. Điều kỳ diệu sẽ đến với cuộc sống của bạn ngay khi mà không có gì được bạn xem trọng hơn lòng yêu thương. Những chuyện "vụn vặt" được giữ yên ở đúng nơi của chúng, và ý thức mở ra với vẻ đẹp và niềm vui trong cuộc sống. Đời sống hằng ngày bắt đầu có được những giá trị vượt trội khác thường, và chúng ta cũng bắt đầu cảm nhận những gì thật sự là quan trọng nhất trong cuộc sống.

Bắt đầu một ngày với yêu thương, có nghĩa là khi bạn thức giấc vào buổi sáng, bạn mở rộng tâm hồn và tự nhắc nhở mình về ý nguyện sẽ yêu thương với tất cả mọi quan hệ trong đời mình. Sống trọn một ngày trong yêu thương, có nghĩa là những chọn lựa và hành động của bạn bắt nguồn từ quyết tâm sẽ yêu thương, nhẫn nhịn, tử tế và hòa nhã. Điều này có nghĩa là bạn sẽ giữ cho mọi việc ở đúng như vị trí thật sự của chúng, sẽ không nhìn theo thiên kiến của riêng mình hay làm cho chúng trở nên tồi tệ quá mức thật có. Nó cũng có nghĩa là bạn sẽ chấp nhận những khuyết điểm của người khác cũng như của chính mình, và bạn sẽ cố hết sức để giới hạn những phê phán, chỉ trích của mình. Sống trọn một ngày trong yêu thương cũng hàm nghĩa là, bất cứ khi nào có thể được, bạn sẽ nỗ lực để sống rộng lượng và ngợi ca cuộc sống, cũng như tự mình khiêm tốn và chân thật. Kết thúc một ngày trong yêu thương, có nghĩa là bạn bỏ ra đôi phút cuối ngày để suy ngẫm lại và biết ơn cuộc sống. Bạn có thể đọc một lời cầu nguyện hay chỉ cần ngồi yên tĩnh. Bạn có thể ôn lại một ngày qua và thử xem những chọn lựa và hành động trong ngày của mình đã đạt đến đâu so với mục tiêu sống yêu thương mà mình theo đuổi. Bạn làm điều này không phải để giữ điểm, hay để khắt khe với chính mình, mà chỉ đơn giản là để cảm nhận cảm giác thanh thản có được từ cách sống yêu thương, cũng như để thấy được những gì mà bạn có thể làm với sự yêu thương nhiều hơn nữa trong ngày sắp tới.

36. Đừng coi thường những người chung sống

Tôi có thể viết cả một cuốn sách chỉ riêng về chủ đề này. Nhưng, vì tôi chỉ có nơi đây vài ba đoạn ngắn để trình bày, nên tôi sẽ đi ngay vào trọng tâm của vấn đề.

Nếu bạn coi thường người vợ (hay chồng) mình, chắc chắn một trăm phần trăm là sẽ ảnh hưởng bất lợi cho quan hệ đôi bên. Tôi chưa từng gặp bất cứ một người nào lại thích bị coi thường - và rất ít người có thể cam chịu được điều này trong một thời gian dài.

Điều rõ ràng là, một trong những điều khinh miệt nhất và tai hại nhất chúng ta rất hay mắc phải đối với vợ (hoặc chồng) mình là xem thường họ. Làm như thế cũng giống như một kiểu phát biểu rằng: "Bổn phận của em (hay anh) là phải làm cho cuộc sống của tôi được dễ dàng hơn - đương nhiên là thế. Và chuyện của tôi là chờ đợi việc đó được thực hiện." Thật khôi hài!

Có quá nhiều cách để chúng ta mắc phải vào việc xem thường người chung sống. Đây chỉ nêu ra một vài ví dụ. Chúng ta xem vai trò của mình là quan trọng hơn. Chúng ta nghĩ rằng phần đóng góp của mình là to tát hơn, và người bạn đời của mình quả là người may mắn - vì được sống chung với mình. Nhiều người trong chúng ta quên nói những lời nhờ cậy và cảm ơn - và một số lại chưa từng nói ra lần nào. Chúng ta quên không nghĩ lại rằng, chúng ta thật may mắn biết bao, và sẽ khó khăn, buồn bã đến đâu nếu sống mà không có vợ (hoặc chồng) mình. Đôi khi chúng ta đòi hỏi thái quá nơi người bạn đời của mình, hoặc đối xử tệ hại hơn cả cách mà chúng ta đối xử với bạn bè. Hoặc có những lúc, chúng ta tự ý "thay quyền" của họ, hay nói năng một cách thiếu tôn trọng ngay trước mặt người khác. Một số trong chúng ta nghĩ rằng mình biết được những gì mà vợ (hoặc chồng) mình đang suy nghĩ, và vì thế, chúng ta đưa ra những quyết định thay cho họ. Và rồi còn có một lỗi lầm thường gặp hơn nữa là chờ đợi một số điều nhất định phải được làm - một căn nhà sạch sẽ hay một bữa ăn nóng sốt, hoặc tiền bạc để chi trả hóa đơn, một thảm cỏ được cắt xén gọn gàng... Chúng ta luôn nghĩ rằng, nói cho cùng, họ là vợ (hoặc chồng) của ta, họ có bổn phận phải làm những điều này. Điều cuối cùng nữa là, rất ít người trong chúng ta biết lắng nghe và chia sẻ những cảm xúc với vợ (hoặc chồng) mình - dĩ nhiên là trừ khi mà điều ấy phù hợp với những gì mà chúng ta đang quan tâm. Tôi có thể tiếp tục nhiều hơn nữa, nhưng chắc là bạn đã hiểu được vấn đề.

Liệu có gì đáng ngạc nhiên khi xấp xỉ 50% các cuộc hôn nhân chấm dứt bằng ly dị, và rất nhiều trong số còn lại sống đau đớn, buồn chán, không thỏa mãn? Không có gì đáng ngạc nhiên cả. Điều đó là quá rõ ràng, nhưng vì những lý do nào đó, chúng ta lại tiếp tục mắc cùng những lỗi lầm như nhau - chúng ta coi thường, không hề đánh giá cao người chung sống với mình.

Điều ngược lại cũng là sự thật - gần như không có gì làm cho người ta thấy dễ chịu hơn là cảm thấy đang được tôn trọng và đánh giá đúng mức. Hãy nhớ lại, thật tuyệt vời biết bao khi bạn lần đầu tiên gặp vợ (hay chồng) mình. Thật là hoàn toàn tuyệt diệu. Và một yếu tố quan trọng đóng góp vào cảm giác thương yêu mà cả hai cùng chia sẻ lúc đó là sự tôn trọng thật sự đôi bên dành cho nhau. Bạn có thể đã nói những câu đại loại như: "Thật dễ chịu khi được nghe em nói." hoặc là "Cảm ơn em đã gọi đến." Bạn bày tỏ sự trân trọng của mình về mọi thứ, từ một lời khen ngợi đơn giản cho đến một món quà nhỏ

36. Đừng coi thường những người chung sống

nhất, một tấm thiệp, hay thậm chí một cử chỉ đẹp. Mỗi một cơ hội mà bạn có được, bạn bày tỏ sự biết ơn và không bao giờ coi thường người yêu mới của mình lúc đó.

Nhiều người tin rằng vợ chồng tất nhiên không thể tránh khỏi việc mất dần đi sự trân trọng lẫn nhau như ban đầu. Không đúng thế! Việc biết trân trọng là một điều mà bạn hoàn toàn có thể tự chủ được. Nếu bạn muốn tỏ ra biết ơn và bày tỏ sự tôn trọng của mình, tất nhiên bạn sẽ làm được. Và bạn càng làm như thế thường xuyên, bạn sẽ càng phát triển được khả năng tốt đẹp trong việc nhận biết những điều đáng để trân trọng - đây là một dự báo mà tự nó đã là kết quả.

Vợ tôi, Kris, là một trong những người tuyệt vời nhất mà tôi từng được biết trong việc tôn trọng người khác. Cô ấy thường xuyên nói cho tôi biết là cô yêu tôi đến mức nào, rằng cô ấy thật may mắn biết bao khi được sống chung cùng tôi. Tôi cũng làm giống như vậy với cô ấy, bởi vì chính những điều này là hoàn toàn giống với những gì tôi cảm nhận. Và bạn biết sao không? Cứ mỗi lần cô ấy bày tỏ sự tôn trọng đối với tôi, tôi lại càng thấy yêu thương cô ấy nhiều hơn nữa. Và cô ấy cho phép tôi tin tưởng chắc chắn rằng, cùng một cảm giác như vậy cũng đến với cô ấy. Nhưng chúng tôi không phải làm thế như là một cách để được yêu thương, mà hoàn toàn vì chúng tôi muốn chú ý vào một việc: chúng tôi thật may mắn biết bao khi được có nhau như hai người bạn cùng chia sẻ.

Lấy một ví dụ, tôi sẽ phải đi xa cho một buổi diễn thuyết ở đâu đó, và Kris sẽ để lại cho tôi một lời nhắn thật ngọt ngào qua điện thoại, cho tôi biết là cô ấy rất biết ơn khi tôi sẵn lòng làm việc thật tích cực vì gia đình. Gần như cùng lúc ấy, tôi cũng nhắn về cho cô ấy, nói cho cô ấy biết rằng tôi rất biết ơn cô ấy đã sẵn lòng, và có đủ khả năng để ở lại nhà với các con, mang lại cho chúng tình thương yêu mà chúng cần có và xứng đáng được có, trong khi tôi phải đi xa. Cả hai chúng tôi đều chân thành nhận thấy rằng người bạn đời của mình đã có những hy sinh ít nhất là không thua kém mình, và chúng tôi cùng sát cánh bên nhau. Khi cô ấy phải đi xa trong lúc tôi ở lại nhà, có vẻ như chúng tôi lại đổi ngược cho nhau những lời đã nói. Cô ấy biết ơn việc tôi sẵn lòng và có thể ở nhà, trong khi tôi cũng bày tỏ lòng biết ơn như thế về việc cô ấy đi xa để đóng góp thêm nữa vào cho gia đình.

Kris và tôi đã sống chung với nhau hơn mười lăm năm, và ngày nay chúng tôi còn yêu thương nhau hơn cả những ngày đã qua. Tôi hoàn toàn chắc chắn rằng quyết định không coi thường lẫn nhau là một trong những lý do chính của kết quả này. Tôi dám cuộc là bạn sẽ sửng sốt khi thấy được sức mạnh của giải pháp này, nếu như bạn thử qua một lần. Trong thời gian chờ đợi, đừng chú ý đến những cung cách đối xử mình nhận được, mà hãy chú ý vào cung cách đối xử của chính mình. Tôi tin rằng khi bạn quyết định thôi không coi thường vợ (hoặc chồng) mình như lâu nay nữa, dần dần cô ấy (hay anh ấy) cũng sẽ bắt đầu làm như bạn. Thật là dễ chịu với cảm giác biết ơn người khác. Hãy thử xem, rồi bạn sẽ thấy thích.

37. Một giới hạn cho những ước muốn

Đây là một trong những bài học tinh thần thực tiễn quan trọng nhất mà tôi may mắn học được. Tôi nói may mắn là bởi vì, không có ý niệm khôn ngoan này hướng dẫn trong cuộc sống, thì hạnh phúc có thể mãi mãi chỉ là một thứ kinh nghiệm khó nắm bắt sẽ đến trong tương lai, thay vì là một điều mà bạn có thể cảm nhận được từng phút

37. Một giới hạn cho những ước muốn

từng giây trong cuộc sống.

Một giới hạn cho những ước muốn có nghĩa là bạn sẽ cắt đứt ngay chuỗi danh sách dài bất tận và mãi mãi gia tăng của những mong muốn, nhu cầu và sở thích, mà dường như là thống trị trong cuộc sống của chúng ta; cái bẫy cám dỗ rằng "Tôi sẽ hạnh phúc khi tôi có thêm được một thứ nữa." Trong hầu hết các trường hợp, nếu không có một giới hạn, những ước muốn của bạn sẽ là không thể thỏa mãn được. Ngay khi mà một mong muốn được thỏa mãn, một mong muốn khác sẽ thế chỗ vào một cách lạ kỳ. Lấy một ví dụ điển hình trong gia đình, có thể là: "Tôi sẽ hạnh phúc khi tôi có được một căn hộ lớn hơn." Mong muốn đó khi được thỏa mãn, có thể được thay thế bằng: "Tôi sẽ hạnh phúc hơn khi tôi có thể mua nổi một căn nhà." Nếu bạn không thận trọng, bạn sẽ còn tiếp tục tiến trình này thêm nữa - "Tôi sẽ hạnh phúc khi tôi có thể mua thêm nhiều vật dụng tốt hơn trong nhà (hay trang trí được khu vườn)." -và chuỗi danh sách không bao giờ chấm dứt đó sẽ còn tiếp tục kéo dài, kéo dài mãi mãi. Cùng một khuynh hướng này được áp dụng cho tất cả các vấn đề vật chất - xe hơi, quần áo, trang thiết bị, và bất cứ vật dụng nào khác.

Nhưng cái thói quen luôn luôn mong muốn nhiều hơn không chỉ là cho các vấn đề vật chất. Nó còn len lỏi cả vào những mong đợi của chúng ta đối với sự việc, làm cho chúng ta chẳng bao giờ được thỏa mãn. Lấy ví dụ, đứa con gái bạn ghi được một bàn thắng trong một trận bóng đá, và ngay lập tức, bạn hy vọng một ngày kia nó sẽ ghi được hai bàn! Hoặc là, con bé đạt điểm B trong tất cả các môn học, và bạn lấy làm thất vọng là vì sao nó không đạt điểm A! Hoặc là, bạn may mắn có một người vợ (hay chồng) có thói quen hầu như luôn luôn đúng giờ. Tuy nhiên, một lần kia cô ấy (hay anh ấy) bỗng dưng trễ hẹn, và bạn cảm thấy hoàn toàn thất vọng, và có thể có thái độ gay gắt với cô ấy (hay anh ấy) thay vì là bày tỏ sự cảm thông: "Đừng quan tâm chuyện hôm nay, từ trước đến giờ em (hay anh) vẫn luôn luôn đúng giờ mà." Hoặc là, bạn nấu một bữa ăn ngon tuyệt, nhưng lại băn khoăn vì sao nó không được ngon hơn nữa! Bạn đã thấy rồi đấy, khuynh hướng này hầu như có mặt trong tất cả mọi chuyện.

Khi bạn đặt một giới hạn cho những ước muốn của mình, những gì bạn cần phải làm là tự nhắc nhở rằng mình có thể sống hạnh phúc - ngay lúc này - trước khi bạn có được tất cả những gì bạn mong muốn hay cần đến. Điều này cũng nhắc nhở bạn về sự cám dỗ của những mong muốn không giới hạn, và vì thế giúp bạn quan tâm nhiều hơn đến những gì đang hiện có hơn là những gì đang mong muốn, và đây chính là nền tảng cho sự tri ân cuộc sống. Một thái độ biết ơn như thế dẫn đến hạnh phúc và thỏa mãn. Và giới hạn đặt ra là một thỏa thuận - tự nguyện, uyển chuyển, tự nhiên và không có sự trói buộc pháp lý - mà bạn cam kết với chính mình là sẽ thôi không phí thì giờ cho việc luôn luôn mong ước cuộc sống được tốt hơn!

Thỉnh thoảng tôi có thảo luận vấn đề này ở những nơi công cộng. Cũng có người hiểu sai và đặt câu hỏi: "Ông không nghĩ là chúng ta xứng đáng được hoàn thiện điều kiện sống hơn nữa hay sao?" Câu trả lời tất nhiên là hoàn toàn có chứ! Tôi tin tưởng rằng cả bạn và tôi, chúng ta đều xứng đáng được hưởng những điều tốt đẹp trong một cuộc sống tốt đẹp. Không có gì sai trái trong việc hoàn thiện mức sống, mua thêm vật dụng hay chuyển đến một căn hộ rộng hơn, hay bất cứ điều gì khác nữa. Hoặc có người lại hỏi: "Ông không nghĩ là chúng ta nên phấn đấu cho những điều tốt đẹp nhất và khuyến khích mọi người trong gia đình cùng làm như vậy hay sao?" Một lần nữa, câu trả lời vẫn là có chứ! Tôi nghĩ rằng việc cố hết sức của bạn, và thậm chí luôn mong mỏi làm tốt hơn nữa, là điều đáng ngưỡng mộ. Chính tôi cũng vẫn khuyến khích các con tôi làm như vậy. Tuy nhiên, có một sự khác biệt rất lớn giữa việc làm hết sức mình và chuyện luôn

37. Một giới hạn cho những ước muốn

luôn đòi hỏi cuộc sống phải tốt hơn so với hiện có, hoặc là có một định kiến rằng mọi việc trước tiên cần phải khác đi hay tốt hơn rồi thì bạn mới có thể cảm thấy thỏa mãn - với cuộc sống của bạn cũng như với người khác.

Điều mà tôi đang muốn nói đến ở đây là cái thói quen liên tục, thường xuyên và âm ỉ của việc luôn luôn khao khát nhiều hơn và nhiều hơn nữa - vật chất, sự hoàn thiện, hay bất cứ điều gì - và rồi tự thuyết phục bản thân rằng mình sẽ được hạnh phúc sau khi đã đạt được.

Điều rõ ràng là, chỉ có chính bạn mới có thể xác định được những gì là phù hợp với bản thân mình. Nhưng tôi có thể đảm bảo rằng, mỗi một quyết định hay đòi hỏi mà giờ đây bạn đặt ra, liên quan đến phẩm chất tốt hơn của một món đồ, nâng cao chất lượng cuộc sống, hay hoàn thiện vai trò của chính bạn hoặc một người khác, đều sẽ được đánh giá rất dễ dàng. Dường như lúc nào cũng chỉ cần thêm "một món" hay thêm "một nhu cầu" là đủ để kéo bạn vào bẫy - rồi bạn sẽ hạnh phúc! Phải đòi hỏi rất nhiều khôn ngoan mới có thể đi đến những quyết định như: "Nhiều hơn chưa hẳn bao giờ cũng tốt." hoặc là "Có nhiều hơn chưa chắc sẽ làm tôi hạnh phúc." và "Thế này là đủ rồi."

Tôi tin rằng nếu bạn thử nghiệm với giải pháp này bạn sẽ khám phá ra một cách để làm thỏa mãn mình mà từ trước bạn có thể chưa hề cân nhắc đến. Bạn vẫn có thể có một cuộc sống tuyệt vời và tất cả những gì bạn cần - và phần lớn những gì bạn muốn. Tuy nhiên, cuộc sống của bạn sẽ đơn giản hơn nhiều và dễ sắp xếp hơn. Bạn cũng sẽ giảm đi rất nhiều căng thẳng và áp lực, như thể là một cuộc sống tốt đẹp hơn chỉ là trong tầm tay. Bạn sẽ không mất nhiều thời gian để nghĩ đến những điều mong muốn, sẽ quen với việc tiêu dùng ít hơn, và dễ dàng được thỏa mãn hơn. Bạn cũng sẽ giảm đi rất nhiều khuynh hướng bực bội với những chuyện vặt vãnh tầm thường, bởi vì bạn đã bớt đi thói quen lúc nào cũng suy nghĩ rằng mọi thứ không được tốt đẹp như mong muốn. Những điều có lợi này kể ra cũng không đến nỗi tồi. Tôi hy vọng là bạn sẽ dành cho giải pháp này một lần thử nghiệm. Nó có thể làm thay đổi tương lai của bạn ở một mức độ đáng kể.

38. Để cho người khác thắng

Người khác ở đây có thể là bất cứ ai - con cái, vợ, chồng, cha, mẹ hay những người bạn cùng phòng... Điểm cốt yếu của giải pháp này là chỉ ra cho bạn thấy, chẳng phải là vấn đề to tát gì lắm khi để cho một người khác được phần đúng, hay là thắng trong một cuộc tranh luận. Trong thực tế, đây là một cách để giảm nhiều căng thẳng. Khi một người khác thắng, điều đó không có nghĩa là bạn thua. Trong thực tế của rất nhiều trường hợp, để cho một người khác cảm nhận rằng đã được lắng nghe với sự tôn trọng chân thành sẽ dễ tạo ra sự hài lòng rất nhiều lần hơn so với việc cố áp đặt quan điểm của mình cho người ấy - hoặc tốn hao tâm lực rất nhiều để cố thuyết phục họ rằng bạn đúng và người ấy là sai.

Sự thật là, nhìn từ góc độ của một cuộc sống tốt đẹp, chẳng có ai là thật sự thắng trong một cuộc tranh cãi. Khi có sự bất đồng giữa mọi người, việc gây ảnh hưởng cho nhau là chuyện rất xa thực tiễn. Một cuộc tranh cãi thực chất chẳng khác gì hơn là việc hai hay nhiều người cố bảo vệ lấy vị trí của mình. Hầu như bao giờ cũng vậy, nó luôn để lại cho cả đôi bên những cảm giác tồi tệ. Trong một cuộc tranh cãi, thường thì rất hiếm khi mà có ai đó chịu lắng nghe hay học hỏi được điều gì. Những cảm xúc như oán ghét, giận dữ, thất vọng...

38. Để cho người khác thắng

và căng thẳng thường được dẫn đến từ sự đối đầu. Tuy nhiên, khi bạn chịu để cho một ai đó thắng một cuộc tranh cãi, thực tế thường là nó sẽ chấm dứt với sự chiến thắng ở cả về hai phía. Mối quan hệ được thúc đẩy, và tình hữu nghị có thêm một cơ hội để phát triển.

Khi bạn từ chối không tham gia vào một cuộc tranh cãi, không phải vì sự ngang bướng hay cương trực, mà là xuất phát từ tình thương và lòng tốt, bạn sẽ thấy là vấn đề tự nó được giải quyết nhanh chóng biết bao. Khi có ai đó khơi mào một cuộc tranh cãi hay một đề tài thảo luận nóng bỏng, bạn sẽ phải đối đầu với một chọn lựa thú vị (và đôi khi khó khăn) mà bạn buộc phải đưa ra thật nhanh chóng. Bạn sẽ nhảy vào hay sẽ thối lui? Bạn sẽ cố khẳng định mình và quan điểm của mình, hay bạn sẽ để cho người kia chiến thắng hoặc đưa ra quan điểm của anh ta?

Đôi khi, một trong hai đứa trẻ của tôi nói lên một điều mà thoạt nghe qua có vẻ như không đúng hoặc bất công. Ví dụ, chúng nói với tôi rằng: "Bố chẳng bao giờ chơi với con cả." Khuynh hướng tự nhiên của tôi có thể là tranh cãi với nhận xét đó, đáp lại với một câu đại loại như: "Có chứ. Bố vẫn thường đi chơi với con đấy chứ. Con không nhớ là chỉ mới hôm qua, bố con mình đi chơi công viên và cùng ăn trưa sao?" Tuy nhiên, điều mà tôi hiểu được ra là, việc chấp nhận tranh cãi như thế chẳng đưa đến điều gì khác hơn là giữ cho sự tranh cãi được tồn tại, bằng vào sự quan tâm của mình. Đôi khi, cách đáp lại tốt hơn là thế này: "Ừ, con nói đúng đấy. Bố hy vọng là từ nay bố con mình sẽ có nhiều thì giờ chơi với nhau hơn. Bố yêu con lắm mà." Một câu trả lời như thế, không chỉ chặn đứng ngay được sự tranh cãi trước khi nó kịp lấy đà phát triển, mà cũng còn là một phát biểu chân thành từ trái tim tôi - nó là một dịp để tôi nhắc cho con tôi biết rằng tôi yêu quý nó biết bao.

Tôi không muốn nói rằng bạn sẽ thôi không bảo vệ vị trí của mình khi điều đó thật sự là quan trọng, hay là bạn sẽ để cho người khác đánh bại, hay lợi dụng bạn. Trong thực tế, tôi nghĩ bạn cũng sẽ đồng ý rằng để cho người khác thắng một cuộc tranh cãi, ít nhất là thỉnh thoảng, thật sự là một dấu hiệu của sức mạnh. Nó chứng tỏ rằng bạn là người có khả năng giữ được những cảm xúc và phản ứng của mình ở mức độ thích hợp. Không phải bao giờ cũng vậy, nhưng thường thì điều này gợi ra một khuynh hướng để đối phương cũng sẽ làm như vậy.

39. Giữ một nhịp sống tỉnh táo

Ngày nay, hơn bao giờ hết, nhiều người trong chúng ta sống với một nhịp sống mà chỉ có thể miêu tả là như điên. Thêm vào với những nhu cầu khủng khiếp trong việc xoay sở, kiếm sống và nuôi nấng gia đình, thực hiện các trách nhiệm hằng ngày, nhiều người trong chúng ta còn cố gắng tham gia vào các hoạt động xã hội, luyện thể lực, hoạt động từ thiện hay tự nguyện, hoặc các hoạt động giải trí nữa. Chúng ta luôn phải cố gắng một cách ghê gớm để có thể giữ mình trong tình trạng hoàn hảo, để luôn là những bậc cha mẹ tốt, công dân tốt và bạn tốt... Và nếu điều kiện cho phép, hầu hết chúng ta đều cũng muốn được chơi đùa đôi chút. Vấn đề ở đây là, mỗi người chúng ta chỉ có vỏn vẹn 24 giờ một ngày. Có quá nhiều việc để phải làm trong thời gian đó.

Có nhiều yếu tố khác đóng góp vào sự tăng tốc của cuộc sống, trong đó có cả yếu tố công nghệ và sự mong đợi ngày càng cao hơn. Máy điện toán, các thiết bị điện, và những hình

39. Giữ một nhịp sống tỉnh táo

thức khác của công nghệ đã làm cho thế giới của chúng ta dường như nhỏ hơn và che dấu đi sự hạn chế của chúng ta về thời gian. Chúng ta có thể thực hiện mọi việc nhanh chóng hơn bao giờ hết. Thật không may là, điều này đã tạo nên một cảm giác thiếu kiên nhẫn, cảm giác mong đợi mọi việc được hoàn tất tức thì. Tôi đã từng trông thấy nhiều người tỏ ra bực bội chỉ vì phải chờ đợi trong đôi phút ở một chỗ bán thực phẩm ăn nhanh, hoặc khó chịu vì chiếc máy vi tính của họ khởi động lâu hơn đôi chút. Chúng ta trở nên căng thẳng vì giao thông trở ngại và quên hẳn một thực tế là chúng ta đang được đưa đi rất nhanh trong một chiếc xe hơi hoặc xe buýt thật thoải mái. Thật vậy, sự mong đợi của chúng ta dường như đã gia tăng đến một đỉnh điểm mà nhiều người trong chúng ta muốn làm gần như tất cả mọi việc. Không bao giờ là đủ cả - chúng ta cần phải có nhiều hơn và làm được nhiều hơn.

Nếu chúng ta cố làm quá nhiều việc, cuối cùng thường là sẽ phải lao đi như điên cuồng từ việc này sang việc khác. Và khi vội vã, chúng ta dễ dàng trở nên bực dọc và có khuynh hướng cáu gắt với những chuyện vặt vãnh. Thêm vào đó, trong trạng thái hối hả, chúng ta hiếm khi cảm nhận được sự thỏa mãn về những gì chúng ta đang làm, bởi vì chúng ta chỉ luôn tập trung sự chú ý vào việc làm sao chuyển nhanh sang chuyện sắp tới. Thay vì sống trong hiện tại, chúng ta đã bị đẩy sang giây phút chưa xảy đến.

Giữ một nhịp sống tỉnh táo có lợi nhiều hơn là chỉ giữ cho chúng ta được tỉnh táo. Nó mang lại một sự phong phú cho sự trải nghiệm của chúng ta, mà vốn không thể nào có được khi quay cuồng một cách quá nhanh chóng. Có điều gì đó rất kỳ diệu khi bạn có được một chút thời gian trống giữa hai công việc tiếp nối nhau - một cảm giác bình thản, cảm giác có đủ thời gian. Tôi đã nhận ra rằng việc giữ một nhịp sống tỉnh táo tự nó là một phần thưởng, một cảm giác thỏa mãn nhờ vào chính nó.

Nếu tôi phải chọn giữa việc thực hiện 5 việc với một cung cách hối hả, thôi thúc, hoặc là thực hiện 4 việc một cách bình thản và êm ả, tôi sẽ chọn hướng thứ hai này. Điều rõ ràng là, có những lúc mà việc hối hả là một thực tế mà bạn không thể nào tránh được. Có đôi lúc, dường như là bạn phải có mặt cùng lúc ở hai hoặc ba nơi. Tuy nhiên, thường thì có nhiều dạng hối hả do chính chúng ta tự tạo ra. Chỉ đơn giản bằng cách tỉnh táo nhận thức được khuynh hướng vội vã của chính mình trong cuộc sống, và đặt ra cho mình mục tiêu giữ một nhịp sống tỉnh táo, bạn có thể rồi sẽ tìm ra những phương thức tinh tế để làm chậm nhịp sống của mình lại, và trở nên bình thản hơn một chút, thoát khỏi sự căng thẳng. Tôi nghĩ là nếu bạn có thể nào thư thả lại, cho dù là đôi chút thôi, cuộc sống của bạn sẽ tốt đẹp hơn theo nhiều cách.

40. Đừng làm một người hy sinh thái quá

Không cần phải nói, tất cả chúng ta đều có những hy sinh, những thỏa thuận trao đổi trong các mối quan hệ của mình và trong đời sống gia đình. Hầu hết những hy sinh này đều là đáng giá. Tuy nhiên, cũng giống như bao nhiêu việc khác (kể cả những việc tốt), những gì nhiều quá vẫn phải được thừa nhận là quá nhiều.

Điều rõ ràng là, mức độ chịu đựng của mỗi người về sự căng thẳng, trách nhiệm, sự thiếu ngủ, sự hy sinh, sự gian khổ, và tất cả những việc khác nữa, đều khác biệt nhau, chẳng ai giống ai. Nói cách khác, một điều có thể là cực kỳ dễ dàng đối với bạn, lại có thể là rất khó khăn đối với tôi - và ngược lại. Tuy nhiên, nếu chúng ta chịu chú ý đến những

40. Đừng làm một người hy sinh thái quá

cảm giác của mình một cách trung thực, mỗi người chúng ta đều biết được khi nào thì sự căng thẳng tăng lên quá độ. Và khi đó, chúng ta thường cảm thấy cực kỳ chán nản, bực dọc, và có lẽ nhiều hơn cả là cảm giác oán hận. Chúng ta thường tự cho mình là đúng, và thuyết phục mình là đang làm việc cực nhọc hơn những người khác, và rằng chúng ta chịu đựng nhiều hơn bất kỳ ai khác.

Nhiều người trong chúng ta (trong đó có chính tôi) đã rơi vào khuynh hướng trở thành người hy sinh thái quá. Điều này rất dễ xảy ra bởi vì thường có một đường ranh rất nhỏ khó phân biệt giữa sự làm việc tích cực vì thật sự cần thiết và làm việc quá sức vì những việc tưởng là cần thiết.

Tuy nhiên, sự thật đáng buồn là, không ai thật sự có được chút lợi ích nào từ một người hy sinh thái quá, hoặc là đánh giá cao anh ta. Với bản thân, anh ta là kẻ thù tệ hại nhất của chính mình - luôn luôn bận rộn trong đầu óc với hàng khối việc phải làm và thường xuyên tự nhủ rằng cuộc sống của mình thật khó khăn biết bao. Mặc cảm tinh thần dai dẳng này vắt kiệt hết những niềm vui trong cuộc sống của anh ta. Và đối với mọi người chung quanh, người mang mặc cảm hy sinh như thế là một người hay than vãn thái quá, tự trói buộc bản thân đến mức không thể nhận ra những vẻ đẹp trong cuộc sống. Thay vì là cảm thấy tội nghiệp cho anh ta, hoặc nhìn nhận anh ta là thua thiệt, như anh ta thường mong muốn như vậy, những người chung quanh lại thường đánh giá những khó khăn của anh ta là hoàn toàn tự chuốc lấy.

Nếu bạn nghĩ rằng bạn có thể có khuynh hướng trở thành một người hy sinh thái quá như thế, tôi mong bạn hãy từ bỏ ngay đi. Thay vì tiêu phí hết sinh lực của mình để làm công việc cho kẻ khác, hãy để lại điều gì đó cho một người khác làm. Chọn lấy cho mình một thú vui nhỏ. Dành ra mỗi ngày đôi phút để làm điều gì đó cho chính mình - điều gì mà bạn thấy thật sự vui thích. Bạn sẽ thấy kinh ngạc vì hai việc. Thứ nhất, bạn sẽ thật sự bắt đầu vui thích với cuộc sống, cảm nhận được nhiều sinh lực hơn khi cảm thấy bớt đi nhiều căng thẳng. Không có gì làm mất đi nhiều sinh lực hơn là cảm giác oán hận và cảm thấy thua thiệt. Thứ hai, khi bạn xóa bỏ đi sự oán hận và ý nghĩ rằng mọi việc mình làm chỉ là vì bổn phận, mọi người chung quanh sẽ bắt đầu đánh giá cao bạn hơn là trước đó. Thay vì cảm thấy rằng bạn đang oán hờn họ, giờ đây họ sẽ cảm nhận rằng bạn yêu thích và trân trọng họ - và bạn cũng sẽ làm như vậy. Nói tóm lại, mọi người đều có lợi khi bạn từ bỏ đi thái độ mặc cảm thua thiệt và khuynh hướng trở thành một người hy sinh thái quá.

41. Từ bỏ những điều mong đợi

Nếu như có một đề xuất nào đó mà nói dễ hơn làm, hẳn chính là đề xuất này. Sự mong đợi là một phần trong cuộc sống và gần như là đã được gắn chặt vào suy nghĩ của chúng ta. Tuy nhiên, nếu bạn có thể làm giảm đi, dù là đôi chút, những mong mỏi của mình về việc mọi chuyện sẽ xảy ra như thế nào, và thay vì vậy, mở rộng tâm hồn để chấp nhận mọi việc như thực tế, bạn sẽ tiến một bước rất xa trên chặng đường đến một cuộc sống bình thản hơn và hạnh phúc hơn.

Sự thật là, những mong đợi của chúng ta dẫn đến rất nhiều khổ đau và căng thẳng. Chúng ta chờ đợi một việc sẽ xảy ra theo cách nào đó, hoặc một người sẽ cư xử theo cách nào đó... và những điều đó không xảy ra - vì thế, chúng ta thấy bối rối, bực dọc, thất vọng và đau khổ. Và bởi vì cuộc sống chẳng mấy khi diễn ra hoàn toàn đúng như những gì mong muốn, hoặc như cách mà chúng ta chờ đợi sẽ như thế,

41. Từ bỏ những điều mong đợi

nên cuối cùng là chúng ta phải trải qua rất nhiều suy sụp tinh thần hay thất vọng, luôn luôn mong ước rằng cuộc sống sẽ khác đi so với hiện thực. Và rồi, thay vì nhận ra được vai trò của mình trong tiến trình chung, chúng ta lại tiếp tục quy lỗi cho cuộc đời và hoàn cảnh như là nguyên nhân dẫn đến những căng thẳng và thất vọng của mình.

Mới hôm qua đây, Kris bắt gặp tôi đang rơi đúng vào khuynh hướng trên. Tôi vẫn thường là một người rất nhiệt tình, năng động, và một trong những điểm yếu của tôi là khi những người khác (đặc biệt là gia đình tôi) không đáp ứng được sự mong đợi của tôi rằng họ lẽ ra cũng phải nhiệt tình như tôi vậy. Trong trường hợp cụ thể này, một ngày thật sự nóng bức và tôi nôn nóng muốn đi đến hồ bơi công cộng (chúng tôi là thành viên ở đó). Nhưng khi tôi hỏi lũ trẻ xem chúng có muốn cùng đi với tôi không, cách đáp lại của chúng không được như tôi mong đợi. Thay vì nói: "Tuyệt đấy bố ạ! Chúng ta đi ngay đi." Câu trả lời lại yếu ớt hơn nhiều: "Ái chà, sao cũng được." Phản ứng của lũ trẻ làm tôi bỗng thấy nổi cáu và tuôn ra ngay một câu nóng nảy: "Có vấn đề gì với mọi người quanh đây thế?" Mọi việc có thể đã trở nên tồi tệ hơn nữa, nhưng Kris đã chen vào đúng lúc với một nụ cười và nói: "Thế nào, anh vẫn thường bảo là phải mở rộng lòng chấp nhận thực tế thay vì đòi hỏi nó theo một cách nhất định kia mà?" Thật là một câu quá đủ!

Ở đây tôi hoàn toàn không muốn nói là bạn phải xóa bỏ đi những sở thích riêng của mình, hoặc là những điều mong đợi. Hẳn nhiên là có những lúc bạn cần phải giữ thái độ cứng rắn đối với một sự việc nào đó, hoặc phải đòi hỏi những chuẩn mực cư xử nhất định, và điều đó là tốt thôi. Nhưng giảm bớt sự mong đợi không đồng nghĩa với hạ thấp những chuẩn mực của bạn. Hoàn toàn có thể có những tiêu chuẩn đặt ra rất cao, nhưng vẫn giữ được sự hợp lý của bạn về những điều mong đợi. Hãy luôn nhớ rằng mục tiêu của chúng ta là hoàn thiện cuộc sống và giữ cho những điều nhỏ nhặt không khống chế hết mọi chuyện trong cuộc sống. Điều này sẽ trở thành mối quan tâm lôi cuốn hàng đầu của bạn, nếu bạn có thể thấy được tầm quan trọng của việc từ bỏ đi một số những điều mong đợi của mình trong cuộc sống. Bằng cách này, bạn có thể vui thích nhiều hơn với cuộc sống theo cách mà nó thật sự diễn ra, và ít vật vã hơn với sự chờ đợi mọi việc diễn ra như mong muốn.

42. Tôn trọng cha mẹ vợ (hoặc chồng)

Phải thừa nhận là điều này khá dễ dàng đối với tôi, do vì cha mẹ vợ tôi là những người tốt đẹp, và vợ tôi cũng may mắn như vậy, vì cha mẹ tôi cũng là những người rất tuyệt vời. Tuy nhiên, đối với nhiều người thì mối quan hệ với phía vợ (hoặc chồng) chí ít cũng là một thách thức trong tình cảm riêng tư. Và cho dù ngay cả khi bạn có được tình cảm thật sự, thì đôi khi vẫn phải có những hy sinh nhất định, đơn giản chỉ vì đó là bản chất tự nhiên của đời sống gia đình.

Lấy ví dụ, bạn sẽ phải có những thương lượng về việc sẽ đi nghỉ ở đâu. Bạn cũng phải giải quyết những vấn đề gần như không thể nào tránh được của những mâu thuẫn đời sống và nuôi dạy con cái - sự khác biệt về tôn giáo, quan điểm khác nhau về vai trò của cha mẹ, về kỷ luật trong gia đình, việc chi tiêu, dành dụm, sự quan trọng trong việc dành thời gian cho gia đình... và nhiều chuyện khác nữa.

Mặc dù vậy, bất chấp những khác biệt có thể có giữa đôi bên, tôi vẫn tin rằng hầu hết các mối quan hệ có được sau hôn

42. Tôn trọng cha mẹ vợ (hoặc chồng)

nhân đều có khả năng phát triển trong yêu thương và kính trọng.

Bí quyết để tạo quan hệ tốt với hầu hết mọi người trong trường hợp này vẫn là biết giữ thái độ trân trọng. Cho dù chắc chắn có nhiều khác biệt trong những vấn đề mà bạn phải đối phó, thì một thái độ trân trọng sẽ giúp bạn có thể đánh giá đúng những khác biệt đó, thay vì là luôn luôn phản kháng lại.

Một điều rất dễ bị quên đi là, nếu bạn yêu thương vợ (hoặc chồng) mình, bạn phải biết ơn cha mẹ vợ rất nhiều. Không có sự sinh thành, nuôi dưỡng của họ, bạn hẳn đã kết hợp với một người nào khác, hoặc phải sống cô đơn. Hầu như trong mọi trường hợp, cha mẹ vợ của bạn (hoặc một trong hai người) đã phải vất vả để nuôi lớn người mà ngày nay là vợ (hoặc chồng) của bạn. Vì vậy, cho dù bạn có nghĩ gì đi chăng nữa, những người đó vẫn giữ một vai trò quan trọng trong sự trưởng thành của người bạn đời của bạn.

Mỗi khi nảy ra ý nghĩ phê phán quy trách nhiệm kiểu như: "Thảo nào mà vợ (hoặc chồng) mình lại chẳng xấu đến thế." hãy nhớ rằng, điều ngược lại cũng sẽ đúng. Nếu bạn quy lỗi cho cha mẹ vợ về những lỗi lầm của vợ, thì đồng thời cũng phải biết ơn họ về những phẩm chất tốt đẹp của cô ấy nữa. Thêm vào đó, nếu bạn có con, một phần thể chất của chúng cũng có những yếu tố di truyền từ họ. Không có phần góp sức của họ, các con bạn hẳn là không thể giống như ngày nay. Nếu bạn nghĩ rằng các con mình ngoan ngoãn đáng yêu - và ai mà không nghĩ thế chứ? - thì một phần của sự ngoan ngoãn đáng yêu đó có được là từ cha mẹ vợ (hoặc chồng) của bạn.

Hãy tin tôi, tôi không phải là loại người tránh né thực tiễn đời sống, để rồi mang ảo tưởng là mọi cái đều tốt đẹp. Tôi thừa nhận là mọi quan hệ đề cập ở đây đều có những khó khăn nhất định, cũng giống như rồi một lúc nào đó giữa tôi với con rể trong tương lai (điều chắc chắn sẽ đến thôi). Tuy nhiên, hãy xem bạn có được những chọn lựa nào? Bạn có thể tiếp tục than phiền về cha mẹ vợ (hoặc chồng), đưa ra những lời bông đùa châm chọc tệ hại về những khó khăn trong quan hệ với họ, và ao ước sao cho họ có thể thay đổi khác đi; hoặc thay vì vậy, bạn có thể bắt đầu quên đi những điểm đáng bực mình từ phía họ, và chú ý nhiều đến khía cạnh rằng đó là những người mình thật sự phải mang ơn. Đây là một quyết định không khó khăn gì lắm. Hãy cố giữ tấm lòng biết ơn và tôi đoan chắc là bạn sẽ có thể hoàn thiện rất đáng kể những mối quan hệ này.

43. Những trạng thái tâm lý

Trạng thái tâm lý là một trong những sự thật khó hiểu không thể tránh khỏi, và đôi khi khá bực mình trong cuộc sống. Tuy nhiên, một sự hiểu biết về các trạng thái tâm lý có thể giúp bạn thay đổi được rất nhiều các trường hợp, mà nếu không khéo có thể là sẽ gây ra lắm điều khó chịu, và cũng giúp cho cuộc sống của bạn trở nên êm ả hơn, dễ thu xếp hơn.

Trạng thái tâm lý cũng giống như là một kiểu "thời tiết nội tâm" thay đổi liên tục. Và cùng với những thay đổi trong tâm trạng chúng ta là những nhận thức khác nhau về cuộc sống. Nói chung, khi chúng ta ở trong những tâm trạng tốt, hay một trạng thái tâm lý tốt, thì cuộc sống thường là rất tốt đẹp. Bất kể là có bao điều khiếm khuyết, bạn vẫn thấy biết ơn gia đình và cuộc sống hiện tại. Trong phần lớn các trường hợp, bạn chấp nhận cuộc sống như thực tế và thực hiện mọi nỗ lực, cố gắng để tận dụng tốt nhất những gì hiện có. Những khó khăn dường như không bao giờ đưa đến bí lối, và những giải pháp tốt đẹp dường như tự tìm đến với bạn một cách khá dễ dàng. Bạn cảm thấy thật may mắn vì mình đã có được một gia đình và một mái nhà êm ấm để sống trong đó. Nếu bạn có được một khu vườn, bạn sẽ say mê với vẻ đẹp của nó.

Trong tâm trạng tốt đẹp, bạn yêu thương con cái và vợ (hoặc chồng) mình. Bạn tự hào về cuộc sống chung hòa hợp và tình yêu thương như thấm đẫm trong cuộc sống gia đình. Bạn thực hiện tất cả những trách nhiệm, bổn phận một cách đầy đủ và vượt qua hết những chuyện bực mình hằng ngày phải đối mặt. Nếu có ai phê phán, chỉ trích, bạn cũng chỉ cười nhận và biết rằng lời chỉ trích ấy tất nhiên phải có cơ sở nào đó. Nói tóm lại, bạn giữ vững được triển vọng tốt đẹp cho mình và một tâm trạng vui vẻ, tận hưởng một cách hoàn hảo nhất những gì đến từ cuộc sống.

Tuy nhiên, trong tâm trạng suy sụp thì cũng với cùng những điều kiện và hoàn cảnh tương tự như thế trong cuộc sống, mọi việc sẽ khác đi rất nhiều. Mọi thứ đều trở nên nghiêm trọng và thúc giục. Bạn có rất ít sự kiên nhẫn hoặc khả năng tha thứ cho những gì khiếm khuyết. Thay vì biết ơn cuộc sống, bạn lại thường muốn than phiền và nghĩ nhiều đến những mặt không hoàn thiện của nó. Mặc dù bạn rất yêu thương con cái, nhưng bạn dễ dàng thấy khó chịu và bực bội vì sự quan tâm mà chúng đòi hỏi và những khó khăn trong việc chăm lo cho quá nhiều những nhu cầu của chúng. Căn nhà của bạn dường như trở nên một gánh nặng hơn là một điều may mắn mà bạn có được. Bạn nhận ra và suy nghĩ nhiều về những khuyết điểm của vợ (hoặc chồng) mình và quy lỗi về mọi việc xảy ra trong gia đình. Khi có gì đó trong nhà hư hỏng hoặc đổ vỡ, bạn quan trọng hóa vấn đề lên quá mức và nhắc đến luôn luôn. Tất cả mọi chuyện dường như đều trở thành vấn đề và đều là gánh nặng. Nói tóm lại, bạn cáu gắt với những chuyện vặt vãnh theo một cách rất quá đáng.

Hãy nghỉ ngơi thư giãn. Trong một chừng mực thế này hoặc thế khác, tất cả chúng ta đều mắc phải những điều này. Từ một khía cạnh nào đó, trạng thái tâm lý của chúng ta là nguồn gốc của mọi vấn đề, chứ không phải là kết quả ảnh hưởng từ sự việc. Tâm trạng của chúng ta quyết định cách mà chúng ta nhìn và cảm nhận cuộc sống. Khi tâm trạng được cải thiện, cuộc sống sẽ dường như tốt hơn lên. Khi tâm trạng suy sụp xuống, cuộc sống dường như tệ hại và khó khăn hơn nhiều. Một lần nữa, để có thể hiểu rõ thêm các trạng thái tâm lý của bạn là quan trọng đến mức nào, hãy lưu ý việc cuộc sống của bạn có thể khác biệt đi như thế nào, ngay cả chỉ trong thời gian giờ trước và giờ sau, tùy thuộc vào tâm trạng của bạn.

Vấn đề rất đơn giản là, biết cách nhận ra và chấp nhận những thay đổi trong tâm trạng của bạn có thể tạo được những khác biệt lớn trong phẩm chất cuộc sống của bạn, và làm giảm đi đáng kể những phản ứng quá khích. Điều quan trọng là phải chấp nhận một thực tế, việc thay đổi tâm trạng là một sự thật trong cuộc sống, và hiểu được những điều không thể nào tránh được khi bạn đang ở trong tâm trạng xấu. Hãy nhớ rằng, sự thật thì không phải chính bản thân cuộc sống có thể thay đổi tồi tệ đi chỉ trong vài giờ qua, mà chính là sự thay đổi đến từ tâm trạng của bạn.

Sự chấp nhận như thế có thể mang lại cho bạn những triển vọng tốt đẹp. Bạn có thể biết trước là mọi việc sẽ hiện ra theo hướng tệ hại khi tâm trạng bạn đang xấu đi. Sự dự đoán này cho phép bạn giảm bớt căng thẳng đối với những việc đang quấy nhiễu bạn. Bạn cũng biết rằng mọi chuyện đến từ nơi một tâm trạng không tốt, mà không thể quy lỗi cho cuộc sống hoặc cho gia đình mình về những vấn đề đang gặp phải.

Hãy nhớ rằng, nếu có điều gì đó thật sự tạo ra cảm giác xấu cho bạn, điều đó hẳn đã thường xuyên gây ra tác dụng xấu này. Tuy nhiên, rõ ràng chẳng có điều gì có thể quy cho như vậy cả. Sự thật là, hầu hết những gì khiến bạn phải bận tâm nhiều trong một trạng thái tâm lý xấu, cũng chính là những gì mà bạn có thể dễ dàng vượt qua trong một trạng thái tâm lý tích cực hơn.

44. Tách biệt công việc ra khỏi tất cả

Cũng giống như hàng triệu người khác, và cho dù là đã có hẳn một văn phòng làm việc riêng biệt, tôi cũng vẫn phải làm rất nhiều công việc ở tại nhà. Trong thực tế, những dòng chữ bạn đang đọc đây được viết ở phòng làm việc tầng trên trong nhà của tôi, khi mặt trời còn chưa mọc.

Không điều gì có thể dễ dàng dự báo trước hơn là những căng thẳng mà bạn sẽ tự tạo ra cho mình nếu bạn không tách biệt được công việc của bạn ra khỏi mọi thứ khác trong cuộc sống.

Khi bạn dự tính làm việc tại nhà, nếu có thể được nên có một đường dây điện thoại riêng và một phòng làm việc riêng biệt. Tôi đã từng nghe nhiều người nói, "Không cần thiết đến mức phải bỏ chi phí cho một đường dây điện thoại riêng biệt." Điều mà họ không lưu ý đến là việc nhiều người rất bực mình trong công việc khi gọi đến cho ai đó, và gặp người trả lời điện thoại không phải là người mình cần gặp trong công việc. Lấy ví dụ như, mặc dù là một người khá dễ tính, tôi vẫn phải thấy bực mình khi tìm cách liên lạc với một người - người mà tôi đang sắp chi tiền cho về một dịch vụ nào đó - và rồi gặp một đứa bé trả lời điện thoại, hoặc một người vợ vốn chẳng biết gì mấy về công việc mà tôi đang cần. Tôi thường băn khoăn về việc, liệu rồi bản thân người ấy có sẽ nhận được lời nhắn của tôi hay không? Đôi khi, điều dễ dàng hơn là quay sang tìm một người khác - tất nhiên là người đã có cố gắng để việc liên lạc của tôi, một khách hàng, đến với họ được dễ chịu hơn. Điều rất có thể xảy ra là bạn sẽ bị mất dần khách hàng, hoặc là những mối quan hệ trong tương lai, chỉ vì việc dùng chung dây điện thoại cho quan hệ riêng tư lẫn lộn với quan hệ công việc. Trong hầu hết các trường hợp, việc mất đi một khách hàng có thể đáng giá nhiều hơn là chi phí bạn phải trả cho đường dây điện thoại trong một tháng.

Nhưng ngoài vấn đề điện thoại ra, còn có yếu tố tổ chức nữa. Bạn càng tách biệt được công việc ra khỏi sinh hoạt gia đình, bạn càng tránh được nhiều những mất mát hoặc lầm lẫn. Bạn sẽ có thể biết được nơi đâu để tìm ra cuốn sổ ghi chú ngày tháng của mình, hoặc các dự án, các số điện thoại... và các thông tin quan trọng khác. Mọi việc không còn dễ dàng trở nên lẫn lộn nữa. Bạn sẽ nghĩ đến nơi làm việc của mình chỉ thuần túy là nơi làm việc, và như thế, căn nhà của bạn sẽ là nơi để bạn vui sống. Bạn sẽ cảm thấy mình tổ chức mọi thứ có trật tự hơn và bớt được nhiều căng thẳng.

Khi bạn lẫn lộn nơi làm việc của mình với sinh hoạt gia đình - ví dụ như dùng chung đường dây điện thoại, vất giấy tờ lung tung trong nhà, làm việc trong nhiều phòng khác nhau... - bạn sẽ có khuynh hướng có những cuộc gọi điện thoại cho quan hệ xã hội, và làm những việc khác không liên quan đến công việc thật sự, hơn là khi bạn đã giữ được cho mọi thứ đều tách biệt. Lý do để hiểu được việc này là rất rõ ràng - giống như bạn vẫn quen gọi cho bạn bè từ phòng khách, hay dọn dẹp các thứ khi ở trong nhà bếp. Tuy nhiên, khi tách riêng mọi thứ ra khỏi công việc, bạn sẽ làm việc hiệu quả hơn và bớt tiêu phí thời gian hơn.

Tôi đã biết cách giữ cho công việc tách rời khỏi tất cả mọi thứ khác. Các con tôi không được phép chơi trên máy vi tính của tôi, cũng không được đụng đến các tập hồ sơ hay dùng máy fax của tôi. Kết quả của việc cố gắng tách biệt mọi thứ như vậy là, không những tôi làm việc hiệu quả hơn, mà còn giảm rất nhiều căng thẳng hơn là trước đây, khi tôi để lẫn lộn công việc với sinh hoạt gia đình. Tôi đoán là, nếu bạn cũng thử nghiệm giải pháp này một lần, bạn sẽ giảm đi rất đáng kể khuynh hướng cáu gắt với những chuyện vặt ở nhà, bởi vì bạn sẽ ít lo lắng hơn về những hậu quả của việc lẫn lộn công việc với sinh hoạt trong gia đình. Và giờ đây, khi viết xong chương sách này, tôi sẽ xuống tầng dưới nhà để xem lũ trẻ đang làm gì dưới đó.

45. Khi yêu thương hãy chấp nhận mọi thứ

Điều đáng buồn, nhưng hầu như trong rất nhiều trường hợp những người mà chúng ta yêu thương với những đòi hỏi khe khắt nhất, lại chính là những người mà ta yêu thương nhiều nhất. Nói cách khác, trong khi chúng ta hoàn toàn có thể bỏ qua hoặc xem như không có đối với những khuyết điểm hoặc phong cách riêng tư của một người hoàn toàn xa lạ, thì lại khó mà có thể làm được như vậy với con cái hoặc vợ, chồng mình.

Điều này được tôi chú ý đến là nhờ một người bạn thân. Cô này nhận thấy tôi đặt những điều kiện mong đợi quá cao nơi hai đứa con gái, và vì thế nói với tôi rằng: "Tôi thấy dường như là trong mọi khía cạnh về việc chăm sóc con cái anh đều tốt cả, nhưng anh có nhận biết một điều là, nhìn chung có vẻ như anh nghĩ rằng các con anh luôn luôn phải năng động và vui vẻ?" Và cô ấy tiếp tục hỏi tôi: "Anh có thể tưởng tượng là phải khó khăn đến mức nào để sống đúng theo cách nghĩ như vậy của anh không?" Câu hỏi này như một cú đánh mạnh vào đầu tôi. Nhận xét của cô bạn có làm tôi hơi tự ái một chút, nhưng đáng ngạc nhiên là nó thật chính xác. Và hóa ra đây lại là một sự soi sáng quan trọng mà đã giúp ích cho tôi rất nhiều.

Cô bạn tôi hoàn toàn đúng. Trong hầu hết mọi chuyện, tôi luôn chấp nhận việc đa số mọi người không phải bao giờ cũng được hạnh phúc vui vẻ. Tôi tin là tôi đã rất hoàn hảo trong việc chấp nhận được bản chất thực tế của hết thảy mọi người. Tuy nhiên, tôi lại có một thói quen xấu là phản ứng thất vọng đối với chính các con tôi, hầu như bất cứ khi nào mà chúng bày tỏ một trạng thái cảm xúc nào đó khác hơn là sự vui vẻ.

Điều mà tôi đã nhận biết được là, giống như hầu hết mọi người, tôi cũng đặt những điều kiện mong đợi khe khắt nhất lên những người mà tôi yêu thương nhất. Hãy thử nghĩ đến một ví dụ rất rõ nét như thế này: Giả sử có một người hàng xóm đến chơi và làm đổ ly sữa trên sàn nhà, hẳn là bạn sẽ nói: "Ồ, đừng quan tâm chuyện ấy, để rồi tôi sẽ làm sạch thôi." Tuy nhiên, nếu một đứa con của bạn cũng mắc lỗi y hệt như thế, liệu bạn có phản ứng giống hệt như vậy chăng? Hay là bạn sẽ bộc lộ thái độ thất vọng, tức tối, bực dọc? Dù vậy, chính đứa con bạn mới là người mà bạn yêu thương với cả tấm lòng - không phải người hàng xóm.

Hoặc là, bạn có thể hoàn toàn chấp nhận được những thói tật vô hại của một người bạn đến chơi, nhưng lại cảm thấy như muốn nổi khùng lên với những thói tật nào đó của vợ (hoặc chồng) mình, mặc dù chúng có thể là hoàn toàn tương tự như nhau.

Tôi không muốn đi sâu quá nhiều vào mặt phân tích ở

đây về lý do cho những chuẩn mực lệch lạc như vừa nói. Tôi tin rằng điều quan trọng nhất lại là việc chúng ta nhận ra được khuynh hướng của chính mình trong việc đặt ra những điều kiện mong đợi cực kỳ khe khắt đối với những người thân yêu nhất của mình, và vì thế bắt đầu yêu thương mà ít đòi hỏi hơn.

Trong trường hợp của tôi, điều có ích nhất là tập thói quen luôn nhớ rằng mọi người bao giờ cũng khác biệt nhau trong cách bộc lộ ra bên ngoài của họ - bao gồm cả các con tôi. Tôi cần phải biết tôn trọng các con tôi và cách sống của chúng, giống như tôi đã biết cố gắng tôn trọng tất cả mọi người khác. Và bạn có biết không? Điều này thật sự mang lại hiệu quả. Tôi tin là các con tôi đều cảm nhận được nỗ lực chân thành của tôi trong việc trở nên ít phê phán hơn và yêu thương một cách không đòi hỏi. Và tôi cũng cảm nhận được một tình yêu thương tương tự như thế từ các con tôi.

Nếu bạn đặt một ưu tiên hàng đầu cho việc chấp nhận mọi thứ từ những người bạn yêu thương nhất, tôi tin là bạn sẽ được tưởng thưởng xứng đáng bằng chính tình yêu thương mà bạn mang lại tràn ngập trong gia đình.

46. Những thói tật nhỏ nhặt

Trong một mức độ nào đó, không có gì đáng ngạc nhiên khi những người cùng sống chung với bạn đôi khi làm bạn phát khùng lên vì những thói tật nhỏ nhặt của họ. Bạn quá quen với cách ăn uống, sử dụng các món đồ dùng, cách hít thở, vuốt tóc, rung chân... hay bất cứ chuyện gì khác nữa. Nói cho cùng, điều thông thường là bạn bao giờ cũng có rất nhiều cơ hội để gần gũi với những người sống chung trong gia đình hơn là với bất kỳ ai khác. Vì thế mà bạn cũng có nhiều điều kiện hơn để tiếp xúc và trở nên quen thuộc với những thói tật và phong cách riêng của những thành viên trong gia đình hơn là với mọi người khác. Dần dần, bạn có thể chờ đợi trước, hoặc thậm chí là dự báo được những thói tật của họ. Và một khi chúng thật sự xảy ra, bạn có khuynh hướng bực mình.

Hãy nhìn nhận sự thật. Không có một con người bằng xương bằng thịt nào mà lại không có một hay nhiều thói tật đáng bực mình. Bản thân tôi cũng có quá nhiều đến nỗi tôi sẽ rất bối rối nếu phải đem phô bày với bạn. Và nếu như bạn hết sức trung thực, tôi dám cá là bạn cũng sẽ thừa nhận một vài thói tật nào đó của mình. Nhưng, bất chấp tất cả những thói tật vô hại này, bạn vẫn có thể là một con người tuyệt vời với bao nhiêu phẩm chất tốt đẹp khác. Tôi cũng rất muốn nghĩ rằng mình được xếp vào loại con người như thế.

Vấn đề ở chỗ là, tất cả chúng ta đều là con người. Cho dù bạn sống một mình và chỉ phải đối mặt với những thói tật của chính mình (hay có thể là của những con vật bạn nuôi trong nhà), hoặc là bạn có vợ (hoặc chồng) và thật nhiều con cái, với hàng tá những thói tật mà bạn phải hài lòng chấp nhận một cách đều đặn mỗi ngày, thì tất cả chúng ta đều giống nhau ở điểm này. Đã là con người là tất nhiên phải có những thói tật nhất định. Chuyện thường thôi!

Nhiều người dễ dàng bực mình với chính những thói tật của bản thân họ, và của những người khác trong gia đình. Họ chú ý vào đó và luôn mong muốn sao cho chúng biến mất đi. Họ chia sẻ sự thất vọng của họ với những người bạn thân nhất. Nhưng, thử đoán xem mọi việc sẽ thế nào? Khả năng mà những thói tật này có thể biến đi cũng giống như khả năng mong ước tôi được giải vô địch quần vợt Wimbledon

46. Những thói tật nhỏ nhặt

vậy - nghĩa là không bao giờ. Chấp nhận rằng, họa hoằn lắm cũng có người vượt qua, xóa bỏ hay thay đổi được một tật xấu nào đó của mình. Nhưng điều này cực kỳ hiếm hoi, và trong hầu hết các trường hợp, rất khó xảy ra.

Hãy suy nghĩ điều này, nếu bạn mang các thói tật bực mình nào đó của vợ mình ra giải bày cùng một người bạn thân, liệu bản thân người ấy có tránh khỏi một vài điều bực mình tương tự khác chăng? Hơn thế nữa, có bao giờ bạn nghĩ rằng bạn bè của mình thỉnh thoảng cũng mang những khuyết điểm vụn vặt của mình ra thảo luận với những người bạn khác chăng?

Bạn thật sự chỉ có hai khả năng chọn lựa đối với các thói tật nhỏ nhặt phải tiếp xúc hằng ngày. Hoặc là bạn tiếp tục chỉ trích, và khó chịu, bực dọc với những thói tật nhỏ nhặt đang hiện hữu trong gia đình bạn. Hoặc là bạn có thể chọn nhìn vào khía cạnh vô hại và tính khôi hài, mà gần như là tính chất chung của mọi thói tật. Nói cho cùng, chẳng ai lại muốn có những thói tật vụn vặt trong tính cách chung của con người mình - chắc chắn là chúng ta chẳng bao giờ khởi sự tạo ra chúng. Chúng dần dần được phát triển một cách tự nhiên, không cố ý và tiếp tục tồn tại hoàn toàn do thói quen. Thêm vào đó, điều quan trọng cần ghi nhớ là, nếu bạn có dự tính sẽ sống chung cùng ai khác, chẳng bao lâu rồi người ấy nhất định cũng sẽ bộc lộ nhiều thói tật. Và ai mà biết được? Có khi chúng còn đáng bực mình hơn nhiều so với những thói tật mà hiện nay bạn đang buộc phải chịu đựng.

Tại sao chúng ta lại không quyết định ít quan tâm hơn đến những thói tật vụn vặt? Làm được như vậy là một sự giảm nhẹ đáng kể. Bạn sẽ không còn phải tốn hao tâm lực để lưu tâm đến sự khó chịu của mình như thế nào - và chính vì đó mà cảm thấy những ảnh hưởng bực dọc, khó chịu. Và bạn sẽ nhận ra rằng, khi bạn rộng lòng tha thứ và dễ chấp nhận hơn với mọi người khác, sẽ dễ dàng hơn nhiều để bạn có thể dễ dãi với chính mình hơn. Bởi vậy, hãy bắt đầu ngay từ hôm nay, bất kỳ những chuyện vặt vãnh nào trong gia đình mà có thể đang làm cho bạn bận tâm, hãy quên chúng đi. Và kết quả tất nhiên là, bạn sẽ hạnh phúc hơn nhiều.

47. Đừng nhấn mạnh sự bận rộn

Việc nhấn mạnh thái quá về sự bận rộn của mình ngày nay đã trở thành một thói thời thượng, gần như là một kiểu phản xạ tức thì. Trong thực tế, khi có ai đó hỏi: "Lúc này bạn làm ăn thế nào?", tôi đoán rằng một trong những câu trả lời được phổ biến nhất có lẽ là: "Ồ, tôi bận lắm." Khi tôi viết về giải pháp này, tôi cũng phải thừa nhận là, đôi khi tôi cũng không thoát khỏi khuynh hướng không hay này như bao nhiêu người khác. Tuy nhiên, tôi đã nhận ra và bắt đầu hiểu rõ hơn điều này, nên càng ngày càng bớt nhấn mạnh vào sự bận rộn của chính mình. Và kết quả là tôi cảm thấy tốt hơn rất nhiều.

Sự việc gần như thể là chúng ta trở nên thoải mái hơn sau khi đã có dịp khẳng định với người khác rằng bản thân chúng ta cũng rất bận rộn không kém ai. Tối hôm qua, trên đường từ chỗ làm về nhà và ghé qua một hiệu tạp hóa, tôi đã chứng kiến hai cặp bạn bè chào hỏi nhau. Người thứ nhất nói: "Chào bạn, Chuck, dạo này công việc thế nào?" Người bạn tên Chuck thở phì thành tiếng và nói: "Rất bận. Còn anh thế nào?" Người kia đáp lại: "Ồ, tôi cũng thế. Đang làm việc căng lắm."

Thế rồi, chừng như mọi khách hàng trong cửa hiệu đều biết là tôi đang chuẩn bị để viết quyển sách này, hai người

47. Đừng nhấn mạnh sự bận rộn

đàn bà khác giúp thêm dữ kiện cho tôi ngay sau đó. Chưa đầy mấy giây đồng hồ tiếp theo, ở một góc chéo tầm mắt, tôi nghe một người đàn bà nói với người khác: "Grace, rất mừng được gặp chị. Mọi chuyện ra sao rồi?" Grace đáp lại bằng cách nhún vai một cách phô trương và nói: "Tốt lắm, nhưng thật sự rất bận." Và theo sau nữa là một câu lịch sự và rất có vẻ thật tình: "Còn chị thế nào?" Câu trả lời là: "Chị biết mà, vẫn bận rộn như mọi khi thôi."

Rất dễ có khuynh hướng bắt đầu vào một câu chuyện trò bằng cách như trên, bởi vì sự thật là hầu hết chúng ta đều rất bận. Thêm nữa, nhiều người cho rằng nếu họ không bận rộn thì họ sẽ chẳng có chút giá trị gì trong xã hội. Một số người thậm chí còn muốn rằng mức độ bận rộn của mình phải là hơn cả những người khác nữa. Tuy nhiên, vấn đề là ở chỗ, những đối đáp nhấn mạnh vào sự bận rộn như thế nào của chúng ta lại thường trở thành chủ đề cho câu chuyện trao đổi tiếp theo đó. Và nó lại tiếp tục đặt sự nhấn mạnh lên khía cạnh bận rộn bằng cách gợi nhớ cho cả đôi bên về việc cuộc sống căng thẳng và phức tạp đến như thế nào. Và như vậy, cho dù sự thật là bạn đang có được một vài giây phút để thoát khỏi sự căng thẳng của đời sống bằng cách chân tình chào hỏi một người bè bạn quen biết, bạn lại chọn dùng chút thời gian ít ỏi này để tiếp tục nhấn mạnh và gợi cho chính mình nhớ lại sự bận rộn đến như thế nào!

Cho dù là cách trả lời của bạn có phần nào thành thật, nhưng nó gây hại cho bạn - và người đối diện nữa - vì nó nhấn mạnh thêm cảm giác bận rộn. Sự thật là bạn có bận rộn, nhưng đó không phải là tất cả. Bạn cũng còn là một con người lý thú với bao nhiêu là phẩm chất tốt đẹp khác ngoài sự bận rộn. Sự thật là rất nhiều người trong chúng ta nhấn mạnh vào sự bận rộn của mình với người khác không hoàn toàn là cần thiết, mà chỉ là một thói quen vô tình mắc phải. Chúng ta có thể thay đổi thói quen này bằng cách đơn giản là nhận rõ nó và thử tìm những chọn lựa khác.

Tôi nghĩ là bạn sẽ rất ngạc nhiên khi nhận ra mình được thư giãn hơn biết bao nhiêu chỉ riêng bằng vào việc thay đổi những lời chào hỏi, nhận xét với những người bạn gặp gỡ hay nói chuyện qua điện thoại. Như một cách thử nghiệm, bạn hãy cố tránh hoàn toàn những mẩu chuyện đề cập đến sự bận rộn của mình trong vòng một tuần lễ. Có thể là khó đấy, nhưng rất đáng bỏ công làm. Bạn sẽ nhận ra được rằng, cho dù vẫn bận rộn như mọi khi, nhưng bạn đã bắt đầu cảm thấy ít bận rộn hơn. Bạn cũng sẽ nhận ra rằng, khi bạn không nhấn mạnh vào sự bận rộn như thế nào của mình nữa, người nói chuyện với bạn cũng sẽ cảm nhận được sự tán thành của bạn trong việc ít nhấn mạnh hơn đến sự bận rộn của họ, giúp cho chính họ cũng bớt căng thẳng hơn đôi chút, và còn có thể tạo điều kiện dễ dàng cho câu chuyện phát triển theo những hướng tốt đẹp hơn và thư giãn hơn cho cả hai. Vì thế, lần tới đây có ai hỏi bạn về công việc lúc này thế nào, có thể trả lời sao cũng được, nhưng loại trừ đi câu "Tôi rất bận." Rồi bạn sẽ hài lòng khi làm được điều này.

48. Dễ dãi hơn với những người hàng xóm

Điều rất dễ dàng là thấy khó chịu với những người hàng xóm. Nói cho cùng, hầu hết chúng ta đều sống kế bên, hay ít nhất là cũng rất gần, với những người khác. Chúng ta nghe thấy tiếng những người hàng xóm qua các vách tường, hay bên kia bờ rào, gặp họ thường xuyên, và có nhiều cơ hội để chứng kiến một số trong những thói quen dễ gây bực mình nhất của họ. Chúng ta phải đối mặt với những con thú nuôi của họ, sự bề bộn, những thùng

48. Dễ dãi hơn với những người hàng xóm

đựng rác, và cả tiếng ồn của họ nữa. Đôi khi chúng ta phải nhìn thấy cái sân nhà dơ nhớp, hay những bãi cỏ không cắt xén. Chúng ta buộc lòng phải nhìn thấy những công việc xây dựng dở dang trong nhà họ, những vạt cỏ dại, những bờ rào chỉ sơn phết được nửa chừng. Thậm chí, đôi lúc chúng ta còn phải nghe cả những trận cãi nhau hay nhiều thứ khác mà có thể là họ cũng không muốn chúng ta nghe được. Liệu có gì đáng ngạc nhiên khi mà có một số người hàng xóm dường như không thể nào chịu đựng lẫn nhau?

Nếu bạn thường cáu lên vì những chuyện vặt với người hàng xóm của mình, bạn rất có thể đi đến chỗ phát khùng, bởi vì sẽ có rất nhiều chuyện vặt với những người hàng xóm để mà tranh cãi.

Cách tốt nhất để giữ gìn sự tỉnh táo của bạn là nhớ trong đầu một chuyện gì đó mà bạn không muốn nghe đến hay thừa nhận. Tuy nhiên, điều quan trọng là phải nhớ rằng những người hàng xóm cũng có những khó chịu giống như ta - họ cũng phải đối mặt với chúng ta vậy! Tôi còn dám chắc rằng, từ cách nhìn của họ, chúng ta cũng là những người khó chơi - thậm chí còn khó chơi hơn cả họ nữa.

Nếu bạn luôn nghĩ rằng bạn đúng và khăng khăng cho rằng những người hàng xóm của bạn là khó khăn, trong khi chính bạn mới là một người hàng xóm hoàn hảo, sẽ rất khó mà thuyết phục bạn nghĩ theo hướng khác đi. Tuy nhiên, nếu bạn có thể tưởng tượng đổi ngược lại vai trò giữa bạn và những người hàng xóm ấy, chỉ trong đôi phút, và cố gắng nhìn mọi việc từ góc nhìn của họ, điều đó có thể sẽ giúp bạn bớt căng thẳng đôi chút.

Thông thường, khi người ta thuê một căn hộ hay mua được một căn nhà, họ bao giờ cũng nghĩ (và cũng công bằng thôi) rằng mình đã hy sinh lâu dài và khó nhọc, và xứng đáng được sống ở đó theo như cách mình đã chọn. Nếu bạn trung thực, hẳn bạn sẽ nhận là mình cũng suy nghĩ vậy. Những điều khó nghe nhất đối với một người có lẽ là khi một người hàng xóm cố nói cho họ biết rằng cái sân của họ phải nên như thế nào, rằng con chó của họ cần phải bớt làm ồn hơn, hay bản thân họ cần nhỏ giọng đi sau 10 giờ đêm.

Điều quan trọng là cần đặt bản thân mình vào vị trí của những người hàng xóm. Cố gắng có những cảm thông với hoàn cảnh của họ. Điều này không có nghĩa là bạn cần phải thụ động và để mặc cho họ lạm dụng bạn theo bất cứ cách nào họ muốn - hoặc những yêu cầu của bạn là không hợp lý và bạn không nên cố gắng làm mọi thứ để thay đổi những gì thật sự quan trọng. Tuy nhiên, đề xuất này có nghĩa là bạn cần cân nhắc, chọn lựa những tranh luận của mình một cách hết sức thận trọng. Bạn có thể biết cách bất đồng ý kiến với những chuẩn mực nào đó của một người hàng xóm mà không cần thiết phải cáu gắt, bực dọc. Bạn cũng có thể biết giao tiếp với họ theo cách cởi mở mà tự mình cũng không thấy khó chịu hay bối rối. Và khi bạn làm như thế, bạn sẽ khám phá ra rằng một đa số rất nhiều người hàng xóm cũng có những điểm giống như bạn. Hầu hết mọi người đều muốn sống trong sự hòa thuận và tôn trọng lẫn nhau. Vấn đề là, có nhiều người đã trải qua những kinh nghiệm sống không tốt đẹp với hàng xóm, và rồi tiếp cận với mọi người hàng xóm khác, và những xung đột liên quan, theo một cung cách tự bảo vệ mình. Trong thực tế thì điều này có nghĩa là họ luôn tìm kiếm những lý do nào đó để không tin cậy hoặc bất đồng với bạn. Họ luôn trong tư thế tự vệ, sẵn sàng gây chiến. Nếu bạn có một dấu hiệu nào đó phù hợp với định kiến của họ, họ sẽ nhanh chóng trở nên rất khó khăn và khe khắt.

Nếu chính bạn, hay những người hàng xóm của bạn, rơi vào trường hợp nêu trên, điều tốt nhất mà bạn có thể làm là hãy cố gắng để khơi dậy những gì tốt nhất từ những người hàng xóm của mình, thay vì là những gì tồi tệ nhất. Mở rộng

48. Dễ dãi hơn với những người hàng xóm

lòng ra và cố gắng tìm một điểm khởi đầu mới mẻ. Hãy xem bạn có thể làm được gì để hoàn thiện mối quan hệ này. Hãy làm người đến trước trong việc khởi sự xây dựng quan hệ hòa thuận. Chẳng hạn, mời người hàng xóm của bạn sang uống một tách cà phê. Tự đặt cho mình những câu hỏi như: "Tôi có thể làm được gì để cho mối quan hệ này tốt hơn đôi chút?" và "Tôi có làm điều gì tạo thêm rắc rối trong quan hệ này không?" Bạn không thể thay đổi những người hàng xóm của mình, nhưng bạn có thể thay đổi chính hành động của bạn.

Một cách nữa để dễ dãi hơn với những người hàng xóm của bạn là hãy cố đừng chú ý đến những thói quen có thể gây bực mình của họ, mà là vào những điều tốt đẹp họ làm. Lấy ví dụ, bạn rất dễ quen chú ý đến một buổi tiệc vui không thường xuyên kéo dài quá khuya của một thiếu niên con nhà hàng xóm, nhưng lại hoàn toàn quên đi rằng hầu hết những thời gian khác trong năm, cũng gia đình này, thường rất yên tĩnh. Đây chính là dịp tốt để áp dụng việc không cáu gắt với những chuyện vặt. Thường thì điều rất dễ làm là sang ngủ một phòng khác, hoặc nhét nút tai vào để khỏi nghe thấy tiếng ồn trong suốt thời gian bữa tiệc, nếu như bạn bị khó ngủ vì sự ồn ào. Và nếu như bạn thành thật, cũng chỉ mất chừng mười phút để dọn sạch bất cứ rác bẩn nào đó trong sân nhà nếu có. Điều tất nhiên vẫn thường xảy ra là có vài ba lần tiệc tùng trong một năm, thế thôi. Bằng cách dễ dãi hơn với những người hàng xóm của bạn, tôi nghĩ là rồi bạn sẽ thấy việc sống chung hòa hợp là dễ dàng hơn nhiều so với sự tưởng tượng của bạn trước đây.

49. Những khó khăn của người khác

Chúng ta đều biết rằng cuộc sống đôi khi có những lúc tưởng chừng như không thể chịu đựng nổi. Tuy nhiên, thấy biết và thừa nhận những nguyên nhân dẫn đến căng thẳng quá độ của chính mình thì dễ dàng hơn nhiều so với nhìn thấy được khó khăn của những người khác trong gia đình.

Lấy ví dụ như, nếu bạn làm việc ở sở làm và vợ (hoặc chồng) bạn ở nhà, rất dễ rơi vào khuynh hướng là bạn chỉ tập trung chú ý vào, và đề cập đến, những khó khăn trong một ngày làm việc của mình, mà thường giữ thái độ không quan tâm hoặc quên hẳn đi những khó khăn của vợ (hoặc chồng) mình.

Hoặc là điều ngược lại cũng có thể xảy ra. Bạn có thể chỉ bận tâm hoàn toàn vào việc chăm sóc cho lũ trẻ ở nhà khó khăn đến như thế nào, mà quên hẳn đi một thực tế là việc đi làm suốt ngày bên ngoài cũng đầy căng thẳng và khó khăn.

Điều thậm chí còn dễ xảy ra hơn nữa là không nhận thấy rằng trẻ con, hay thiếu niên cũng có những nỗ lực thật sự căng thẳng đối với chúng. Sự thật là khó mà hiểu được tại sao cuộc sống lại có vẻ như đầy thách thức đối với các thành viên nhỏ bé này của gia đình, nhưng điều đó không có nghĩa là chúng không có thật - hoàn toàn có đấy.

Bạn có thường nghe thấy câu này chăng: "Anh ấy không hiểu tôi." Đây là một phát biểu rất thường nghe thấy khi những người vợ nói chuyện với bạn bè về chồng của họ. Nhận xét tương tự như vậy lại càng thường nghe thấy hơn khi những đứa trẻ nói chuyện với bạn bè về cha mẹ của chúng. Đáng buồn là, có nhiều thành viên trong gia đình cảm thấy hoàn toàn cô độc, như thể chẳng có ai trong gia đình hiểu được họ.

49. Những khó khăn của người khác

Đây là một vấn đề có thể vượt qua khá dễ dàng. Giải pháp cho vấn đề là hãy trở nên biết cảm thông hơn và cố đặt mình vào địa vị của những thành viên khác trong gia đình - như chồng, vợ, con cái, cha mẹ hay anh chị em của mình. Cố tưởng tượng xem sẽ như thế nào nếu ở vào địa vị của vợ (hoặc chồng) mình, con cái, hay những thành viên khác nữa trong gia đình. Cố thử xem bạn có thể nào hiểu được những thách thức đặc biệt mà họ đang đối chọi. Tưởng tượng xem sẽ khó khăn đến mức nào khi ở vào địa vị của họ. Tôi đã hiểu ra rằng trong tất cả mọi trường hợp, bạn đều sẽ nhận biết được cuộc sống của họ thật ra không hoàn toàn dễ dàng như thoạt nhìn qua bên ngoài.

Tôi không muốn đề nghị là bạn bắt đầu thương hại các thành viên khác trong gia đình, hoặc nhấn mạnh quá đáng vào mọi khó khăn. Thay vì vậy, tôi đề nghị bạn hãy trở nên một người biết lắng nghe và cảm thông hơn với những người mà bạn yêu thương. Làm như vậy sẽ giảm nhẹ đi mức căng thẳng của chính bạn, vì nó nhắc nhở rằng bạn không hề đơn độc trong cuộc sống cam go này. Và điều này cũng giúp cho mọi người trong gia đình bạn đều được giảm đi sự căng thẳng. Thái độ nhìn nhận chân thành và quan tâm đối với những khó khăn của người khác là nguồn năng lực hàn gắn và an ủi, đặc biệt là khi nó đến từ những người mà bạn yêu thương.

Một trong những yếu tố chắc chắn nhất để mang hai thành viên trong gia đình lại gần với nhau hơn chính là cảm giác được cảm thông và được lắng nghe. Thay vì chỉ tập trung chú ý vào những khó khăn và gánh nặng của bản thân mình, hãy cố gắng cảm thông hơn với các vấn đề của người khác. Bạn sẽ ngạc nhiên khi thấy những cảm giác thân thiết quay lại với bạn, và bạn sẽ bớt đi rất nhiều những lần cáu gắt lên vì những chuyện vặt vãnh.

50. Đừng mang những cơn giận vào giấc ngủ

Tôi học được sự khôn ngoan này từ nơi cha mẹ tôi, và tôi đã đánh giá cao nó trong suốt cuộc đời. Trong thời gian tôi lớn lên, cái triết lý gia đình này đã cắt đứt, hoặc ngăn chặn ngay từ đầu, rất nhiều cuộc tranh cãi, nhiều buổi tối đầy nóng giận, và những cảm giác tồi tệ mà rất có thể đã phải kéo dài sang ngày sau đó, hoặc thậm chí còn lâu hơn nữa.

Vấn đề ở đây là, cho dù tất cả thành viên gia đình đều có thể có những khó khăn riêng, và những vấn đề để tranh cãi, nhưng không có vấn đề nào đến mức đáng để mang theo lên giường ngủ. Giải pháp này đảm bảo chắc chắn một điều là, bất kể chuyện gì đang xảy ra, bất kể ai là người có lỗi, hoặc là bạn hay những người nào khác trong gia đình đang giận dữ đến mức nào, có một giới hạn cuối cùng cho sự giận dữ, vào thời điểm đó tất cả mọi người trong gia đình đều đồng ý với nhau là sẽ buông bỏ hết, sẽ tha thứ, sẽ nhận lỗi và sẽ cho qua mọi chuyện. Không có ngoại lệ. Giới hạn đó, thời điểm đó chính là giờ đi ngủ.

Khi bạn đề ra một chủ trương tuyệt đối là không ai trong gia đình đi ngủ với cơn giận mang theo, điều này sẽ nhắc nhở bạn rằng yêu thương và sự tha thứ không bao giờ ở quá xa tầm tay. Nó khuyến khích bạn hãy nhân nhượng đi một chút, để làm người đầu tiên mở lối cho một cuộc đối thoại, một cái ôm siết chân tình, và giữ cho con tim luôn rộng mở. Khi bạn quyết định là sẽ không bao giờ mang những cơn giận vào giấc ngủ, điều này sẽ giúp bạn nhận ra sự vô tư trong cách cư xử của bạn cũng như của các thành viên khác trong gia đình. Nó giữ cho con đường giao tiếp giữa mọi người luôn rộng mở. Nó

50. Đừng mang những cơn giận vào giấc ngủ

nhắc nhở bạn rằng mọi người đang sống chung trong một gia đình, và bất chấp những rắc rối, những bất đồng, mọi người vẫn yêu thương, vẫn cần đến nhau và quý mến nhau. Việc quyết định rằng không bao giờ đi ngủ với tâm trạng giận dữ chính là một yếu tố sẵn sàng để giúp bạn khởi sự tốt đẹp lại mọi chuyện, bảo vệ bạn khỏi những căng thẳng, thù hằn và oán hận.

Có lẽ là dễ nhìn nhận sự quan trọng của giải pháp này hơn trong điều kiện không có nó. Không có một chủ trương chung của cả gia đình như thế, những tranh cãi và giận dữ sẽ gần như không có điểm chấm dứt. Sẽ không có ai đặt ra được một ranh giới, một loạt những quy luật để bảo vệ gia đình khỏi sự kéo dài của những cơn giận dữ không cần thiết. Không có một quy định cho điều ngược lại, mọi thành viên gia đình đều sẽ duy trì sự giận dữ của mình và đánh giá đúng việc làm đó.

Kris và tôi đã cố gắng rất nhiều để áp dụng quy định này trong gia đình chúng tôi. Cho dù chưa được hoàn hảo lắm, và đôi khi một hay nhiều người trong chúng tôi dường như cũng hơi bực dọc lúc đi ngủ, nhưng cân nhắc chung mọi mặt thì nó vô cùng hữu ích. Nó đảm bảo rằng, ít ra thì cũng chín mươi chín trong số một trăm lần, chúng tôi luôn thức dậy vào buổi sáng hôm sau với sự yêu thương trong trái tim và thái độ đón chào một ngày hoàn toàn mới.

Tôi hy vọng bạn cũng sẽ thử qua giải pháp này một lần nghiêm túc. Chắc hẳn là không phải bao giờ cũng dễ dàng đâu, và rất có thể là bạn sẽ không đạt được hoàn toàn như mong muốn, nhưng chắc chắn là sẽ rất xứng đáng với nỗ lực của bạn. Hãy nhớ rằng, cuộc đời rất ngắn ngủi. Chẳng có gì quan trọng đến mức đáng để làm hỏng đi một ngày của bạn, và cũng chẳng có gì đáng để mang theo cả vào giấc ngủ. Xin chúc ngủ ngon.

51. Vì sao tôi có thể không giống mọi người?

Cách đây mấy năm, có lần tôi than phiền với một người bạn về những trách nhiệm quá nặng nề và bao nhiêu khó khăn trong cuộc sống của mình. Phản ứng của anh ta giúp cho tôi chuyển đổi từ việc nhận thấy chính mình như một nạn nhân của hoàn cảnh sang thái độ chấp nhận cuộc sống như thực tại đang có. Thay vì thương cảm cho hoàn cảnh của tôi và chia sẻ phần khó khăn của mình, anh ta lại quay sang hỏi tôi: "Có lý do nào để anh nghĩ là anh không giống với tất cả mọi người chăng?"

Dĩ nhiên là anh bạn tôi đang đề cập tới một thực tế rõ ràng, nhưng rất nhiều người không nhận thấy, là cuộc sống bao giờ cũng đầy ắp những thách thức, chướng ngại, rào chắn, trì trệ, khó khăn, ngăn trở và rắc rối - cho tất cả chúng ta. Không có ai được miễn trừ. Bất kể xuất thân của bạn là gì, chủng tộc, tôn giáo, giới tính - bất chấp cha mẹ của bạn là ai, vai vế của bạn thế nào trong gia đình, có bao nhiêu tiền bạc và thanh thế, cũng như tất cả những điều đặc biệt nào có thể có trong cuộc sống của bạn - bạn cũng phải có những vấn đề để đối mặt. Thế thôi!

Nhận biết những khó khăn của bản thân mình bao giờ cũng dễ dàng hơn là của những người khác, và chắc chắn là có một số vấn đề tỏ ra nghiêm trọng hơn nhiều so với những vấn đề khác. Nhưng sự thật là, tuyệt đối không có cuộc sống của ai mà lại cá biệt được dễ dàng, hay ít nhất là, không phải bao giờ cũng dễ dàng. Câu cách ngôn cũ kỹ này giờ đây vẫn còn đúng, và sẽ còn đúng mãi mãi về sau: "Hoàn cảnh không tạo ra con người, nó chỉ bộc lộ bản chất của người đó."

Điều rất có lợi là hãy tự nhắc nhở bản thân mình về thực

51. Vì sao tôi có thể không giống mọi người?

tế này trong cuộc sống. Nhận thức này giúp ta nhìn mọi việc theo đúng bản chất của nó. Khi chúng ta tự nhắc nhở mình rằng đời sống chẳng bao giờ là toàn hảo và thoát hết mọi khó khăn, chúng ta sẽ có nhiều khả năng hơn để đối phó với những trở ngại một cách đúng đắn và bình thản. Thay vì trở nên bực bội hay bị chi phối hoàn toàn bởi từng sự việc nhỏ nhặt, chúng ta thường có khả năng đón nhận sự việc với một thái độ bình thản hơn: "À, được lắm, lại thêm một việc để làm đây."

Tôi rất ngờ rằng có ai trong chúng ta lại có thể thấy thích thú với bản chất khắc nghiệt của cuộc sống, nhưng tôi chắc chắn là chúng ta sẽ có thể biết cách chấp nhận nó hơn. Và bạn có thể tưởng tượng được điều này, càng ít vật vã với các khó khăn và thách thức, bạn lại càng có nhiều năng lực hơn để giải quyết chúng. Thay vì làm cho trầm trọng hơn những vấn đề đang phải giải quyết, bạn sẽ nhìn được cả một toàn cảnh rộng lớn hơn, và có thể thấy được giải pháp tốt nhất cho vấn đề trong tầm tay mình.

Tự nhắc nhở mình về tính chất không thể nào tránh khỏi của những khó khăn phải đối mặt sẽ không làm cho cuộc sống trở nên hoàn hảo, nhưng sẽ giúp nhận thức mọi việc trong một toàn cảnh thực tiễn hơn, và làm cho cuộc sống dường như bớt phần bận rộn đi nhiều. Hãy bắt đầu ngay bây giờ, thử xem bạn có thể nhìn lại các vấn đề khó khăn hiện có dưới một ánh sáng khác hơn chăng? Bạn có thể sẽ khám phá ra rằng, ít nhất thì "những điều vụn vặt" cũng có thể trải qua với một sự bình thản hơn rất nhiều.

52. Tự mình thoát khỏi những khó khăn

Một ngày kia, người vợ yêu quý của tôi, Kris, kéo tôi ra khỏi một hoàn cảnh khó khăn với lời đề xuất an ủi này. Lúc ấy, tôi đang làm việc rất căng thẳng, đi lại nhiều vì công việc, bị chậm trễ rất nhiều so với một số dự án. Thời biểu làm việc của tôi đã phần nào vượt ra ngoài tầm kiểm soát, và liên tiếp nhiều tuần lễ tôi không có lấy một phút cho riêng mình! Các cuộc điện thoại cần tôi trả lời đều bị trễ lại ít nhất là một tuần. Tôi đã bỏ lỡ nhiều buổi giao tiếp xã hội quan trọng, và cũng không đến dự được hai sự kiện lớn mà các con gái tôi tham gia. Tôi cảm thấy mình đang bị quá tải với công việc và như thể là mọi người lúc này đều nổi khùng lên với tôi. Cùng lúc, văn phòng làm việc của tôi lại trông cực kỳ lộn xộn. Và vì quá bận đến mức không tập thể dục mỗi sáng, tôi cảm thấy người không được khỏe.

Chính vào lúc ấy, Kris ôm lấy tôi và nói: "Richard, anh hãy tự thoát khỏi những khó khăn này đi." Và cô ấy nhắc cho tôi nhớ là, tôi không cần thiết phải hoàn hảo mọi mặt, rằng không thể nào làm tất cả mọi việc cho tất cả mọi người trong tất cả mọi lúc (hay bất cứ lúc nào). Tôi đã hoàn toàn bị lôi kéo đến mức mất cả thăng bằng, và đã đến lúc cần phải tự định hướng lại.

Đề xuất của Kris là một điểm quan trọng cho tất cả chúng ta. Thường thì chúng ta cố làm cho hết tất cả mọi chuyện. Chúng ta làm việc căng thẳng, giữ mọi thứ theo trật tự, gắng hết sức mình để làm tốt vai trò của người cha, người mẹ, người vợ, người chồng, hay người bạn, hoặc một công dân tốt... Cùng lúc chúng ta còn cố gắng dành thời gian để rèn luyện, rồi lo liệu việc trả thuế. Chúng ta nướng bánh, lau dọn nhà cửa (liên tục), chăm sóc vườn nhà. Thêm vào đó, một số người còn dành thời gian cho những công việc thiện nguyện, hoặc thậm chí để đọc sách nữa.

52. Tự mình thoát khỏi những khó khăn

Đôi khi, vấn đề là có quá nhiều việc để giải quyết. Chính đây là lúc bạn phải tự mình thoát khỏi những khó khăn. Hãy tự nhắc nhở mình là bạn không cần phải trở nên hoàn hảo mọi mặt, hay để tự khâm phục mình. Nếu bạn thật sự bận rộn và không có thời gian để lau dọn nhà cửa, hãy xem có thể nào gác lại vào lúc khác. Nếu 3 người bạn cùng gọi đến trong một ngày và muốn bạn gọi lại ngay, và bạn lại cảm thấy quá mệt mỏi hay quá bận rộn, hãy xem có thể nào đợi lại hôm sau, hoặc ít nhất cũng có thể gọi cho họ và thú thật điều kiện hiện tại của mình, đề nghị hoãn cuộc nói chuyện lại vào lúc khác. Hoặc là, nếu như có lúc bạn rối chuyện và quên mất một cuộc hẹn, thay vì tự hành hạ mình với sự tự trách, hãy xem như đó là một dấu hiệu cho thấy bạn đang có quá nhiều việc để làm.

Trong thời đại ngày nay, khi mà rất nhiều người trong chúng ta luôn muốn làm người toàn hảo, hay làm việc như thể là những bậc siêu nhân, việc tự mình thoát ra khỏi những hoàn cảnh khó khăn là cực kỳ hữu ích. Rất đơn giản như đã được trình bày, việc tự nhắc nhở mình "không cần thiết phải trở nên người toàn hảo" là một phương pháp rất tuyệt để tăng thêm sức lực và giảm đi phần nào sự căng thẳng cho chính mình.

Trong ví dụ tôi vừa nói trên, khi tôi tự cho phép mình nghỉ ngơi một chút theo cách này, cuộc sống dường như trở lại với tôi thật nhanh chóng. Khi tôi bắt đầu thư giãn, các con tôi và bè bạn dành cho tôi nhiều sự cảm thông hơn, và công việc bắt đầu tiến triển đôi chút. Chỉ trong một thời gian ngắn, cuộc sống gần như đã trở lại bình thường. Thực tế là tốt hơn cả mức bình thường. Giờ đây, thỉnh thoảng tôi cũng vẫn còn phải tự nhắc mình những điều tương tự, nhưng mỗi lần làm như vậy, tôi lại khám phá ra thêm một lần nữa sự tuyệt vời của giải pháp đơn giản này.

53. Hành động có ý nghĩa nhiều hơn lời nói

Tôi tin rằng câu châm ngôn này là quan trọng cần phải luôn ghi nhớ, nhưng không ở đâu mà nó được xem là quan trọng hơn trong bối cảnh gia đình. Mặc dù vậy, cho dù chúng ta rất thường được nghe, có bao nhiêu người trong chúng ta đã thật sự chọn sống theo với ý nghĩa này?

Một trong những câu trích dẫn mà tôi thích nhất là câu nói của Ralph Waldo Emerson: "Những gì anh làm đã nói lên quá nhiều đến nỗi tôi không còn nghe được những gì anh nói." Câu nói này được tôi vận dụng khi tôi và Kris nỗ lực để nuôi dạy con cái. Nó nhắc nhở rằng, những gì được nói ra cũng có thể là quan trọng, nhưng không thể quan trọng bằng những gì chúng ta làm.

Một trong những trường hợp rõ nét nhất để minh họa câu nói này là khi chúng ta quyết định việc sử dụng thời gian của mình như thế nào. Lấy ví dụ, thật dễ dàng khi bạn nói với vợ mình: "Em là người quan trọng nhất trong đời anh." Tuy nhiên, hành động thật sự nói lên nhiều hơn là lời nói. Nếu bạn dành đến 12 tiếng mỗi ngày ở văn phòng làm việc, và chừng năm đến mười phút với "người quan trọng nhất đời" của mình, rõ ràng là có một khoảng cách mâu thuẫn quá lớn giữa lời nói của bạn với việc làm.

Cũng có những trường hợp tế nhị hơn nữa. Ví dụ, nếu bạn luôn ưu tiên trả lời điện thoại trong lúc đang chơi với con cái, đứa bé sẽ diễn giải sự việc này đơn giản là: "Ưu tiên một là điện thoại. Ưu tiên hai là mình." Hoặc là, nếu bao giờ cũng có những việc để làm - nấu ăn, rửa chén bát, quét dọn, trả lời điện thoại... - trước khi dành thời gian cho gia đình, thì

53. Hành động có ý nghĩa nhiều hơn lời nói

sự việc cũng sẽ được mọi người trong gia đình hiểu theo cách tương tự như trên.

Tôi hiểu rằng cuộc sống không phải là toàn hảo, và tôi biết bạn cũng hiểu như thế. Có những trao đổi chọn lựa nhất định mà chúng ta phải chấp nhận, và rất khó mà giữ được thế quân bình thích hợp. Điều rõ ràng là ai ai cũng phải làm việc để kiếm sống, và đôi khi công việc chiếm đi gần hết thời gian tỉnh thức trong ngày của chúng ta. Thường thì chúng ta chẳng thể làm được gì để thay đổi.

Tuy nhiên, bất chấp sự thật này, vẫn có nhiều điều chúng ta có thể làm. Có vô số những cách nhỏ nhặt mà chúng ta có thể bộc lộ cho những người thân trong gia đình biết rằng họ thật sự là "ưu tiên một" của ta. Chúng ta có thể từ chối những cơ hội làm ăn hay quan hệ cá nhân nào đó, để chọn dành thời gian cho những người mà chúng ta thật sự yêu thương. Tuy nhiên cần phải hiểu là, điều quan trọng nhất không phải bản thân việc chọn lựa, mà chính là thái độ chọn lựa của chúng ta. Chúng ta cần phải làm rõ rằng đã chọn lựa như vậy một cách hoàn toàn sung sướng và vui vẻ. Thay vì cảm thấy như thua thiệt vì có quá ít thời gian cho bản thân mình, chúng ta có thể bày tỏ rõ ràng rằng mình thật sự may mắn được gần gũi những người thân yêu. Hồi gần đây, tôi đã từ chối một buổi nói chuyện rất quan trọng bởi vì điều tôi thật sự muốn làm lúc đó là đến dự trận bóng đá của con gái tôi. Tôi đã cố làm cho nó hiểu rằng đây chẳng phải là một sự hy sinh, mà rằng tôi là một người may mắn. Và tôi được tưởng thưởng xứng đáng. Con gái tôi đã ghi bàn thắng đầu tiên của nó - chưa từng có!

Có nhiều cách khác nữa, tinh tế hơn, để chúng ta có thể đạt được cùng mục đích như trên. Tôi biết là có những ngoại lệ, nhưng bạn cũng phải thừa nhận là nhiều khi chúng ta ở lại văn phòng trễ do sự chọn lựa của mình chứ chưa hẳn là cần thiết. Hãy xem liệu bạn có đang làm việc gì đó thật sự cần thiết, hay một điều gì mà chúng ta có thể chọn lựa, có thể gác lại? Liệu việc đó có quan trọng hơn là thời gian chúng ta cần dành cho gia đình mình chăng?

Nếu bạn đang nói chuyện với vợ mình và chuông điện thoại reo, bạn có thể tránh đừng nhảy nhổm lên và chạy đi trả lời. Thay vì vậy, bạn có thể tiếp tục quan tâm đến câu chuyện đang dở dang. Thậm chí bạn có thể nói với cô ấy: "Không sao đâu, chẳng có người nào mà anh lại thích nói chuyện hơn là với em." Nếu bạn nói một cách chân thành, bạn sẽ không thể tin nổi câu nói đơn giản này lại có ý nghĩa to lớn đến mức nào đối với người mà bạn yêu quý.

Thêm vào đó, bạn có thể trở nên kiên nhẫn hơn và biết lắng nghe hơn, thật sự chú tâm vào những gì mà người thân của mình đang nói, thay vì là đợi đến phiên mình để cắt ngang, hoặc chờ cơ hội để thoát đi làm một công việc quan trọng nào tiếp đó. Mọi việc đều tạo thêm hiệu quả. Mỗi một chọn lựa tích cực mà bạn đưa ra sẽ củng cố thêm tình yêu thương trong gia đình, và xóa dần đi bất cứ sự hờn giận, thất vọng hay buồn phiền nào đã tích lũy trước đây với thời gian.

Nếu bạn muốn có được những quan hệ yêu thương và tôn trọng lẫn nhau trong gia đình, bạn không cần phải có những quyết định vĩ đại, to tát, nhưng cần phải làm rõ một điều: gia đình thật sự là phần quan trọng nhất trong cuộc đời của bạn. Có hàng trăm chuyện có thể làm, những chọn lựa nhỏ nhặt có thể có. Việc chọn lựa cụ thể như thế nào là hoàn toàn tùy nơi bạn, nhưng tôi chỉ muốn nhắc bạn một điều: chính bạn là người chọn lựa. Chỉ cần nghĩ lại một chút, ngay hôm nay bạn có thể có ngay ít nhất là một chọn lựa đầy yêu thương, mà có thể mang lại cả một thế giới đổi thay trong cuộc sống gia đình.

54. Tập trung sự chú ý

Bất kể bạn đang quan tâm đến lãnh vực đặc biệt nào, hoặc những vấn đề gì bạn đang phải giải quyết, việc biết cách tập trung sự chú ý chắc chắn sẽ có ích cho bạn. Tập trung chú ý là một đức tính có thể mang lại sự hòa hợp, thanh thản và quân bình cho cuộc sống của bạn. Một người biết tập trung chú ý có thể giữ được sự bình tĩnh giữa cơn khủng hoảng, và có khả năng liên tục đưa ra những quyết định khôn ngoan, thích hợp. Tập trung chú ý cũng giữ cho bạn khỏi bị quấy rối hay bực mình vì những chuyện nhỏ nhặt, và giúp bạn duy trì được sự bình thản. Như tên gọi đã nêu ra, việc tập trung chú ý giữ cho bạn khỏi bị lôi kéo khỏi trạng thái quân bình bởi những sự kiện và hoàn cảnh trong cuộc sống. Tập trung chú ý nhiều hơn nữa sẽ giúp bạn giải quyết các vấn đề gia đình, ngân sách, nhà cửa, và tất cả những quyết định quan trọng khác.

Cách dễ dàng nhất để biết cách tập trung chú ý là đặt sự chú ý của bạn vào giây phút hiện tại càng nhiều càng tốt. Bằng cách lưu ý vào dòng suy nghĩ của chính mình, bạn có thể phát hiện ra điểm tập trung chú ý của mình đang trở về quá khứ hay vươn đến đâu đó trong một thời điểm tương lai. Nói chung thì, khi bạn cảm thấy căng thẳng, tư tưởng của bạn sẽ nằm ở một trong hai nơi - quá khứ hoặc tương lai. Và nếu bạn theo dõi được cảm giác của mình như thế nào khi tư tưởng phân tán đi đâu đó thay vì là giây phút hiện tại nơi đây, bạn sẽ nhận thấy lúc đó bạn căng thẳng biết bao và dễ dàng bực bội với mọi chuyện.

Lấy ví dụ, bạn đang suy nghĩ về sự bận rộn của mình và còn bao nhiêu việc phải làm hôm nay, và có ai đó hỏi bạn một câu đơn giản. Có vẻ như thật khó khăn để có thể đưa ra một câu trả lời có ý nghĩa. Sự tập trung của bạn vào những công việc của mình cho thấy bạn đang chú ý vào một nơi khác. Nó phóng đại khối lượng công việc lên và làm cho mọi thứ dường như khó khăn và đòi hỏi nhiều hơn.

Tuy nhiên, nếu sự chú ý của bạn đặt nhiều hơn vào giây phút hiện tại, nó sẽ khuyến khích bạn giải quyết từng vấn đề một, khi sự việc đến. Thay vì nghĩ đến 10 việc còn phải làm trong hôm nay và phân tán sự chú ý, bạn sẽ biết cách tập trung vào một việc duy nhất mà bạn thật sự đang làm với tất cả khả năng có được khi tư tưởng của bạn không bị phân tán - tiếp theo là việc kế đến. Sự gia tăng mức độ tập trung này cho phép bạn làm việc hiệu quả hơn, và vì thế, cuộc sống sẽ bắt đầu có vẻ ít căng thẳng hơn. Khi bạn sống trong từng giây phút nối tiếp nhau, tập trung sự chú ý của mình vào từng giây phút, từng sự việc, sẽ rất hiếm khi bạn có cảm giác quá tải trong công việc. Điều này là do nơi bạn ít bị áp lực và phân tán bởi những sự việc trong quá khứ cũng như những sự kiện sẽ diễn ra theo dự tính trong tương lai.

Nếu bạn tập trung được sự chú ý, khi có ai đó đặt một câu hỏi giữa lúc bạn đang bận rộn trong ngày, bạn thường dễ dàng chuyển hướng suy nghĩ, không hề căng thẳng, và đưa ra câu trả lời. Thay vì phần lớn thời gian luôn phải căng thẳng, bạn sẽ thấy thư giãn và dễ chịu hơn nhiều.

Tập trung sự chú ý mang lại một cảm giác thanh thản và dễ chịu. Khi bạn có thể duy trì được một cảm giác khỏe khoắn, ngay cả giữa sự hỗn độn, bạn sẽ thấy cuộc sống dễ đối phó hơn và dễ sắp xếp hơn nhiều so với khi tư tưởng của bạn bị phân tán và căng thẳng quá mức. Thay vì nhớ đến một ngày cực nhọc đã trôi qua, hay dự báo những khó khăn sẽ có vào ngày mai, bạn sẽ có khả năng làm cho chính ngày hôm nay trở thành một ngày tốt đẹp nhất như có thể được.

55. Giảm bớt sự bực dọc

Có lần, tôi đang nói chuyện với một đám đông trong hiệu sách, có người đặt một câu hỏi rất thú vị: "Ông sẽ miêu tả một con người bình thường như thế nào với chỉ trong vài ba từ?" Sau một chút suy nghĩ, tôi trả lời: "Dễ bực dọc." Cả phòng bật cười vang, vì mọi người đều nhận biết là tôi đã chỉ ra được một sự thật gần như phổ biến - hầu hết mọi người trong chúng ta có thể trở nên bực dọc bởi gần như là mọi chuyện.

Hiệu quả của việc giảm bớt sự bực dọc là vô cùng to lớn. Mức độ căng thẳng của bạn sẽ giảm đi. Bạn sẽ dễ dàng hơn trong việc chấp nhận những con người và sự kiện trong cuộc sống. Bạn có nhiều niềm vui hơn, quan tâm đến người khác hơn cũng như tự mình trở nên lôi cuốn sự quan tâm của mọi người. Bạn sẽ là một khuôn mẫu tốt hơn cho gia đình và bè bạn. Bạn sẽ giảm bớt những phản ứng quá khích. Bạn sẽ thấy cuộc sống dần dần không còn là một gánh nặng, mà trở nên lôi cuốn như một cuộc phiêu lưu. Bạn sẽ giảm bớt sự bực tức và cáu gắt. Bạn sẽ chuyển đổi được cuộc sống bình thường thành những kinh nghiệm tuyệt vời. Thực tế là, sự bực dọc chẳng phải vui vẻ gì. Nó là sự hủy hoại to lớn đối với phẩm chất tốt đẹp của cuộc sống và là cách bộc lộ cơ bản nhất của việc hay cáu gắt vì những chuyện vặt. Nó thật sự là một điểm chán ngấy đối với mọi người khác.

Phương pháp để giảm bớt đi sự bực dọc là đặt việc này lên thành một ưu tiên. Hãy theo dõi các phản ứng của bạn trong cuộc sống. Lưu ý việc bạn có thể đã bực dọc đến như thế nào, phản ứng thái quá với sự việc và mọi người chung quanh ra sao. Khi bạn đã làm được như vậy, hãy tự cam kết với mình là sẽ giảm bớt sự bực dọc, đặc biệt là vì những chuyện nhỏ nhặt.

Trong sinh hoạt mỗi ngày, chú ý xem bạn có thể nào bắt gặp chính mình trong những lúc cáu gắt hoặc bực dọc. Hãy xem đây như một trò chơi. Khi chợt nhận ra mình đang bực dọc chỉ vì một chuyện nhỏ nhặt nào đó, tự nhủ mình một câu đại loại như: "Ái chà, lại mắc phải rồi đây." Và cũng đừng xem đó là quan trọng. Rồi bạn sẽ nhận ra là hầu hết các phản ứng thái quá của bạn thường là không cố ý, nghĩa là đôi khi bạn cũng không tự nhận biết mình đã trở nên cáu gắt như thế nào. Bằng cách tỉnh táo chú ý vào mọi suy nghĩ và phản ứng của mình, bạn sẽ làm cho mọi việc trở nên rõ ràng và điều đó giúp bạn có khả năng tạo ra sự thay đổi.

Hầu hết những phản ứng của chúng ta trong cuộc sống không gì khác hơn là những thói quen, những hành vi tập nhiễm. Nếu chúng ta rèn tập tính khe khắt, cáu gắt, chúng ta ta sẽ trở nên một con người đúng như thế. Tuy nhiên, điều ngược lại cũng là sự thật. Nếu bạn có thể kết hợp một chút khiêm tốn với khả năng biết tự xét những hành động của mình, và có một quyết tâm chuyển đổi, chắc chắn bạn sẽ có khả năng làm được điều đó. Tôi đã từng biết là có rất nhiều người (trong đó có cả tôi) trước đây rất khắt khe và dễ cáu, nhưng giờ đây lại khá dễ dãi và làm việc có hiệu quả hơn.

Hãy thử một lần xem. Nhờ vào việc giảm bớt sự quá khích và căng thẳng, bạn sẽ trở nên một người hạnh phúc hơn, và cũng có nhiều niềm vui hơn. Và thêm một điều này nữa: tất cả những người có quan hệ mật thiết với bạn đều sẽ nhận ra và đánh giá cao sự thay đổi tích cực này.

56. Bố trí thời gian cho những việc làm tốt

Phải thừa nhận là, lần đầu tiên khi nghĩ đến giải pháp này cách đây mấy năm, tôi đã đánh giá nó như là có phần nào nông cạn. Tôi nghĩ, xét cho cùng thì nếu tôi đã là một người tốt bụng, việc quái gì tôi phải bố trí thời gian dành cho những việc làm tốt kia chứ?

Tuy nhiên, tôi vẫn thử làm qua, và tôi vô cùng ngạc nhiên. Hóa ra đây lại là một giải pháp hữu ích giúp tôi trở nên tử tế và tốt bụng hơn nữa. Về cơ bản, ý tưởng phát sinh vượt ngoài nhận xét ban đầu của tôi là: rất dễ dàng bị cuốn đi trong cái thế giới nhỏ nhoi của mình, đến nỗi đôi khi quên mất việc dừng lại vừa đủ để làm những việc tốt đẹp mà thật lòng tôi rất mong muốn là một phần thường xuyên trong cuộc sống của mình.

Điều rõ ràng là, mọi người trong chúng ta đều muốn lúc nào cũng tốt bụng. Giải pháp này cũng không hề mâu thuẫn với ý tưởng đó - mà là một sự củng cố thêm. Tôi đã khám phá ra rằng, khi tôi bắt tay vào việc vạch trước thời gian dành để làm việc tốt trong thời biểu của mình, một cách tự nhiên và không cần nỗ lực, khuynh hướng này bắt đầu tràn ngập trong cuộc sống của tôi. Nói một cách khác, khi tôi thật sự dành ra thời gian cụ thể để làm việc tốt, lòng tốt sẽ dễ dàng hơn để trở thành khuynh hướng chủ đạo trong cuộc sống của tôi.

Cách thực hiện của giải pháp này là khá đơn giản. Bạn nhìn vào thời biểu làm việc của mình, chọn ra những khoảng thời gian - mười phút, nửa giờ hay một giờ, hoàn toàn tùy theo ý bạn - với một chu kỳ đều đặn, và rồi đánh dấu vào, xem đó như bất kỳ một cuộc hẹn gặp quan trọng nào. Đến thời gian này, bạn từ bỏ bất cứ công việc nào đang làm, và dành trọn sự chú ý của bạn vào cho mục đích làm việc tốt.

Thời gian cho những việc tốt như thế có thể dành để làm một điều gì đó (bất cứ việc gì) có ý nghĩa cho người khác. Đôi khi tôi dùng thời gian này để viết một lá thư chân thành cho một người tôi yêu quý hay tôn trọng, viết một chi phiếu từ thiện, hoặc gọi điện cho ai đó với một mục đích duy nhất là bày tỏ lòng yêu quý. Có những lúc khác, tôi suy ngẫm về những việc làm nào có thể đóng góp cho xã hội một cách hiệu quả hơn, hoặc nghĩ cách để có thể giúp đỡ một cách tích cực cho cuộc sống của một người nào đó. Hoặc là tôi dự tính một sự kiện hay chương trình nào đó mà mình sẽ tham gia vào - một cuộc vận động thực phẩm, một buổi nhặt rác công cộng... hay một điều gì khác. Hoặc đơn giản hơn, tôi chỉ nhắm mắt lại và nghĩ đến những điều tốt đẹp cho người khác. Muốn làm gì là hoàn toàn tùy ý bạn. Không có việc đúng hay sai khi thực hiện giải pháp này. Điều duy nhất có ý nghĩa quan trọng ở đây là mọi dự tính của chúng ta đều xuất phát từ - và nhắm đến - sự yêu thương.

Giải pháp này đã tỏ ra rất mạnh mẽ và hiệu quả trong cuộc sống của chính tôi. Nó giúp tôi luôn tập trung và đi đúng theo những mục đích đã đề ra. Hy vọng của tôi là đưa sự tốt bụng lên thành ưu tiên nhất nhì trong cuộc sống, không chỉ bằng lời nói hay dự tính, mà bằng vào cả những việc làm cụ thể nữa. Cách rèn luyện này giúp tôi luôn luôn nhớ đến mục tiêu đó. Thời gian dành ra sẽ giúp tôi tự xét lại xem mình có đi đúng theo hướng đó hay không, và nếu không, đây sẽ là thời gian cần thiết để tôi có thể thực hiện một vài sự chuyển hướng đơn giản. Tôi tin là bạn sẽ ngạc nhiên một cách hài lòng nếu bạn thử áp dụng ý tưởng này. Nó sẽ khuyến khích phát triển lòng tốt và sự yêu thương ở mọi khía cạnh trong cuộc sống của bạn.

57. Đừng phê phán sau lưng người khác

Tôi chẳng hề tự hào chút nào về điều này, nhưng phải thừa nhận là thỉnh thoảng tôi vẫn phê phán sau lưng những thành viên trong gia đình tôi. Tuy nhiên, tôi rất tự hào để nói rằng, điều đó đã ngày càng hiếm hoi hơn. Và tôi đã nhận thấy rằng, khi tôi càng ít rơi vào cái khuynh hướng vô cùng phổ biến này, tôi càng thấy mình thanh thản và bình tĩnh hơn. Và theo đó, tôi nhận thấy những người quanh tôi cũng được dễ chịu hơn. Tôi tự mình cảm thấy tốt hơn là vì tôi không còn "tán gẫu" chuyện người khác, không "nói lén" sau lưng người, hoặc phê phán chỉ trích những người khác. Và bởi vì tôi không còn mắc phải thói xấu này, người giao tiếp với tôi cũng giảm đi khuynh hướng làm như vậy. Kết quả là hết thảy mọi người trong quan hệ gia đình gần xa của tôi đều cảm thấy phần nào tốt đẹp hơn về người khác. Cũng giống như một sự thật vẫn thường xảy ra: khi một thành viên trong gia đình từ bỏ một thói xấu nào đó, cả gia đình sẽ nhanh chóng bắt chước theo.

Khi bạn nói xấu sau lưng một người nào đó, điều đó có ý nghĩa rất ít về chính bản thân người ấy, nhưng lại nói lên rất nhiều về bản chất của bạn, về ý muốn phê phán, nói xấu sau lưng người khác của bạn. Điều này cũng giống như chuyện "đánh người ngã ngựa" - vì người mà bạn phê phán rõ ràng là không thể tự biện bạch, bảo vệ gì cho mình. Thật không công bằng.

Hơn thế nữa, nếu bạn lưu ý kỹ vào cảm giác của mình khi phê phán sau lưng ai đó, bạn sẽ cảm thấy mình có phần nào hèn hạ, như thể là lương tâm đang cố lên tiếng nhắc nhở bạn. Tận trong lòng mình bạn thừa biết, trong hầu hết mọi trường hợp, việc phê phán sau lưng người khác là một việc làm sai trái.

Khi bạn nói chuyện về một người vắng mặt, điều đó cũng sẽ làm cho người đang nói chuyện với bạn cảm thấy có phần nào không được an toàn. Xét cho cùng, nếu bạn đang nói điều gì đó về một người khác, ai dám chắc là rồi bạn sẽ không làm như vậy với chính họ khi họ không có mặt? Sự thiếu chính trực như thế này làm gia tăng đáng kể những hoài nghi trong gia đình và cả trong cuộc sống, bởi vì không ai còn cảm thấy người khác là hoàn toàn có thể tin cậy được.

Điều đáng mừng là việc từ bỏ thói xấu này dễ dàng hơn bạn tưởng. Một khi bạn đã thật sự nhận rõ nó đáng ghét như thế nào, mọi việc còn lại dường như chỉ là tự nhiên diễn tiến. Trước hết, bạn có thể sẽ chỉ nhận ra việc mình phê phán người khác sau khi chuyện đã rồi. Bạn sẽ nhớ đến sự việc khi đã quá trễ. Nhưng đừng khắt khe với chính mình. Thay vì vậy, hãy hài lòng là thói xấu này đã được phát hiện, và nhớ rằng mục tiêu của bạn là chặn đứng nó. Lần kế đó, có thể là bạn sẽ phát hiện ra mình đang làm điều này trong khoảng giữa chừng câu chuyện về một người khác. Hãy tự nhắc nhở mình bằng một câu đại loại như: "À, thế là lần này mình lại phê phán người khác khi vắng mặt nữa rồi!" Và ngay khi ấy, bạn khéo léo thay đổi chủ đề câu chuyện. Vào một lúc nào đó, mọi việc sẽ trở nên dễ dàng. Bạn sẽ tự biết được mình lúc sắp sửa khơi mào một câu chuyện phê phán về ai đó, và kịp thời dừng lại không làm điều đó. Bạn sẽ thấy được sự "xuất hiện" của thói quen này, quan sát được tư tưởng và cách ứng xử của mình, và dẹp bỏ được ngay từ khi mới bắt đầu. Dần dần, bạn sẽ rất hiếm khi mắc phải vào việc phê phán người khác trong lúc không có mặt họ.

Ngay cả khi những người quanh bạn nói xấu người khác, bạn cũng có thể khéo léo từ chối không tham gia. Thay vì vậy, bạn còn có thể dẫn câu chuyện sang hướng khác bằng cách yên lặng, hoặc nói một điều khác tốt đẹp hơn, hoặc thay đổi chủ đề câu chuyện.

Lợi ích mang lại từ việc thôi không phê phán sau lưng người khác là rất lớn lao và tức thì. Cứ thử một lần và bạn sẽ cảm thấy tốt đẹp hơn ngay tức khắc.

58. Tổ chức những buổi họp mặt gia đình

Mục đích của những buổi họp mặt gia đình là tạo ra một môi trường thoải mái trong đó những người yêu thương nhau có thể chia sẻ một cách tự do và giao tiếp một cách chân tình. Ý tưởng này là nhằm tạo ra một nơi "an toàn" để mọi người có mặt đều có thể nói và được nghe. Mọi người đồng ý với nhau trước đó rằng, phải lắng nghe tất cả những gì được nói ra. Không ai được phép nói xen, công kích, cắt lời người khác, chỉ trích, hay chen vào khi chưa đến phiên mình. Không có ai được xem là lớn hơn hay quan trọng hơn người khác. Mọi người đều phải được tôn trọng.

Trong một buổi họp gia đình, bạn được phép chia sẻ những gì là phù hợp với bạn - và cả những gì không phù hợp. Bạn được phép làm như vậy một cách trung thực, không bị ai công kích. Bạn có thể nói cho những người khác biết về những gì đang làm bạn không hài lòng, và cũng có thể đề nghị các giải pháp có thể được. Bạn cũng có thể chia sẻ những gì trong cuộc sống gia đình mà bạn yêu thương nhất, và những gì bạn nghĩ là có thể giúp cho cả gia đình được trở nên tốt đẹp hơn.

Những buổi họp gia đình thường là rất có khả năng hàn gắn. Trong thế giới đầy kích động như ngày nay, thường khó tìm được thời gian ngồi lại với nhau như một gia đình để chia sẻ và lắng nghe nhau. Dù vậy, đây là một yếu tố thiết yếu của một gia đình yêu thương, thực tế. Chính đây là thời điểm lý tưởng để ngồi lại cùng nhau, để tìm biết những gì đang xảy ra cho nhau, để duy trì quan hệ, hay trong một số trường hợp, để làm quen với nhau. Đây là cơ hội để tìm hiểu các thành viên khác trong gia đình, để hiểu ra những gì đã tạo nên cách ứng xử của mỗi người cũng như những gì làm cho họ vui hoặc buồn. Thường thì đây cũng là dịp để được biết thêm nhiều điều về cha, mẹ, con cái, vợ chồng hoặc anh chị em, mà trước đó chưa hề được biết.

Con gái bé nhất của tôi có lần nói với tôi trong một buổi họp gia đình rằng, đôi khi có những "cái nhìn" của tôi làm nó sợ. Bởi vì mục đích buổi họp của chúng tôi là để hiểu biết nhau trong một môi trường không công kích, nên tôi có thể hiểu ngay được một cách chính xác là nó muốn nói gì. "Cái nhìn" mà nó đề cập ở đây là những cái nhìn khi tôi không đồng ý điều gì. Và tôi thật sự cũng không biết là mình đã làm như vậy. Nếu nó đặt vấn đề này ra giữa một ngày bận rộn, thật đáng ngờ là tôi có thể nào chấp nhận được những điều nó nói. Nhưng bởi vì mục đích chung nhất của chúng tôi khi ngồi lại với nhau là để làm cho cuộc sống gia đình được tốt hơn, nên tôi đã cởi mở và tiếp nhận điều con gái tôi vừa nói - và có thể học hỏi được từ đó.

Sau lần đó, tôi rất cẩn thận để ý đến những "cái nhìn" của mình. Trong buổi họp gia đình sau đó, tôi hỏi nó nhận xét về tôi lúc này thế nào. Nó trả lời: "Con cảm thấy tốt hơn nhiều." Nó cảm thấy là đã được lắng nghe và tôn trọng.

Tôi còn nhớ một số các cuộc họp gia đình khi tôi còn nhỏ. Tôi nhớ là đã biết được một số những điều bực dọc của cha mẹ tôi. Điều này giúp tôi hiểu được họ dưới góc độ như những con người, không chỉ là các bậc cha mẹ. Và nhờ đó tôi phát triển thêm sự cảm thông và tính cách của mình.

Những buổi họp gia đình rất hữu ích trong việc giúp bạn trút bỏ sự chán nản cũng như nhắc nhở bạn chia sẻ yêu thương với nhau. Và rồi những điều này lại giúp bạn tránh được khuynh hướng cáu gắt với những chuyện vặt vãnh, bởi vì bạn không để cho những chuyện vặt có thể tích lũy thành những vấn đề đáng kể. Thay vì vậy, bạn sẽ giải quyết ngay các vấn đề khi chúng vừa mới chớm. Bạn cũng sẽ khám phá ra những giải pháp có ích cho cả gia đình.

Những buổi họp gia đình không làm cho cuộc sống của bạn (hay gia đình bạn) trở nên hoàn hảo. Tuy nhiên, chúng sẽ đưa mọi người lại gần nhau hơn như là một gia đình. Cho dù gia đình bạn chỉ có hai người, hoặc đến mười người, tôi khuyên bạn hãy thử tổ chức các buổi họp gia đình. Phần thưởng mà bạn nhận được sẽ rất đáng kể.

59. Bày tỏ sự đánh giá cao về người khác

Không phải nghi ngờ gì, một trong những nguyên nhân chủ yếu dẫn đến sự oán hận trong rất nhiều quan hệ hôn nhân - đúng ra là trong hầu hết các quan hệ gia đình - là cảm giác thấy mình bị coi thường. Đáng buồn là nhiều người trong chúng ta quá quen thuộc với các thành viên gia đình ở quanh mình, đến nỗi chúng ta quên hẳn đi việc bày tỏ cho nhau biết mình tôn trọng người khác như thế nào. Chúng ta quen xem thường mọi người khác. Trẻ con làm như vậy với cha mẹ, và ngược lại. Những cặp vợ chồng đều mắc thói xấu là không bày tỏ sự tôn trọng lẫn nhau.

Tôi biết những người bạn có các bậc cha mẹ giàu lòng thương yêu đã bỏ thời gian và công sức để đến chăm lo cho con cái của họ mỗi buổi tối, hoặc có khi cả dịp cuối tuần. Dù vậy, tôi chưa bao giờ thấy những người bạn này bày tỏ, dù là đôi chút sự ghi nhận những nỗ lực to lớn như thế. Thái độ của họ được hiểu dường như là: "Họ hẳn muốn làm như thế. Xét cho cùng, họ là ông bà nội của chúng kia mà." Thật dễ dàng để quên mất đi là mọi người ai cũng muốn và cần cảm thấy mình được tôn trọng - kể cả những người làm ông, bà.

Điều này thật rất quan trọng và quá dễ làm. Không cảm thấy mình được tôn trọng là một trong những nguyên nhân chính của sự cạn kiệt tình cảm. Tôi đã từng nhìn thấy sự thiếu tôn trọng hủy hoại đi những quan hệ hôn nhân, quan hệ giữa cha mẹ và con cái, và giữa anh chị em một nhà với nhau (cũng như mọi quan hệ gia đình khác nữa).

Đề xuất của tôi ở đây rất đơn giản. Mỗi khi có dịp và thấy là thích hợp, hãy nhớ bày tỏ sự tôn trọng của bạn đối với mọi người. Thường xuyên nói hai tiếng "Cảm ơn" với sự chân thành. Viết những tấm thiệp cảm ơn và làm những việc tốt cho những người đã làm điều tốt với bạn.

Cuối tuần vừa qua, tôi được vinh dự trình bày một bài điếu văn. Người em của ông nội vợ tôi, Miles, người mà tất cả chúng tôi đều vô cùng yêu quý, vừa mới qua đời trước đó mấy hôm. Ông là người rất quan trọng đối với cả gia đình nên ông sẽ được chúng tôi thương tiếc mãi.

Rồi mới hôm nay đây, Kris và tôi nhận được một lá thư từ vợ chồng người con trai của ông Miles. Một phần trong lá thư này viết rằng: "Richard, cha tôi yêu thương cháu ngay từ lần đầu tiên mới gặp. Ông ấy luôn nói rằng cháu là một người tốt bụng, và cũng là người duy nhất đã bỏ thời gian viết thư cảm ơn ông sau lần đầu đến thăm chơi về." Đó là sức mạnh của sự tôn trọng. Ông Miles đã nhớ mãi một chuyện rất đơn giản

59. Bày tỏ sự đánh giá cao về người khác

là một tấm thiệp cảm ơn trong suốt phần đời còn lại của ông. Điều này nổi bật lên là bởi vì thái độ biết ơn thật có phần nào hiếm hoi trong văn hóa của chúng ta.

Khi một người nào đó cảm thấy mình được trân trọng, người ấy sẽ vui vẻ và cảm thấy dễ dàng hơn trong cuộc sống. Nếu bạn có con cái, hãy cho chúng biết là bạn tôn trọng chúng. Kris và tôi đôi khi cảm ơn các con chỉ vì chúng là một phần trong cuộc sống gia đình. Chúng tôi nói điều ấy một cách thành thật. Hãy nhớ cảm ơn hết thảy mọi người khác trong gia đình nữa - cha mẹ, anh chị em, họ hàng... tất cả mọi người. Phải bày tỏ cho họ biết rằng bạn đánh giá cao họ đến mức nào. Bạn sẽ ngạc nhiên trước những kết quả của việc làm này. Mọi người đều thích được người khác tôn trọng - không loại trừ ai.

Trong kinh nghiệm của tôi, có một mối quan hệ trực tiếp giữa những gia đình biết bày tỏ sự tôn trọng lẫn nhau và những gia đình gắn bó với nhau về vật chất cũng như về tình cảm. Những thiếu niên khi cảm thấy mình được đánh giá cao và được tôn trọng sẽ thấy dễ dàng hơn trong cuộc sống và tự chúng học biết được sự tôn trọng người khác. Những người vợ khi cảm thấy được tôn trọng sẽ yêu thương và ngưỡng mộ chồng mình. Và những người chồng ngược lại cũng vậy. Sự thật này cũng đúng trong quan hệ giữa anh, chị em trong một nhà, cả khi còn chung sống cũng như khi đã tạo lập gia đình riêng. Tôi có một người chị và một người em gái rất tuyệt vời. Cả hai đều khéo léo trong việc bày tỏ lòng yêu thương và tôn trọng đối với tôi, và tôi cũng cố gắng làm như vậy với họ. Không phải nghi ngờ gì, đây chính là một trong những lý do giải thích vì sao chúng tôi vẫn luôn duy trì được quan hệ gắn bó và dành thời gian cho nhau.

60. Nhìn mọi việc theo đúng thực tiễn

Một trong những chủ đề chính của tập sách này là: cho dù những việc nhỏ nhặt rất dễ dàng khống chế cuộc sống của chúng ta, thì đồng thời cũng có nhiều việc chúng ta có thể làm để giúp cuộc sống trong gia đình bớt phần căng thẳng. Tôi tin rằng một trong những điều quan trọng nhất mà chúng ta có thể làm là biết nhìn mọi việc theo đúng như thực tiễn của chúng.

Dĩ nhiên là cách diễn đạt này có phần nào mơ hồ. Xét cho cùng, điều này thật sự có nghĩa là gì? Tôi đã suy nghĩ rất nhiều về vấn đề này, và với tôi, nó có nghĩa đơn giản là, hãy nhớ rằng hầu hết những việc gây cho chúng ta sự bối rối đều không phải là những vấn đề khẩn cấp có tầm quan trọng sống chết. Trong thực tế, tôi rất lấy làm lạ khi thấy người ta đối mặt với những vấn đề thật sự to tát - thiên tai, ly dị, khủng hoảng tài chánh, bệnh tật, người thân qua đời, con cái đau ốm, cha mẹ già yếu... - và hầu hết đều can đảm và sáng tạo một cách đáng kính phục. Nhờ vào nguyên nhân nào đó, chúng ta phản ứng với những sự kiện lớn lao trong cuộc sống bằng cách vươn cao ngang tầm sự kiện, vận dụng hết sức mạnh nội tâm, và rồi vượt qua bất cứ điều gì mà cuộc sống mang đến. Chúng ta cầu nguyện, kêu gọi sự giúp đỡ, trở nên hết sức sáng tạo và chịu đựng những nỗi đau khổ to tát.

Tuy nhiên, cùng những con người (tất cả chúng ta) như thế, bằng cách nào đó đã vượt qua được sự nghiện ngập, một tai họa trong doanh thương, hay một cơn khủng hoảng... lại thường cảm thấy quá sức chịu đựng, dễ bực dọc, căng thẳng, chán nản và buồn bực với chỉ là những chuyện hoàn toàn "vặt vãnh" hằng ngày, vốn là một phần tất nhiên trong cuộc sống mỗi người. Không hiểu vì sao, chỉ là những chuyện vặt

60. Nhìn mọi việc theo đúng thực tiễn

vãnh, không phải những chuyện to tát, mà chúng ta lại vật vã với hết sức mình.

Tôi đã nhận biết được, thật rất là hữu ích khi tự nhắc nhở mình thường xuyên mỗi ngày, rằng hầu hết mọi chuyện đều vụn vặt biết bao. Cho dù đó là việc chi trả hóa đơn, những đứa trẻ gắt gỏng hay khó tính, một căn nhà nhớp nhúa, những người hàng xóm khó chịu, một con chó hay sủa, một thời biểu làm việc quá tải, một bữa tiệc của mấy chú nhóc ồn ào bên cạnh nhà, một cuộc tranh cãi với vợ (hoặc chồng), một vụ kẹt xe, một cú điện thoại không được trả lời, cỏ dại trong vườn... bất cứ chuyện gì - trong thực tế, chúng đều là những chuyện vặt vãnh. Tôi xem tin tức trên báo chí và tự nhủ với mình rằng những chuyện mà tôi đang đối phó thật sự chưa đến mức là những chuyện quan trọng phải đưa lên trang nhất. Trong hầu như tuyệt đại đa số thời gian, đều không phải là những chuyện có tầm sống chết. Và nếu tôi nhìn nhận tất cả những chuyện mình đang đối phó đều chỉ là chuyện nhỏ, thay vì là một loạt những trường hợp khẩn cấp quan trọng, mọi việc sẽ trở nên dễ dàng hơn rất nhiều. Nhìn đúng thực tiễn, cuộc sống trở nên trôi chảy hơn và dễ thu xếp hơn.

Tất cả chúng ta đều rất may mắn được sinh tồn, được làm những người khách của Thượng Đế trên hành tinh xinh đẹp này. Cho dù có mất 30 phút hay 45 phút để đi đến chỗ làm thì cũng chẳng nên vì thế mà thay đổi thái độ biết ơn cuộc sống. Nếu những đứa trẻ tranh cãi nhau, chúng ta có thể bực dọc lên và để điều đó làm hỏng đi một ngày; hoặc chúng ta có thể chấp nhận đó như là một phần của việc nuôi dạy con cái trong gia đình. Nếu căn nhà không được hoàn toàn sạch sẽ, chúng ta có thể cảm thấy thất vọng và thật chẳng ra gì; hoặc chúng ta có thể nhớ lại rằng thật may mắn biết bao khi mình còn có được một mái nhà để sống. Nếu chúng ta không đủ tiền cho một kỳ nghỉ hè mình thật sự mong muốn, chúng ta có thể cảm thấy thua thiệt và lấy làm thương hại cho chính mình; hoặc chúng ta có thể tính toán một kỳ nghỉ khác phù hợp với khả năng tài chánh của mình.

Tôi có thể tiếp tục những ví dụ như thế qua nhiều trang giấy, nhưng điều quan trọng là ở chỗ, phản ứng của chúng ta với sự việc tùy thuộc nơi chính chúng ta. Chúng ta có thể than phiền là cuộc sống không hoàn hảo, và chờ đợi cho đến lúc nó đưa ra ít đòi hỏi với chúng ta hơn, hoặc chúng ta có thể nhìn mọi việc theo đúng thực tiễn và lạc quan hơn đôi chút. Nếu bạn cũng giống như bao người khác, bạn hẳn đã thử qua phương thức vật lộn cùng cuộc sống. Đề xuất của tôi ở đây là tất cả chúng ta nỗ lực để biết chấp nhận thực tế cuộc sống, đón nhận khi mọi chuyện đến và nhận thức đúng tầm vóc sự việc. Chúng ta càng có khả năng làm như thế, sẽ càng ít căng thẳng và được nhiều hạnh phúc hơn.

61. Đừng quá chú ý vào những kỳ nghỉ

Điều rõ ràng là, phần lớn cuộc sống không diễn ra ở những kỳ nghỉ. Dù vậy, nhiều người trong chúng ta nhấn mạnh thái quá vào tầm quan trọng của những kỳ nghỉ, đến mức quên cả việc tận hưởng những thời gian khác trong cuộc sống, những kinh nghiệm thường ngày, trong từng giây phút.

Chúng ta dự tính, rồi trông đợi cho đến các kỳ nghỉ, đôi khi như thể chỉ có những kỳ nghỉ mới là một phần thật sự đáng sống trong đời ta. Chúng ta xây đắp những mong đợi rằng thời gian chúng ta đi nghỉ sẽ là phần nổi bật nhất trong năm, một dịp tuyệt vời có thể bù đắp lại cho bao nhiêu khó khăn và thất vọng trong cuộc sống hằng ngày. Chúng ta tự

61. Đừng quá chú ý vào những kỳ nghỉ

nhủ với mình rằng: "Ái chà, cuộc sống sẽ tuyệt vời biết bao một khi ta đến được nơi ấy."

Có nhiều vấn đề với thái độ quan trọng hóa quá đáng các kỳ nghỉ. Trước hết, như đã nói trên, thời gian các kỳ nghỉ chỉ chiếm một phần rất nhỏ trong toàn cuộc đời ta. Hầu hết những người tôi quen biết đi nghỉ được khoảng một tuần, hoặc hai tuần là tối đa. Phần thời gian còn lại là công việc thường lệ. Bỏ ra năm mươi tuần lễ để dự tính và mong mỏi hai tuần còn lại là một điển hình cổ điển cho sự đảo ngược mức độ ưu tiên, một cách rèn luyện để đạt đến sự thất vọng!

Một phần của vấn đề là ở chỗ, khi bạn ưu tiên nhấn mạnh vào hai tuần lễ ấy, tư tưởng của bạn sẽ bị tách rời khỏi giây phút hiện tại. Thay vì hoàn toàn chú ý vào hiện tại nơi đây, và khám phá những niềm vui trong cuộc sống hằng ngày, sự chú ý của bạn lại tập trung vào suy nghĩ mọi việc sẽ tốt đẹp ra sao, và sẽ vui thú biết bao ở kỳ nghỉ sau đó - thay vì là bây giờ.

Một vấn đề khác nữa với sự mong đợi cao độ là, trong rất nhiều trường hợp, chúng không thực tiễn. Vì thế dẫn đến cực kỳ thất vọng. Gần đây, Kris và tôi rơi vào cái bẫy này. Lúc đó là một thời gian cực kỳ bận rộn, và chúng tôi chưa có cơ hội nào đi xa trong suốt mùa hè. Tuy nhiên, chúng tôi đã dự tính một chuyến đi gọn nhẹ đến một bãi biển mà chúng tôi thật sự mong đợi. Trong suy nghĩ của tôi, chuyến đi này hẳn là hết sức tuyệt vời, có thể bù đắp lại cho cả một mùa hè chúng tôi không đi đâu. Tôi chờ đợi sẽ có những chuỗi cười của trẻ con, và thật nhiều, thật nhiều niềm vui.

Tuy nhiên, những điều là thiên đường trong trí tưởng tượng của tôi hóa ra là một trận rối rắm. Trong một thời gian, tất cả chúng tôi phải ở chung một căn phòng nhỏ trong khách sạn. Nơi đây đông đúc, khí hậu nóng, và lũ trẻ cãi cọ nhau nhiều hơn thường ngày. Chúng không đồng ý được với nhau về việc sẽ dành thời gian làm gì, và Kris với tôi cảm thấy mắc kẹt ngay ở giữa. Bãi biển đông nghẹt và hồ bơi cũng vậy. Và khí hậu, dĩ nhiên là không thích hợp. Nói tóm lại, tất cả chúng tôi đều thừa nhận rằng, ít nhất là lần này, chúng tôi thật sự có nhiều niềm vui, không gian và sự thích thú hơn khi trở về nhà.

Xin đừng hiểu lầm. Tôi không muốn nói là có điều gì sai trái với các kỳ nghỉ, hoặc việc mong đợi chúng là một lỗi lầm. Tôi cũng nhận biết rằng có nhiều kỳ nghỉ rất tuyệt vời, trong đó có nhiều kỳ nghỉ của chính tôi. Những gì mà tôi cố cảnh giác với bạn ở đây là một vấn đề phổ biến, việc làm to chuyện các kỳ nghỉ quá mức cần thiết, việc nhấn mạnh quá đáng sự tuyệt vời ở một nơi nào đó, thay vì nhớ rằng cuộc sống ở ngay nơi đây là tuyệt vời, đặc biệt biết bao! Tôi có thể đảm bảo với bạn rằng, thay vì dựa vào các kỳ nghỉ để có được hạnh phúc, bạn có thể biết cách hài lòng và thanh thản hơn ở bất cứ nơi nào. Khi bạn có thật sự lên đường đi nghỉ, điều này cũng vẫn là một kinh nghiệm phong phú thêm vào - nghĩa là có lợi trong mọi lúc.

Dĩ nhiên, điều ngược lại cũng là sự thật. Nếu bạn không vui và căng thẳng phần lớn thời gian trong cuộc sống, thật không thực tế chút nào để có thể tin được rằng một khi đi nghỉ bạn sẽ được thư giãn và bình thản. Lời khuyên ở đây là đơn giản: Cứ tiếp tục dự tính cho kỳ nghỉ của bạn, và khi đến đó, hãy tận hưởng những thời gian tuyệt vời. Nhưng đừng bao giờ quên rằng, cuộc sống thường ngày cũng có thể trở nên tuyệt vời nếu bạn biết trân trọng những gì đang sẵn có.

62. Đối thoại bằng lòng yêu thương

Thật dễ dàng cho mỗi chúng ta để mắc vào những thói quen như phê phán sau lưng người khác; hoặc nói chuyện với người khác bằng giọng điệu gay gắt, chỉ trích; hay thích nói những điều tồi tệ, tiêu cực về cuộc sống và về người khác. Thật không may là, những điều này tưởng chừng như vô hại, lại thật sự có những hệ quả không hay.

Không cần nói đến sự thật rất rõ ràng là cách nói chuyện gay gắt chẳng phải là một việc tốt nên làm, chúng ta hãy xem xét một số những hệ quả kèm theo, có lẽ là khó thấy hơn. Trước hết, cách nói với giọng điệu tiêu cực hoặc gay gắt có thể bị người nghe xem là khinh thường hay xúc phạm. Không có ai - nhất là những người trong gia đình - lại đánh giá cao việc bị công kích, và vì thế kết quả là mọi người đều sẽ có cảm giác không tốt. Cảm giác mình đang trở thành đối tượng tấn công của một cuộc đối thoại sẽ thúc đẩy hình thành thái độ tự vệ, thậm chí là trả đũa. Không nghi ngờ gì nữa, điều này sẽ làm tổn hại đến tình yêu thương trong gia đình.

Nếu sự công kích không phải là trực tiếp mà diễn ra sau lưng một người, đây cũng là một dấu hiệu của sự thiếu tôn trọng. Người bị chỉ trích thậm chí không có được một cơ hội để tự biện hộ cho mình.

Nhưng ngoài những điều đó, hãy xem cảm giác thật sự của bạn như thế nào khi bạn nói chuyện theo lối gay gắt hay không xây dựng. Nếu bạn chú ý điều đó, tôi nghĩ là bạn sẽ cảm thấy không tốt. Kèm theo với những lời gay gắt sẽ là một cảm giác căng thẳng và cứng rắn, một kiểu bệnh tật khó chịu cho tâm hồn. Khi bạn nói chuyện theo lối phê phán không xây dựng, sự chú ý của bạn là vào những gì sai trái của cuộc sống và của người khác. Điều này làm cho bạn quên hết tất cả những gì mà đáng ra bạn phải biết ơn - và thay vì vậy, chỉ chú ý vào những gì không hoàn hảo. Nói tóm lại, chẳng ai có lợi, nhất là bản thân bạn.

Tôi học được bài học này từ khi còn rất trẻ. Lúc đó, tôi chỉ là một thiếu niên. Tôi nói một điều gì đó (tôi không nhớ chính xác là điều gì) thật sự tồi tệ với một người phụ nữ. Thay vì phản ứng với sự tức giận, bà ta hỏi lại tôi bằng một giọng rất ngọt ngào, lịch thiệp: "Em có cảm thấy tốt đẹp hơn chăng với thái độ xấu xa, bất kính như thế?" Tôi hoàn toàn choáng váng và cảm thấy như một cú sốc dữ dội. Tuy nhiên, ngay trong giây phút đau đớn và nhục nhã đó, tôi học được bài học nhớ đời, không bao giờ quên được - bà ta hoàn toàn đúng. Thay vì thản nhiên hoặc là phản ứng mạnh, tôi lại có cảm giác lúc đó như một thằng ngốc. Tôi đã quyết định ngay lúc đó là sẽ chẳng bao giờ nói bất cứ điều gì tồi tệ về người khác nữa. Và cho dù tôi chắc rằng cũng có đôi khi chệch hướng khỏi ý tưởng cao đẹp đó, nhưng tôi thật sự tin rằng mình vẫn ở rất gần mục tiêu đã đề ra. Nhận thức về cảm giác không tốt sau khi nói những điều tồi tệ với người khác đã là một yếu tố giúp tôi tránh được việc lặp lại lỗi lầm cũ một cách quá thường xuyên.

Điều rõ ràng là, có những khác biệt rất lớn giữa sự gay gắt và nhiều cách diễn đạt khác nhau nữa của các lối nói tiêu cực. Có thể xếp từ những điều thật sự xúc phạm đến những nhận xét thoạt nghe có vẻ như vô hại. Tuy nhiên, tôi đã khám phá ra một điều là, cho dù bạn hết sức thô lỗ, ở mức tối đa của vấn đề, hoặc chỉ phê phán chỉ trích một cách vô hại, nghĩa là ở mức tối thiểu, thì hậu quả dẫn đến vẫn có phần nào đó tương tự như nhau. Nếu bạn tự nhận thấy mình nói ra một điều gì đó tồi tệ (cho dù với mức độ nhẹ nhàng đến đâu), hãy xem có thể nào bạn tiếp tục có được một ngày tốt đẹp và thanh thản hay chăng? Tôi đoán là điều này chẳng mấy khi xảy ra.

Có một cung cách mà theo đó cách nói gay gắt làm phá tan sự hòa hợp trong ngày của chúng ta. Nó tạo ra cảm giác tiêu cực, phê phán và ngờ vực. Nhưng điều ngược lại cũng là sự thật. Khi hầu hết những điều chúng ta nói ra là xuất phát từ lòng tốt và tình yêu thương, chúng ta cảm nhận được kèm theo đó một cảm giác thanh thản và thỏa mãn, tự biết rằng mình đang góp phần nhỏ nhoi vào việc xây dựng một thế giới tốt đẹp hơn.

Không có ai là hoàn hảo, và tất cả chúng ta chắc chắn là thỉnh thoảng đều có thể phạm sai lầm. Tuy nhiên, hầu hết chúng ta (trong đó có tôi) có rất nhiều cơ hội để hoàn thiện. Tôi muốn thỏa thuận với bạn một điều: Tôi sẽ cố hết sức mình để có những cuộc đối thoại bằng vào tình yêu thương và lòng tốt - càng nhiều càng tốt, nếu như bạn cũng sẽ làm như vậy. Nếu có đủ những người trong chúng ta ghi nhớ điều này trong lòng mình, tất cả chúng ta sẽ được sống trong một thế giới yêu thương, bao dung hơn.

63. Ngồi yên

Bạn có bao giờ bỏ ra đôi ba phút để thư giãn và hoàn toàn không làm gì cả, chỉ để ngồi yên tĩnh? Nếu chưa, bạn đã bỏ lỡ mất đi một trong những phương pháp đơn giản nhất để hoàn toàn thư giãn và cũng là một cách tuyệt vời để ngăn chặn sự tích tụ của những chuyện vặt vãnh không gây cho bạn bực dọc quá nhiều.

Thường thì chúng ta mãi loay hoay, hối hả và mắc kẹt trong cuộc sống bận rộn đến mức quên cả sự thú vị biết bao khi chỉ đơn giản là được ngồi yên. Nếu có bao giờ bạn tự hỏi mình điều gì có thể tạo được một niềm vui đơn giản - chính là việc ngồi yên.

Bất kể là cuộc sống đang bận rộn đến đâu và có bao nhiêu trách nhiệm mà bạn đang nhận lãnh, chắc hẳn là bạn cũng phải có được ít nhất năm ba phút mỗi ngày để dừng lại hết thảy mọi việc và ngồi yên. Nếu bạn làm được, bạn sẽ cảm nhận ngay một số lợi ích tức thì, mà có thể tạo ra rất nhiều thay đổi tốt đẹp cho kinh nghiệm bản thân của bạn. Việc ngồi yên cho bạn một khoảng dừng trong thời biểu căng thẳng, tạo một cơ hội để thư giãn và hồi phục lại tâm trí, thể lực. Việc ngồi yên cho bạn một dịp để thanh lọc đầu óc và phản tỉnh, một điều kiện để cảm hứng có thể được gợi lên.

Thường thì một trong những phản ứng phụ của việc loay hoay quá nhiều là chúng ta nuôi dưỡng thói quen quá khích của mình, và vì thế để cho mọi việc dễ gây ra sự bực dọc. Khi ngồi yên, chúng ta có một cơ hội để chặn đứng đà phát triển của bất cứ khuynh hướng tiêu cực nào đã tích lũy trong suốt một ngày qua, một cơ hội để củng cố và khởi sự tiếp tục mọi việc. Khi bạn ngồi yên và tâm trí lắng đọng, thường sẽ là lúc mà giải pháp cho một vấn đề nào đó chợt đến với bạn, hoàn toàn bất ngờ. Do một nguyên nhân nào đó, việc ngồi yên và lắng đọng tâm trí có một hiệu quả êm ả tác động lên hệ thần kinh, tạo ra khuynh hướng mang lại sự khôn ngoan và sáng suốt.

Giải pháp này rất dễ dàng bị từ chối vì nó quá đơn giản. Tuy nhiên, tôi đã nhận ra rằng sự thật không phải vậy. Trong thực tế, rất nhiều giải pháp tốt nhất để hoàn thiện cuộc sống chúng ta lại cũng rất đơn giản. Vấn đề ở đây là, chúng ta không thật sự dành thời gian để thực hiện chúng. Có thể kể ra một số giải pháp quá đơn giản khác như là: tập thể dục mỗi ngày, ăn thức ăn dễ tiêu và nhiều dinh dưỡng, suy nghĩ một cách tích cực, tránh uống rượu, hút thuốc... Đơn giản đến như là những giải pháp ai ai cũng biết này, nhưng chỉ một số rất ít trong chúng ta biết tận dụng sự ích lợi của chúng. Việc ngồi yên cũng rơi vào trường hợp này - khôn ngoan và đơn giản, dù vậy kèm theo nhiều lợi ích đáng giá.

Tôi không phải là bác sĩ, nên tôi không dám chắc lắm, nhưng tôi đoán là việc ngồi yên, ngay cả chỉ trong năm ba phút, có thể có những ích lợi đáng kể cho sức khỏe. Ví dụ, tôi biết là khi ngồi yên và không làm gì cả, cơ thể và đầu óc tôi đều cảm thấy bình thản và thư thái hơn. Hơi thở của tôi chậm lại và sâu hơn. Cả đến cổ và hai vai cũng thấy thư giãn nhiều. Thường thì chỉ trong vòng một hai phút, tôi thấy khỏe khoắn lại và bình thản.

Khi bạn cảm thấy căng thẳng, và khi bạn phải loay hoay, hối hả nhiều, bạn rất dễ có khuynh hướng cáu gắt với những chuyện nhỏ nhặt và dễ bực mình hơn là những khi bình thản. Việc ngồi yên không phải là một liều thuốc thần kỳ, nhưng tác dụng hợp lý của nó gần tương tự như thế. Tôi đã nhận thấy rằng, thật khó mà duy trì sự bực dọc một khi đã có chút thời gian để ngồi xuống và yên tĩnh lại.

Điều này rõ ràng là một trong những giải pháp đơn giản nhất mà tôi đã từng đề xuất cùng bạn. Chỉ mất tối đa chừng năm ba phút. Chẳng tốn kém gì và có thể thực hiện ở bất cứ nơi đâu. Tất cả những gì bạn phải làm là ngồi xuống và thư giãn. Tôi thành thật tin rằng nếu bạn thử qua giải pháp này nhiều lần mỗi ngày, bạn sẽ thấy ngạc nhiên một cách hài lòng bởi việc đối phó và hòa nhập theo cuộc sống đã trở nên dễ dàng hơn nhiều. Những gì vẫn thường có vẻ như là một vấn đề to tát thì giờ đây dường như không còn đáng kể lắm.

64. Đón nhận khi sự việc đến

Một trong những bài học quan trọng nhất mà tôi đã từng học được là, cuộc sống rất hiếm khi diễn ra hoàn toàn theo ý chúng ta. Thay vì vậy, cuộc sống bao giờ cũng là cuộc sống, không hơn không kém. Và càng tiến gần đến chỗ hài hòa với sự thật này của cuộc sống, chúng ta sẽ càng được hạnh phúc và bớt căng thẳng hơn.

Một trong rất nhiều cách để xác định sự đau khổ là mức độ khác biệt giữa những gì bạn thật có và những gì bạn mong muốn, hay là giữa thực tế và những gì mà bạn mong đợi hoặc đòi hỏi. Nói cách khác, bất cứ khi nào mà sự việc xảy ra, dù cho đó là một trận cãi nhau giữa bọn trẻ, một cái ti-vi bị vỡ, một chuyện bối rối, hoặc một mái nhà dột... bạn đều sẽ phải đối mặt với một quyết định quan trọng: Liệu bạn sẽ tìm mọi cách chống lại với những gì đã thật sự xảy ra, hay là bạn có thể chấp nhận và giải quyết chúng?

Sự chấp nhận hoàn toàn không có liên quan gì đến sự thờ ơ, không quan tâm. Khi bạn chấp nhận mọi việc như thế, không có nghĩa là bạn nói: "Tôi không quan tâm, tôi sẽ không làm gì với sự việc này." Điều này chỉ có nghĩa là, cho dù bạn có thể mong muốn sự việc xảy ra khác đi, và bạn không phủ nhận việc mình có một ý muốn, nhưng bạn nhận biết được sự vô ích của việc chống lại thực tế. Trong một chừng mực, cách chấp nhận như thế này đối với những gì thật sự xảy ra trong thực tế là một hình thức cơ bản của sự khôn ngoan. Nó là một trong những cách hữu hiệu nhất có thể có để con người làm giảm nhẹ đi sự căng thẳng.

Một trong những khó khăn trong việc nuôi dạy con cái của Kris và tôi là những lúc mà hai bé gái cãi vã hoặc đấu đá nhau. Những lúc ấy thật dễ có khuynh hướng cảm thấy thất vọng, chán nản, và như thể là mình đã không làm tròn trách nhiệm. Cũng rất dễ đưa đến phản ứng là mất tự chủ hoặc la hét ầm ĩ để chấm dứt sự việc. Tuy nhiên, trong giây phút đó, điều thật sự đang xảy ra là hai đứa bé đánh nhau. Không có một sức mạnh vùng vẫy nào từ phía tôi có thể làm cho sự việc khác biệt đi. Không có sự đau đớn tinh thần nào từ phía Kris có thể làm cho sự việc mất đi.

Đôi khi, Kris và tôi nhìn nhau trong những lúc này, và một trong hai chúng tôi lên tiếng nhắc nhở: "Thực tế vẫn là thế." Khi nói điều này ra, chắc chắn là cả hai chúng tôi đều lạc quan hơn và lấy lại tinh thần. Chúng tôi nhớ lại rằng tất cả bọn trẻ đều phải có những cuộc cãi cọ nhau cũng như đấu đá bằng sức mạnh, và cho dù chúng ta có thể không thích điều đó, nhưng đó là một phần trong bản chất con người.

Tôi muốn lặp lại rằng thái độ chấp nhận ôn hòa này không phải là đầu hàng hoặc sẽ thôi không thực hiện bất cứ thay đổi cần thiết nào. Cuộc sống cần rất nhiều sửa đổi, và tất cả chúng ta đều phải hành động để hoàn thiện cuộc sống, vươn tới mục tiêu đã đề ra. Nếu có điều gì bạn không thích đang diễn ra và bạn có thể làm gì đó để can thiệp, điều đó rất tuyệt. Hãy tin tôi, Kris và tôi đã làm mọi điều có thể được để giảm bớt những lần va chạm giữa bọn trẻ. Nhưng thực hiện những hành động thích hợp, chân tình và xây dựng là một vấn đề hoàn toàn khác với việc trở nên thụ động chỉ bởi một sự thật đơn giản là cuộc sống không mang lại cho chúng ta đúng những gì mà chúng ta mong muốn.

Cuộc sống là một hành trình. Sẽ có rất nhiều vấn đề liên tục để đối phó và giải quyết. Có quá nhiều điều sẽ xảy ra vượt ngoài tầm kiểm soát của chúng ta và chúng ta không hài lòng. Trong những trường hợp này, tại sao chúng ta không dừng lại đôi phút và thử xem sự khôn ngoan trong cung cách chấp nhận để vượt qua này. Nếu bạn làm được, cuộc sống của bạn sẽ dễ dàng hơn rất nhiều.

65. Giữ gìn sức khỏe

Tôi có đề cập với một cô bạn rằng một trong các giải pháp tôi đề ra trong tập sách này là việc giữ gìn sức khỏe. Mặc dù cho rằng giải pháp này nghe có vẻ tốt đẹp, nhưng cô ấy hỏi tôi: "Việc giữ gìn sức khỏe thì có quan hệ gì với việc không cáu gắt vì những chuyện vặt vãnh ở nhà kia chứ?" Sau khi đã trả lời thỏa mãn cho cô ấy, tôi chợt nghĩ rằng, hẳn sẽ có rất nhiều người nảy ra câu hỏi này, bởi vì nhìn thoáng qua, hai vấn đề dường như không có gì quan hệ với nhau. Thế nhưng có đấy.

Hãy nghĩ đến điều gì xảy ra mỗi lần bạn, hoặc một người nào đó trong gia đình bạn, bị bệnh. Cho dù đó là một cơn cảm lạnh hay một trận cảm cúm, một điều chắc chắn sẽ xảy ra khi bạn cảm thấy không được khỏe trong một thời gian kéo dài, đó là: gia đình sẽ bắt đầu phải chịu đựng nhiều thứ, và rồi cả sự minh mẫn của bạn cũng sẽ suy sụp.

Trước hết, sẽ khó khăn hơn nhiều để giữ cho mọi thứ được sạch sẽ và trật tự khi bạn thấy không được khỏe. Và cũng khó khăn hơn để hoàn thành các trách nhiệm của mình, cũng như làm được những điều mà bạn thật sự yêu thích. Bao giờ cũng vậy, bạn sẽ chậm trễ hết thảy mọi công việc, từ việc trả lời điện thoại cho đến dành thời gian cho những người thân yêu, hoặc lau dọn phòng chứa đồ... Và hẳn bạn cũng sẽ đồng ý là, càng chậm trễ công việc, bạn càng trở nên căng thẳng hơn. Bạn dễ nóng giận hơn, và vì thế, trở nên gay gắt và quá khích. Cùng một sự việc mà trước đây bạn vượt qua dễ dàng giờ đây có thể làm cho bạn nổi khùng lên.

Điều muốn nói ở đây là, sức khỏe của bạn là một yếu tố trong việc bạn có dễ cáu gắt vì những chuyện vặt vãnh ở nhà hay không. Tôi không đề nghị là bạn trở thành một người chỉ

65. Giữ gìn sức khỏe

ham chuộng sức khỏe, hay là bạn có thể dùng việc kém sức khỏe như một lý do để tự cho phép mình cáu gắt lên vì những chuyện vặt. Tuy nhiên, tôi muốn đề nghị bạn nên nhìn lại một cách toàn diện tầm quan trọng của một tình trạng sức khỏe tốt. Những điều như giữ vệ sinh thích hợp, chế độ ăn uống, dinh dưỡng, thói quen ngủ nghỉ, tập thể dục, rèn luyện thân thể... và nhiều yếu tố khác nữa.

Có một lần tôi tính toán rằng, phải mất nhiều năm phóng xe nhanh mới bù lại được thiệt hại của một ngày bị giam xe vì một vé phạt tốc độ. Nhìn theo cách này thì việc phóng nhanh hẳn là không tốt. Bạn có thể nghĩ đến sức khỏe của mình theo cách tương tự. Một cơn cảm lạnh hay một trận cảm cúm mà lẽ ra có thể tránh được nhờ những thói quen rèn luyện tốt về sức khỏe sẽ làm mất mát thời gian và sinh lực nhiều hơn so với những việc đơn giản mà bạn có thể làm trước đó để có được một sức khỏe tốt hơn.

Điều rõ ràng là chúng ta cũng không thể kiểm soát hết mọi chuyện xảy đến cho cơ thể mình. Tuy nhiên, đối với phần lớn trong chúng ta, có rất nhiều điều có thể làm để hoàn thiện về sức khỏe. Tôi khuyên bạn nên xem xét giải pháp này như là một phần quan trọng trong cuộc sống hoàn thiện toàn diện. Tôi chắc chắn rằng, nếu bạn có thể khỏe khoắn hơn đôi chút, bạn sẽ có nhiều khả năng giảm bớt việc cáu gắt quá nhiều với những chuyện vặt vãnh trong gia đình.

66. Trước hết phải quan tâm đến tình cảm

Lần đầu tôi tiếp cận với ý tưởng khôn ngoan này là qua một cuốn sách hay của Victoria Moran, nhan đề là "Shelter for the Spirit" (Nơi trú ẩn cho tinh thần). Tác giả nhắc nhở chúng ta rằng, những sự việc có vẻ như quan trọng - rửa chén bát, lau dọn nhà, chăm sóc vườn tược, các chương trình ti-vi, dự tính nấu ăn... và bao nhiêu chuyện vặt vãnh trong nhà khác nữa - mặc dù chắc chắn là quan trọng và không thể tránh được, nhưng nếu cần thiết thì bao giờ cũng có thể tạm hoãn lại được cả. Nhưng, bà ta chỉ ra rằng, những cảm xúc của một người không thể nào hoãn lại. Chúng xuất hiện tại đây, ngay lúc này. Và một khi chúng hiện ra, bạn chỉ có một trong hai khả năng lựa chọn - bạn có thể quan tâm đến chúng ngay, hay bỏ lỡ cơ hội đi và có thể là để lại một tỳ vết không xóa được. Nếu bạn quan tâm đến những cảm xúc của người mình yêu thương với một cung cách yêu thương và trân trọng, bạn sẽ làm tăng thêm tình yêu và sự hòa hợp trong quan hệ. Nếu bạn không làm như thế, bạn bị tách xa khỏi người mà bạn yêu thương. Cho dù không có một ảnh hưởng hủy hoại tức khắc, toàn diện nào lên tình cảm con người, nhưng chắc chắn là có một tác động tích tụ nhiều ngày luôn diễn ra, tùy thuộc vào việc bạn chọn lựa điều nào là ưu tiên hơn - cảm xúc hay sự việc.

Khi tôi còn nhỏ, mỗi khi tôi gây ra những tai họa nhỏ - làm vỡ đồ đạc, đập lõm vào xe hơi, làm trầy sướt bàn, tủ... và những chuyện đại loại như thế - cha tôi thường nói: "Không sao đâu con, mọi thứ đều có thể thay thế được, nhưng con của bố thì không." Khi lớn lên, tôi vẫn còn nhớ câu nói an ủi này có giá trị biết bao đối với tôi lúc đó, là một đứa trẻ - và cả đến ngày nay, đã lớn khôn. Tôi đánh giá cao những lời nói

66. Trước hết phải quan tâm đến tình cảm

đầy yêu thương của cha tôi, bởi vì những gì mà ông đã thật sự nói lên chính là: tôi (và những cảm xúc của tôi) là quan trọng hơn tất cả những chuyện vặt đã xảy ra. Tôi cố ghi nhớ và thực hành triết lý sống này khi mọi việc trở nên rối tung lên trong gia đình tôi. Cho dù luôn luôn có nhiều việc để làm, bất cứ khi nào có thể được tôi đều cố gắng đặt những nhu cầu tình cảm của gia đình (và những cảm xúc của mọi người trong gia đình) lên trên hết.

Trong một chừng mực, lời nói của cha tôi và việc quan tâm trước hết đến những cảm xúc là đi đôi với nhau. Trong cả hai trường hợp, chúng ta được nhắc nhở về tầm quan trọng của việc nhìn mọi việc trong thế quân bình của chúng - nghĩa là không quá quan tâm và tập trung chỉ vào những việc phải làm mà quên đi những gì thật sự là quan trọng. Nói một cách khác, nếu vợ, con, hay một người bạn cần đến sự quan tâm hoàn toàn của chúng ta trong một lúc, tốt nhất là nên từ bỏ việc đang làm để có mặt ngay - với tình yêu của mình. Khi con bạn muốn kể cho bạn nghe một câu chuyện, vợ bạn muốn chia sẻ cùng bạn một ngày nghỉ, đều là những giây phút quý giá - những cơ hội để chia sẻ và giao cảm, để tạo thành những kỷ niệm. Thảm cỏ có thể là thật sự đang cần cắt xén, nhưng có thể gác lại được. Có rất ít sự việc mà tôi dám đảm bảo, nhưng đây là một trong số đó: cảm xúc của một thảm cỏ (nếu có) chẳng bị thương tổn gì nếu bạn gác lại một giờ, hay thậm chí một ngày, rồi mới cắt xén. Thật không may là tôi không thể đảm bảo như vậy với cảm xúc của một người vợ hay một đứa con.

Tôi đã nhận thấy rằng, thật vô cùng hữu ích nếu bạn luôn ghi nhớ điều này: một cách lý tưởng, những nhu cầu tình cảm cần được ưu tiên trên hết đối với gần như là mọi việc. Khi bạn làm như vậy, bạn sẽ nhanh chóng khám phá ra rằng có rất ít những trường hợp thương tổn tình cảm để phải đối phó. Và hơn thế nữa, thảm cỏ rồi cũng sẽ được cắt xén như bình thường thôi. Sự thay đổi đơn giản trong cách nhìn như thế này có thể tạo ra cả một thế giới thay đổi đối với tình yêu thương được trải nghiệm và chia sẻ trong gia đình bạn. Bởi vậy, trước khi lao vào việc cắt cỏ, hãy xem lại trong gia đình liệu có còn điều gì cần ưu tiên chú ý đến hơn chăng. Rồi bạn sẽ hài lòng vì mình đã làm được vậy.

67. Quá chú ý đánh giá việc làm của mình

Rất nhiều lần tôi nhìn thấy người ta rơi vào cái bẫy tự hại mình này, vốn thường dẫn đến sự thất vọng và không thỏa mãn. Chú ý quá đáng đến việc đánh giá việc làm của mình có nghĩa là bạn luôn theo sát việc bạn đang thực hiện mọi chuyện như thế nào. Điều này có nghĩa là bạn dành thời gian và năng lượng để suy nghĩ về việc mình đang làm như thế nào và đang mắc phải bao nhiêu lỗi lầm. Bạn có thể nghĩ hoặc nói ra những điều như thế này: "Khốn nạn, ngày nay mình đã quá đáng với lũ trẻ đến 4 lần." hoặc là "Đã 3 tuần rồi chẳng sắp xếp lại được nhà cửa."

Vấn đề đáng nói đối với việc giữ điểm theo cung cách này là bạn sẽ rất hiếm khi, nếu có, cảm thấy hài lòng việc làm của mình. Bằng vào việc theo dõi sát việc làm của mình, bạn sẽ tập trung chủ yếu vào những gì bạn có thể làm được tốt hơn. Điều này tạo thêm áp lực cho cuộc sống vốn đã căng thẳng rồi. Cũng giống như là có một nhà phê bình yên lặng luôn đi theo bạn quanh quẩn trong nhà suốt cả ngày, và nhắc nhở bạn là bạn chưa tốt, chưa tốt... Ngay cả nếu bằng vào khả năng của mình bạn đã làm điều gì đó thật tốt, việc giữ điểm

67. Quá chú ý đánh giá việc làm của mình

cũng đẩy bạn vào thế bất lợi. Nó nhắc nhở bạn rằng bạn chỉ xứng đáng được vui vẻ khi nào mà tất cả mọi chuyện đều tốt đẹp.

Một giải pháp tốt hơn để theo sát cách thức bạn đang làm việc như thế nào là tập trung sự chú ý của bạn vào giây phút hiện tại, và chỉ đơn giản là quyết định sẽ làm hết sức mình trong bất cứ tình huống nào. Nếu căn nhà bạn thật dơ nhớp và bạn muốn làm sạch nó (và bạn đang có thời gian, sức lực), hãy khởi sự thực hiện ngay. Nhưng hãy chú ý việc hiệu quả sẽ tăng lên như thế nào, sự bực bội sẽ giảm đi ra sao, nếu như trong lúc làm việc bạn tránh được khuynh hướng nhắc nhở mình về những yếu tố như: bao nhiêu thời gian phải mất đi cho công việc, hoặc việc lau dọn là vô ích biết bao vì ngày mai rồi mọi thứ cũng sẽ dơ bẩn như cũ. Hãy xem bạn có thể nào giảm bớt hoặc thậm chí xóa bỏ đi việc nghĩ đến những lần lau dọn khác. Thay vì vậy, tập trung hoàn toàn sự chú ý của bạn vào việc lau dọn lần này.

Tôi đoán là bạn sẽ được tưởng thưởng một cách hài lòng, bởi những nỗ lực cần có sẽ giảm đi rất nhiều, và bạn cũng sẽ giảm đi rất nhiều cảm giác quá tải vì công việc khi bạn từ bỏ được việc đánh giá theo cách này. Không bao lâu bạn sẽ khám phá ra rằng, bất cứ khuynh hướng nào nhằm đến đánh giá cách làm việc của bạn sẽ chẳng có giá trị gì khác hơn là nguyên nhân làm giảm sút hiệu quả làm việc cũng như những niềm vui trong công việc. Một tiến trình tương tự cũng áp dụng cho việc đối phó với lũ trẻ, hoặc với những công việc hằng ngày khác. Lấy ví dụ, thay vì chú ý xem hôm nay bạn đã chấm dứt được bao nhiêu lần tranh cãi, xem bạn có thể tập trung chú ý vào vụ tranh cãi lần này, không có gánh nặng thêm vào của những lần khác. Tôi chắc rằng sự thay đổi đơn giản trong việc tập trung chú ý như thế này sẽ giúp cho bạn đối phó với cuộc sống dễ dàng hơn rất nhiều.

Có những niềm vui, thậm chí là sự thanh thản, trong lúc làm công việc nhà, nuôi dạy con cái, và giải quyết mọi việc ở nhà, khi mà đầu óc của bạn không tràn ngập những ý nghĩ về việc bạn đang làm việc như thế nào và làm sao có thể làm tốt hơn. Bằng cách giữ cho phần lớn sự chú ý của bạn chỉ tập trung vào giây phút hiện tại, bạn xóa bỏ được những căng thẳng và nâng cao được hiệu quả làm việc. Bạn cũng sẽ tăng thêm khả năng tìm được niềm vui trong những công việc đơn giản nhất hằng ngày. Bởi vậy, thôi đừng tự hỏi bạn đang làm việc như thế nào, mà hãy thật sự bắt đầu cuộc sống.

68. Tưởng tượng rằng ai đó đang theo dõi bạn

Một hôm, Kris đề xuất với tôi ý tưởng này khi tôi đang nổi cơn thịnh nộ với một mớ hỗn độn mà lũ trẻ vừa quậy tung ra. Cô ấy nói, vẫn dịu dàng như mọi khi: "Richard, hãy tưởng tượng rằng có một người mà anh không biết đang ngồi trong phòng này và quan sát hành động của anh." Bất chấp một sự thật là, nói chung tôi thuộc loại người có rất ít chuyện phải che giấu người khác, nhận xét của Kris đưa mọi chuyện về đúng chỗ của nó. Ngay lập tức, tôi thừa nhận là mình đã làm hơi lớn chuyện so với tình huống. Tôi tự hỏi mình: "Nếu có ai đó đang quan sát, liệu tôi có hành động như thế này chăng?" Câu trả lời là không. Sự thật là, cho dù tôi không thích sự hỗn độn, chắc chắn là nó chẳng đáng để phải trở nên căng thẳng. Tốt hơn là sử dụng năng lượng đó vào việc khác.

Đây là cách rèn luyện thú vị và đôi khi có tính trí tuệ để

68. Tưởng tượng rằng ai đó đang theo dõi bạn

thử nghiệm. Lần tới đây (hay bất cứ lúc nào) khi bạn thấy bực dọc hay khích động về chuyện gì ở nhà, hãy tưởng tượng là có một người lạ đang ghi nhận cung cách cư xử của bạn, có thể là để học biết một cách phản ứng thích hợp. Làm như vậy khá đơn giản và có thể có tác dụng như một động lực điều chỉnh mà tôi đã nói trong một phần trước đây. Điều này có thể nhanh chóng đưa mọi việc trở về vị trí thích đáng bằng vào việc nhắc nhở bạn: rõ ràng bạn đang cáu gắt lên chỉ vì những chuyện vặt.

Cho dù tôi hoàn toàn không phải là loại người hành động dựa vào những gì mà người khác có thể nghĩ về mình (làm như vậy có thể là giả tạo và không trung thực), tôi thật sự vẫn nghĩ là có một giá trị nhất định trong việc cân nhắc - một cách lý tưởng - là chúng ta nên tỏ ra như thế nào trong cách nhìn của người khác. Tiến trình này có thể giống như một thứ đồng hồ đo trong nội tâm, nhắc nhở chúng ta về những mục tiêu và giá trị của mình. Lấy ví dụ như, nếu bạn đang nổi khùng lên trong căn hộ của mình, nguyền rủa nó vì sự nhớp nhúa hay chật chội, và rồi bạn dừng lại một chút, thực hành bài tập này, bạn có thể sẽ đột nhiên cười nhạo chính mình và sự thiếu tư cách và lòng biết ơn đối với những gì đang có. Vì vậy, nếu cũng giống như tôi, bạn đôi khi nổi cáu lên vì những chuyện vặt trong nhà, hãy làm như Kris đã đề nghị và cố mà tưởng tượng xem mọi việc sẽ ra sao trong mắt nhìn của người khác.

69. Nội tâm thế nào, cuộc sống thế ấy

Giải pháp mang tính triết lý này đã giúp ích cho tôi rất nhiều lần trong cuộc sống trưởng thành. Giá trị to lớn nhất của nó là có thể giúp bạn lấy lại sự quân bình của mình trong những lúc mà cuộc sống dường như quá bề bộn hay vượt khỏi tầm kiểm soát. Lý thuyết này xuất phát từ nhận thức là thế giới bên ngoài bạn - hoàn cảnh chung quanh, mức độ tiếng ồn, sự yên tĩnh hay hỗn loạn trong cuộc sống - thường là một sự phản ánh từ thế giới bên trong: mức độ bình thản, thư thái (hay sự thiếu vắng những yếu tố này) bạn đang có trong tâm trí.

Nhiều người phản đối mạnh mẽ lý thuyết này, bởi vì nó có vẻ không chắc chắn mấy. Ai lại muốn tin rằng một cuộc sống hỗn độn có thể là kết quả của, cho dù chỉ một phần nào, một đầu óc cuồng nhiệt? Xét cho cùng, điều dễ tin hơn là: cuộc sống của bạn bề bộn phải do nơi hoàn cảnh chung quanh, do thời biểu làm việc, và những trách nhiệm phải cáng đáng. Tuy nhiên, nếu bạn có thể nhún mình một chút để chấp nhận rằng lý thuyết này đúng, điều đó sẽ có thể là cực kỳ hữu ích. Bởi vì, trong khi bạn chẳng có mấy khả năng kiểm soát thế giới bên ngoài, thì bạn lại thật sự có thể thay đổi được nhiều điều từ bên trong.

Một trong những cuốn sách tôi yêu thích nhất là cuốn "Wherever You Go, There You Are" (Dù bạn đi đến đâu, vẫn là bạn) của Jon Kabat-Zinn. Hãy suy nghĩ một chút về ý nghĩa then chốt trong tựa sách này. Nó nói lên một cách chính xác là, nếu bạn dễ căng thẳng, luôn hấp tấp, và thiếu tổ chức ở một nơi, bạn sẽ lặp lại y hệt những tính chất này cho dù bạn có đi đến một nơi nào khác.

Lấy ví dụ, có bao giờ bạn đã gặp một người luôn luôn

69. Nội tâm thế nào, cuộc sống thế ấy

đến trễ? Liệu có ích gì không nếu bạn cho thêm người ấy 10 phút sớm hơn để chuẩn bị? Không, chẳng ích gì cả. Lý do rất đơn giản: thói quen tạo ra khuynh hướng đến trễ không phải được tạo ra từ nơi cái đồng hồ, hoặc thời gian trong ngày, hoặc thậm chí là số lượng công việc phải làm trong ngày đó. Thay vì vậy, nó xuất phát từ một xu hướng bên trong: thói quen luôn luôn đợi đến phút cuối cùng mới chịu ra đi. Bạn có thể thay đổi những yếu tố bên ngoài: nơi nào người ấy sẽ đến, người ấy sẽ gặp ai... nhưng rồi bằng cách nào đó, người ấy vẫn sẽ luôn luôn đến trễ. Người ấy sẽ luôn luôn có sẵn hàng khối lý do, nhưng sự thật vẫn không thay đổi: người ấy luôn luôn đến trễ. Thói quen này, cũng giống như bao nhiêu thói quen khác nữa, xuất phát từ bên trong con người và được phản ánh lại trong cuộc sống bên ngoài của người đó.

Phần quan trọng nhất đề cập ở đây có liên quan đến câu hỏi: "Điều gì đến trước, tâm hồn yên tĩnh hay cuộc sống yên tĩnh?" Nếu bạn nghĩ đến tựa sách vừa nêu của Kabat-Zinn, câu trả lời là quá rõ ràng, cho dù khó được chấp nhận: "Một tâm hồn yên tĩnh dẫn đến một cuộc sống bình yên ở bên ngoài." Nói cách khác, nếu cuộc sống của bạn dường như quá sức chịu đựng, nơi tốt nhất để bạn khởi sự việc hoàn thiện nó là bên trong tâm hồn mình. Có thể là bạn cần phải nghỉ ngơi, hoặc thay đổi nhịp độ làm việc. Có thể bạn cần thêm ít thời gian cho riêng mình. Có thể bạn cần giảm bớt thời gian xem ti-vi và dành thêm thời gian đọc những cuốn sách bổ ích. Hoặc là, việc tập ngồi thiền hay dành thời gian cầu nguyện có thể có ích chăng? Cũng có thể bạn cần ngủ ít hơn một chút, hoặc thức dậy sớm hơn để có ít thời gian yên tĩnh một mình. Mỗi người cần một phương thức điều chỉnh khác nhau, bởi vì mỗi người trong chúng ta có những nhu cầu khác nhau. Dù vậy, chính bản thân việc chấp nhận đơn giản rằng cội rễ của mọi vấn đề là nằm ở bên trong tâm hồn bạn, không phải do những hoàn cảnh bên ngoài, thường tự nó đã là một điều hữu ích, bởi vì nó quy trách nhiệm đúng vào nơi phát khởi vấn đề: bên trong tâm hồn mỗi chúng ta. Lần tới đây khi bạn có cảm giác quá tải hoặc chán nản, hãy tạm dừng đôi chút và soi rọi vào nội tâm. Nếu bạn làm như thế, tôi chắc bạn sẽ đồng ý rằng: cuộc sống bên ngoài được phản ánh từ thế giới nội tâm. Chỉ đơn giản nhận ra mối quan hệ này, bạn có thể sẽ biết rất rõ cần phải làm gì tiếp theo để giải quyết vấn đề.

70. Tạo quan hệ mới với con người cũ

Điều rất thường xảy ra với chúng ta là mắc vào những thói quen trong cung cách cư xử với mọi người trong gia đình và bất cứ ai chung sống cùng chúng ta. Những thói quen này bao gồm (nhưng không có nghĩa là chỉ giới hạn có thế này): phản ứng thái quá, giao tiếp không cởi mở, quy trách nhiệm, không lắng nghe, đòi hỏi những cung cách cư xử nhất định và thiếu quan tâm.

Thật vậy, có vẻ như chúng ta càng quen thuộc với một người - như vợ, chồng, con cái, cha mẹ, bạn chung phòng... - chúng ta càng có nhiều khả năng rơi vào chỗ coi thường họ, tự cho rằng chúng ta đã biết cả những gì họ suy nghĩ hoặc cung cách cư xử nào mà họ sẽ có, rồi phản ứng với họ một cách dễ nóng giận, cũng như rất nhiều cách đối xử không cân nhắc khác nữa. Có vẻ như chúng ta luôn mong đợi những người mà ta yêu thương, hoặc chỉ đơn giản là sống chung, phải ứng xử theo những cách nhất định nào đó. Và rồi chúng ta dựa theo sự mong đợi của mình để chỉ lưu ý đến những hành vi nào tương ứng với chúng, mà bỏ qua hoặc là không nhận thấy những hành vi khác nữa.

70. Tạo quan hệ mới với con người cũ

Lấy ví dụ, có một thời gian tôi nhận ra tôi có thói quen dự báo trước là con gái tôi luôn phản đối những đề nghị của tôi về những hoạt động mới mà tôi nghĩ là nó thích. Tôi cho rằng nó có phần nào đó chống lại những sở thích của tôi, và dường như là tôi luôn luôn dự báo đúng. Tôi thường đề nghị một điều gì đó, và rồi nó thường đáp lại: "Con không thích." Do nơi những kinh nghiệm đã qua giữa tôi với nó, và bởi vì sự chắc chắn của tôi về những phản ứng của nó, tôi đã khám phá ra một điều là chính tôi thường chỉ chú tâm tìm kiếm sự xác nhận cho những điều dự báo trước của mình là đúng. Tôi thổi phồng cách phản ứng của nó lên một cách quá đáng và cho rằng đó là động lực cố định của nó, thay vì phải luôn luôn xem xét mỗi trường hợp với cặp mắt khách quan, vô tư và một tâm hồn rộng mở.

Tôi đã quyết định cố tạo ra một quan hệ mới với con gái tôi xoay quanh vấn đề thường xuyên lặp lại này. Tôi biết, cách duy nhất để làm được điều này là tự xem xét những yếu tố về phía tôi trong việc tạo ra vấn đề, thay vì là chỉ luôn chú ý đến các phản ứng của nó. Tôi nhìn lại cung cách quá cứng nhắc của tôi với các đề nghị của mình. Tôi xem xét cách thức mà tôi trình bày với nó những cơ hội mới. Tôi khám phá ra rằng, xét toàn diện vấn đề, thì điều rắc rối là ở về phía tôi. Thay vì khơi gợi những động lực từ phía nó, sự nhiệt tình quá đáng của tôi tạo một không khí áp đặt. Phản ứng của nó đối với cảm giác bị áp đặt này thường là quyết định từ chối không tham gia điều gì mới cả. Điều này liên tục làm tôi thất vọng, và khiến cho tôi càng trở nên nhiệt tình hơn nữa. Bạn có thể tưởng tượng được việc làm như thế có kết quả "tốt" như thế nào! Khi tôi bắt đầu thay đổi về phía mình, quan hệ của chúng tôi cũng thay đổi.

Sự thay đổi trong mối quan hệ của chúng tôi rất đáng kể. Giờ đây tôi hiểu rằng những điều tôi chờ đợi từ phía con gái tôi, nghĩa là việc tôi đòi hỏi nó phải đáp lại đề nghị của tôi như thế nào, cũng như là những dự báo về cách phản ứng sẽ có của nó, đã nói lên gần như toàn bộ vấn đề. Hóa ra là con gái tôi rất thích những hoạt động mới mà tôi đề xuất, nhưng nó thích thực hiện bằng thời gian của nó, không phải của tôi. Điều nó không thích là một người cha quá nhiệt tình, thúc đẩy nó quá nhanh chóng và đòi hỏi một sự đáp ứng cũng nhiệt tình như vậy. Bây giờ, nhìn rõ được những gì mình đã làm, tôi không quy lỗi cho con tôi chút nào.

Bởi vì tôi đã chịu từ bỏ những định kiến của mình, con gái tôi lúc này có thể hiểu ra được rằng những khi tôi trở nên quá khích chính là một trong những cách bày tỏ tình thương của tôi. Cả hai chúng tôi cùng phát triển tốt và ngày càng hòa hợp nhau hơn.

Để có thể tạo ra một quan hệ mới với một người thân, điều thiết yếu là bạn phải nỗ lực từ bỏ đi những thương tổn cũ, những nguồn gốc của sự giận dữ, cũng như những định kiến - càng nhiều càng tốt. Điều này có nghĩa là một sự tha thứ hoàn toàn và cũng hết sức sẵn lòng khởi sự lại mọi việc. Có thể sẽ có người nào đó trong đời bạn, hoặc có thể là nhiều người, mà khi tạo ra một mối quan hệ mới sẽ mang lại nhiều lợi ích hơn. Tôi khuyến khích bạn cân nhắc nghiêm túc điều này. Phần thưởng có được sẽ rất ngọt ngào, và chắc chắn. Và điều thú vị nữa trong vấn đề là, chỉ riêng một mình bạn thay đổi mà thôi, không ai khác cần phải thay đổi cả.

71. Những cuộc tấn công của ý tưởng

Trong tất cả những cuốn sách tôi viết, và trong những bài diễn thuyết, tôi đều cố đưa vào đôi điều về chủ đề "những cuộc tấn công của ý tưởng". Bởi vì gia đình là nguồn căng thẳng lớn cho rất nhiều người, nên tập sách này cũng không đi ngoài thông lệ đó.

Chúng ta là những sinh vật biết suy nghĩ. Và bởi vì chúng ta liên tục suy nghĩ, nên rất dễ dàng quên mất đi, hoặc ít nhất là không nhận thấy sự thật rằng chúng ta đang suy nghĩ. Thay vì vậy, chúng ta chìm mất trong tư tưởng, sự suy nghĩ của chúng ta trở thành một thứ phản xạ tự động. Nói cách khác, chúng ta suy nghĩ đến mọi việc - bao nhiêu công việc phải làm, cuộc sống đã căng thẳng đến như thế nào, chúng ta mắc kẹt trong những phần việc bận rộn thường xuyên đến mức nào... - mà không chủ động có một nhận thức tỉnh táo là mình đang suy nghĩ.

Vấn đề rắc rối là, những suy nghĩ của chúng ta lại trở về với chúng ta dưới dạng những cảm xúc. Điều tôi muốn nói ở đây là, nếu chúng ta có những suy nghĩ giận dữ, chúng ta cảm thấy giận dữ. Nếu chúng ta có những suy nghĩ oán hận, chúng ta cảm thấy oán hận. Nếu chúng ta có những suy nghĩ hối hả, chúng ta cảm thấy như thể là mình không có đủ thời gian. Nếu chúng ta có những suy nghĩ căng thẳng, chúng ta cảm thấy căng thẳng. Bạn không tin tôi sao? Hãy thử cố tức giận vào lúc này đi, nhưng đừng nghĩ đến bất cứ điều gì làm bạn giận dữ. Bạn không thể làm như thế được. Trong thực tế, cảm xúc của bạn theo sau những suy nghĩ, hệt như một con cừu non đi theo mẹ.

Một cách tiêu biểu, những cuộc tấn công của ý tưởng tự nó phát sinh từ một chuyện gì đó theo cách như thế này: Giả sử, bước vào một căn phòng dơ bẩn, thoạt tiên bạn phát khởi một ý tưởng như là: "Cái nơi khốn nạn này thật chẳng bao giờ được dọn sạch." Tự thân một ý tưởng như thế, hẳn cũng không tai hại lắm. Tuy nhiên, chúng ta rất hiếm khi có đủ khôn ngoan để chặn đứng ý tưởng này ngay lúc đó. Thay vì vậy, một ý tưởng này lại thường dẫn đến những ý tưởng khác như là: "Mình là người duy nhất ở đây phải làm hết thảy mọi việc." và có thể là: "Tôi ghét nơi này quá." Không bao lâu, chúng ta trở nên bực dọc và khó chịu, nhưng không hề nhận ra mức độ thật sự mà những ý tưởng của chúng ta đã đóng góp tạo thành sự đau khổ tinh thần này.

Khi kiểu đối thoại tinh thần này diễn tiến, chỉ có hai điều có thể xảy ra. Thường xảy ra hơn, là việc bạn sẽ tiếp tục suy nghĩ theo cách này cho đến khi nhận lãnh hậu quả căng thẳng của những ý tưởng đó. Dòng tư tưởng của bạn có thể tiếp tục mãi cho đến khi nào có tiếng chuông cửa hoặc chuông điện thoại reo chẳng hạn.

Tuy nhiên, cách chọn lựa khác hơn là nhận ra chính mình trong diễn tiến của cuộc tấn công bằng ý tưởng này, nhận rõ được điều gì đang xảy ra trong suy nghĩ của bạn. Tự nói với mình: "À, lại vướng vào nữa rồi đây." hoặc một điều gì khác tương tự, có thể nhắc nhở bạn là chính những tư tưởng của bạn đang sắp làm cho bạn phát khùng lên, và làm tăng thêm bất cứ cảm giác căng thẳng nào đang có sẵn. Khi bạn trở thành một người quan sát tư tưởng của mình theo cách này, bạn sẽ có thể chặn đứng sự căng thẳng và bực tức ngay từ khởi điểm của nó, bằng cách thoát ra khỏi dòng tư tưởng đó và trở về ngay với giây phút hiện tại. Điều này giúp bạn lấy lại tư thế của mình bằng cách không để cho những ý tưởng của bạn có thể làm cho cuộc sống trở nên dường như khó khăn hơn cả thực tiễn vốn có. Điều rõ ràng là, khi bạn ngăn chặn những tư tưởng xấu đó càng sớm, sẽ càng dễ dàng hơn để tỉnh táo lại và trở về đúng hướng.

Tôi không thể nói hết với bạn sự ích lợi mà giải pháp đơn giản nhỏ nhoi này đã mang lại trong cuộc sống của chính tôi và của hàng ngàn người khác khi áp dụng nó. Bạn sẽ thấy vui với giải pháp này - nhưng tôi phải cảnh báo với bạn trước, mặc dù khái niệm này có vẻ đơn giản, không phải bao giờ nó cũng dễ dàng để thực hiện. Một khi bạn đã bắt đầu chú ý đến, bạn có thể sẽ khám phá ra rằng bạn thường có rất nhiều cuộc tấn công của ý tưởng, nhiều hơn là bạn tưởng. Nhưng lợi ích có được là xứng đáng. Với sự rèn luyện đôi chút, bạn sẽ được dễ chịu hơn nhiều trong gia đình.

72. Đừng nói quá công việc ở nhà

Bất chấp khối lượng công việc khủng khiếp thực tế phải được làm xong ở nhà mỗi ngày, vẫn phải thừa nhận là có một khuynh hướng gần như phổ biến: cường điệu quá đáng những gì phải được làm và khoảng thời gian chúng ta thật sự dành ra để làm những công việc đó.

Trước khi bạn nhảy chồm lên và bảo tôi: "Chỉ nói thì dễ thôi. Khối lượng công việc của tôi không hề được cường điệu." hãy để tôi thừa nhận một điều là, tôi cũng mắc vào thói quen xấu này như bao nhiêu người khác vậy. Tôi đã tự bắt gặp chính mình nhiều lần nói những câu như thế này: "Tôi đã lau dọn suốt ngày rồi." hoặc là "Phải mất đến 4 giờ để lau dọn căn gác." Trong thực tế, tôi đã làm việc lau dọn trong khoảng tối đa là vài giờ, hoặc là làm những chuyện vặt vãnh trên căn gác trong chừng một đến hai giờ. Một người bạn tôi thường nói với các con của cô ấy những điều như là: "Mẹ phải mất thì giờ cho các con ăn suốt cả ngày." Và cho dù sự thật là cô ấy phải chăm sóc cho con cái gần như trọn ngày, và dù rằng việc cho con ăn cũng chiếm một phần lớn thời gian trong công việc, nhưng bây giờ cô ấy cũng thừa nhận rằng thời gian thật sự để chuẩn bị thức ăn, cho ăn và dọn rửa chỉ chiếm lên đến tổng cộng là một giờ rưỡi!

Điều này là quan trọng, bởi vì nếu bạn cường điệu hóa năng lực bỏ ra với rất nhiều công việc, điều đó sẽ có vẻ như quá bận rộn, như thể là cuộc sống của bạn chỉ toàn là những công việc vặt vãnh như thế.

Thật không may là, điều này đã trở nên gần như một dấu hiệu để bày tỏ tình trạng là mình bận rộn hơn hết thảy mọi người khác, để phàn nàn với bạn bè, vợ con... về tất cả những gì mà chúng ta đang làm. Hầu như bạn chẳng bao giờ được nghe ai đó thừa nhận rằng anh ta, hay chị ta đã có được 30 phút nghỉ ngơi hoặc nằm đọc báo trên trường kỷ, hoặc là đã nói chuyện qua điện thoại với bạn thân một lúc khá lâu... mặc dù thực tế là, những việc như vậy cũng có thể là một phần đã có trong ngày.

Thoạt nhìn thoáng qua thì có vẻ như cũng không phải là chuyện to tát gì lắm khi có nói quá lên một chút về những công việc phải làm trong nhà. Nhưng khi bạn xem xét sự việc một cách kỹ lưỡng hơn, bạn sẽ nhận ra một số sự thật đáng ngạc nhiên. Khi bạn nói quá lên về những gì mà bạn thật sự phải làm, điều đó đặt rất nhiều năng lực tinh thần lên đối tượng được đề cập, thổi phồng sự việc lên quá mức thực tế, và làm cho cuộc sống của bạn có vẻ như khó khăn hơn cả mức độ vốn có. Điều này làm bạn cảm thấy thương hại cho chính mình, và tạo một cảm giác là không có sự giúp đỡ nào. Việc nói quá lên cũng góp phần tạo ra sự mệt nhọc về cả tinh thần lẫn thể lực bằng cách là gợi nhắc cho bạn rằng có bao nhiêu việc để làm, có bao nhiêu việc luôn luôn phải làm, và thời gian thì hạn chế như thế nào để làm xong hết thảy những công việc ấy. Cuối cùng, nó xóa đi cảm giác biết ơn của bạn

72. Đừng nói quá công việc ở nhà

đối với cuộc sống, bởi vì nó làm bạn dễ mất đi cảm giác quân bình và sự kiên nhẫn. Nói cách khác, thay vì chấp nhận việc chăm sóc công việc nhà như một phần tất nhiên trọn vẹn (nghĩa là đi kèm với việc sở hữu một căn nhà), điều này lại làm cho bạn chỉ chú ý vào khối lượng công việc phải làm khi có một căn nhà. Nó làm cho bạn không thấy được toàn cảnh trong một bức tranh rộng lớn, và cuối cùng dẫn đến bực dọc vì một điều mà lẽ ra phải là một đặc ân trong cuộc sống.

Một lần nữa, tôi xin nhấn mạnh là, tôi không phủ nhận khối lượng công việc nhiều khủng khiếp phải làm ở nhà. Hãy tin tôi, tôi đồng ý với bạn về điều này. Và tôi cũng không muốn xem thường ai cả, dù là đàn ông hay phụ nữ, những người đã nhận lãnh phần chia sẻ trách nhiệm công bằng của mình là những công việc khó khăn, mà hầu như rất dễ bị xem thường - những công việc ở nhà. Tuy nhiên, thực tế vẫn tồn tại là: nếu bạn tránh được khuynh hướng, mà quá nhiều người trong chúng ta hay mắc phải, là nói quá lên về những gì mà mình thật sự làm, thì sự căng thẳng đi đôi với cuộc sống ở nhà của bạn sẽ giảm đi đáng kể. Bạn sẽ có thể đánh giá cao những lần tạm nghỉ và khoảng thời gian dành riêng cho bạn, mà bạn thật sự sử dụng để vui thích, thay vì chỉ tập trung chú ý rằng cuộc sống của bạn không gì khác hơn là những công việc vặt vãnh nối tiếp nhau không dứt. Hãy bắt đầu ngay hôm nay, thử xem bạn có thể nào từ bỏ được khuynh hướng nói quá lên về công việc của mình, để có thể chú ý nhiều hơn một chút đến những niềm vui trong cuộc sống.

73. Hãy trân trọng cuộc sống

Ở phần cuối của nhiều bức thư, tôi vẫn thường dùng một lời chào để kết thúc là "Hãy trân trọng cuộc sống" trước khi ký tên mình. Tôi cũng thường dùng câu này khi ký tên vào một cuốn sách cho bạn đọc, và đôi khi với những thư điện tử được gởi đi trong công việc. Đây là một trong những phương thức mà tôi cố gắng dùng để nhắc nhở mọi người về sự quý giá của cuộc sống, rằng chúng ta may mắn biết bao được ở nơi đây, tồn tại trên hành tinh này. Khi tôi sử dụng câu này, tôi muốn nói rất thật lòng. Trong thực tế, tôi tin rằng việc biết ơn cuộc sống là một phương pháp, nếu không nói là quan trọng nhất, để có được một cuộc sống thanh thản. Biết ơn cuộc sống có thể giúp bạn đặt gần như là tất cả mọi thứ vào đúng chỗ của nó.

Rất thường khi chúng ta coi món quà vô giá là cuộc sống này như một điều đương nhiên có được. Chúng ta quay quắt như thể là mình sẽ sống mãi mãi, ứng xử theo những thói quen thay vì bằng vào sự khôn ngoan của mình, và không quan tâm được đến những điều đáng quan tâm nhất trong cuộc sống. Chúng ta thường không nhận ra được và biết ơn, không chỉ là những gì chúng ta có - nhà cửa, gia đình, bạn bè, tài sản, và sức khỏe - mà thậm chí đến cả chính bản thân cuộc sống nữa.

Tôi đã nhận ra một điều là, khi tôi thật sự biết ơn đối với món quà cuộc sống, rất nhiều chuyện vặt vãnh trước đây vẫn thường làm tôi bực mình trở nên không còn đáng kể nữa. Lòng biết ơn đối với cuộc sống đặt mọi thứ vào đúng vị trí của nó và cho phép tôi giảm đi sự bực dọc, quá khích. Trong thực tế, khi tôi cảm thấy thật sự biết ơn cuộc sống, gần như không có gì còn có thể làm tôi bận tâm. Đôi khi, thậm chí tôi còn có thể nhìn ra được khía cạnh khôi hài trong tất cả những chuyện hỗn độn.

Khi bạn cố gắng nhắc nhở người khác biết trân trọng cuộc sống, bạn không thể nào tự mình không làm như thế. Hãy thử vào lúc nào đó xem. Nhắc nhở những người thân của bạn, như vợ (hoặc chồng), con cái, cha mẹ, bạn bè, hàng xóm, hoặc là bất cứ ai đó, là hãy trân trọng cuộc sống, và quan sát xem điều gì xảy ra với bạn. Bạn có thể sẽ được gắn liền với cảm giác biết ơn, hoặc cảm thấy được may mắn. Cuộc sống của bạn sẽ được hoàn thiện, cũng như là cuộc sống của những người quanh bạn nữa.

Biết ơn cuộc sống sẽ nhắc nhở bạn phải có lòng tốt, biết khiêm tốn và rộng lượng, và thậm chí biết thường xuyên dành đôi chút thời gian tạm dừng mọi việc để thưởng thức một chút hương hoa hồng.

Tôi khuyến khích bạn áp dụng giải pháp này một cách thật lòng, và thực hiện nó trong cuộc sống hằng ngày của bạn. Hãy nhắc nhở người khác thường xuyên biết trân trọng cuộc cuộc sống. Làm như vậy là một đóng góp to lớn cho nhân loại và cũng ích lợi cho chính bản thân bạn nữa.

74. Đừng lặp lại những lỗi lầm cũ

Cách đây nhiều năm, tay chơi tennis lỗi lạc người Úc Ken Rosewall được hỏi về bí quyết thành công của mình. Trong cuộc phỏng vấn đặc biệt này, anh ta đáp lại là: "Tôi mắc rất nhiều sai lầm, nhưng tôi thường không lặp lại chúng." Sự tự tin mà anh ta bộc lộ trong câu trả lời này làm tôi nhớ mãi. Tôi đã nhận ra là câu nói của anh ta cực kỳ hữu ích trong việc làm giảm nhẹ đi những căng thẳng trong cuộc sống gia đình.

Nếu bạn nghĩ đến điều này, những sai lầm thật sự không còn là chuyện to tát nữa. Trong thực tế, hầu hết chúng ta đều sẽ thừa nhận, chúng ta cần phải có những lỗi lầm để có thể học hỏi và lớn lên. Tôi tin rằng vấn đề là ở chỗ, chúng ta không sẵn lòng thừa nhận hoặc xem xét kỹ những lỗi lầm đã mắc phải, và vì vậy dẫn đến một xu hướng là lặp lại chúng - đôi khi là rất nhiều lần.

Một trong những sai lầm liên tục của tôi là muốn trả lời chuông điện thoại ở nhà, bất kể là đang bận rộn như thế nào. Đôi khi tôi đang làm cùng lúc đến hai hoặc ba việc, và đã trễ giờ đưa một trong hai đứa trẻ đến trường. Lúc ấy chuông điện thoại reo. Thay vì để cho máy trả lời tự động nhận điện, tôi thường làm cho gánh nặng rắc rối của mình thêm lên hơn nữa bằng cách tự mình trả lời. Thế rồi ai đó ở đầu dây bên kia lại cần đến tôi, trong khi mọi thứ khác vẫn còn đó chưa được làm xong. Người nói chuyện qua điện thoại thường là luôn luôn cảm thấy được sự hối hả của tôi, thậm chí đôi khi còn hỏi lại: "Thế tại sao ông lại quan tâm được đến việc nhấc ống nghe kia chứ?" Hẳn là tôi phải lặp lại lỗi lầm này có đến hàng trăm lần mới dứt bỏ được nó. Từ khi tôi không lặp lại - thật là nhẹ nhõm đi biết bao.

Bởi vì tôi có thể thừa nhận lỗi lầm mình đang mắc phải, tôi có thể thực hiện được một sự điều chỉnh đơn giản những hành động theo thói quen của mình. Giờ đây, nếu tôi đang bận và chuông điện thoại reo - chỉ đơn giản là chuông điện thoại đang reo, thế thôi. Thậm chí tôi cũng không cân nhắc đến chuyện có trả lời hay không nữa. Sự thay đổi đơn giản này mang lại một sự bình thản lớn lao cho những gì mà trước đây đã từng là chuyện dễ cáu nhất trong ngày.

Tôi đã vượt qua được nhiều lỗi lầm lặp lại, chẳng hạn

như việc can thiệp quá sâu vào những trận cãi vã của lũ trẻ, cố đưa quá nhiều công việc vào thời biểu một ngày, để quá lâu mới lau dọn bàn giấy của mình ở nhà, và nhiều, nhiều chuyện khác nữa.

Hãy tự nhìn vào những lỗi lầm của chính bạn. Việc bạn mắc phải lỗi lầm không phải là chuyện quan trọng. Câu hỏi quan trọng hơn là, bạn có lặp lại những cách ứng xử hoặc lỗi lầm - mà bạn có thể thay đổi được - của mình hay không? Trong hầu hết các trường hợp, câu trả lời là có. Tôi có thể đảm bảo với bạn rằng, sẽ có một cảm giác hết sức cởi mở khi bạn chấp nhận những lỗi lầm của mình và quyết định thực hiện sự thay đổi. Bằng cách đó, bạn không còn mãi mãi lặp lại chúng như một chuyện đương nhiên định sẵn nữa.

75. Khi ai đó không hiểu được vấn đề

Có lẽ bạn thường nghe câu nói này: "Anh ấy chẳng hiểu được vấn đề này." Người được đề cập ở đây không hiểu được, hoặc tiếp thu được ý nghĩa của vấn đề. Lấy ví dụ, tôi còn nhớ khi tôi cố dạy cho đứa con gái đầu của tôi cộng hai số lại với nhau. Cũng giống như tất cả chúng ta, trước khi nó hiểu được nguyên tắc của phép cộng như thế nào trong thực tế, nó vẫn luôn bám vào cách sử dụng các ngón tay của nó, và bất cứ vật gì khác cần đến để cộng các số lại với nhau. Thế nhưng, như một phép lạ, vào lúc mà nó hiểu được vấn đề, nó bắt đầu phát triển kiến thức cần thiết cho sự việc.

Không cần phải nói, tất nhiên sẽ là ngốc nghếch (hoặc thô bạo) nếu như giận dữ với con bé chỉ vì nó chưa hiểu được phép cộng trước khi nó phát triển được đầy đủ trí óc để nhận biết. Thay vì vậy, cũng giống như hầu hết các bậc cha mẹ quan tâm đến con cái, vợ tôi và tôi cố hết sức kiên nhẫn và dành cho nó đủ thời gian cần thiết để hiểu được vấn đề.

Thật dễ dàng thấy được sự hiểu biết quan trọng như thế nào khi chúng ta nói đến một đứa bé 5 hay 6 tuổi đang học đếm. Sẽ là một điều hoàn toàn khác trong trường hợp chúng ta nghĩ rằng một người nào đó hẳn là đã biết một điều gì. Tuy nhiên sự việc cũng quan trọng như vậy. Lấy ví dụ, nếu bạn có một người vợ luộm thuộm, cẩu thả, bạn có thể nghĩ rằng (và có lẽ là không đúng) cô ta thật sự hiểu được việc lau dọn sạch sẽ là như thế nào, hoặc thế nào là sống vén khéo trong một giới hạn tiền bạc. Bạn cũng có thể có những suy nghĩ mặc nhiên tương tự như vậy với con cái về những chuyện như là ý nghĩa của những từ yên lặng, kiên nhẫn, ngoan ngoãn và nhiều điều khác nữa mà bạn và tôi đương nhiên phải hiểu. Tuy nhiên, sự thật là nhiều điều chúng ta mặc nhận như là kiến thức chung đôi khi lại không phải là như vậy.

Trong rất nhiều trường hợp, vấn đề không nằm ở chỗ là một người nào đó không muốn, hoặc không sẵn lòng giúp đỡ, mà chỉ đơn giản là vì người đó không hiểu được vấn đề mà bạn đề nghị làm. Giống như thể là bất đồng ngôn ngữ vậy.

Khi bạn cân nhắc đến vấn đề này, mức độ bực tức của bạn sẽ giảm xuống rất đáng kể. Nhận thức đúng và sự cảm thông sẽ thay chỗ cho những đòi hỏi và phê phán. Thay vì hành động với sự căng thẳng, bạn sẽ có nhiều khả năng trở thành một người thầy kiên nhẫn, một cộng tác viên trong quá trình giúp đỡ một người khác nắm hiểu được vấn đề. Người mà bạn đang tiếp cận đó sẽ trở nên dễ cộng tác hơn nhiều. Bạn sẽ khơi dậy được những gì tốt đẹp nhất ở người ấy, không phải là những gì tồi tệ nhất.

Vợ tôi đã có một phát hiện thú vị về một trong những người giữ trẻ mà chúng tôi yêu thích nhất. Mặc dù cô này rất

75. Khi ai đó không hiểu được vấn đề

tuyệt vời trong việc chăm sóc lũ trẻ, nhưng chúng tôi thường khi trở về nhà luôn nhìn thấy căn bếp hỗn độn như thể là có một quả bom vừa mới nổ. Chúng tôi liên tục nhắc nhở cô ta là phải lau dọn sạch bất cứ vết bẩn nào đã vấy ra, và cô ấy luôn miệng trả lời: "Vâng, được mà. Không sao đâu." Dù vậy, lần này sang lần khác, lúc nào trở về nhà chúng tôi cũng đều nhìn thấy quang cảnh nhớp nhúa không thay đổi. Chúng tôi bắt đầu trở nên hết sức bực bội, và xem xét đến chuyện cho cô ta nghỉ việc, thì Kris đột nhiên nảy ra ý nghĩ rằng có lẽ cô ấy thật tình không hiểu ý nghĩa lau dọn sạch theo chúng tôi nói là như thế nào. Trước sự kinh ngạc của chúng tôi, hóa ra là Kris hoàn toàn đúng. Đối với cô ta, gian nhà bếp đã sạch sẽ đủ mức cần thiết. Hiển nhiên là vì gian bếp ở nhà cô ta vẫn thường xuyên ở trong tình trạng như thế. Và đối với gia đình cô ta thì như thế là chẳng có vấn đề gì. Nhưng ở nhà chúng tôi thì lại là một rắc rối lớn.

Câu chuyện này có một kết thúc tốt đẹp. Kris và tôi bỏ ra khoảng 30 phút để cho cô ấy thấy rõ một cách chính xác chúng tôi muốn như thế nào và làm sao để đạt được điều đó. Cho đến ngày nay, gian bếp luôn luôn sạch bóng mỗi khi chúng tôi trở về nhà. Bí quyết ở đây không phải là to tiếng, bực dọc và đuổi việc, mà là giúp cô ta hiểu được vấn đề thế nào là một gian bếp sạch sẽ. Hãy thử nghiệm giải pháp này và rồi bạn sẽ giải quyết được rất nhiều vấn đề hằng ngày, nhanh chóng và dễ dàng.

76. Cung cách ứng xử trong gia đình

Qua nhiều năm, tôi đã từng nghe nhiều người than phiền rằng những người thân trong gia đình họ đối xử với họ khác biệt hơn là với bất cứ ai khác. Phần lớn mọi người đều ngạc nhiên và thất vọng vì đôi khi họ bị chính những người thân trong gia đình mình coi thường, ngắt lời, không lắng nghe, hoặc đối xử với họ thiếu sự tôn trọng hơn nhiều so với cung cách đối xử dành cho bạn bè, đồng nghiệp hoặc thậm chí là những người xa lạ. Nhiều người cũng lấy làm ngạc nhiên khi họ lại gặp phải nhiều sự bất đồng hơn từ những người trong gia đình so với từ bất cứ ai khác.

Nếu bạn muốn có một cuộc sống thanh thản hơn trong gia đình, điều thiết yếu là bạn phải hiểu rõ được sự thật không thể tránh khỏi này. Những thành viên trong gia đình chúng ta - những người mà ta yêu thương nhiều nhất - đúng là có đối xử với ta khác hơn với những người khác. Chúng ta biết được những chuyện tốt nhất cũng như xấu nhất ở nơi họ. Và tương tự, họ cũng biết được những chuyện tốt nhất cũng như xấu nhất ở nơi ta. Một trong những lý do cho việc này là vì chúng ta cảm thấy thoải mái nhất với những người mà chúng ta gần gũi thân thiết nhất. Chúng ta ít phải "giữ kẽ" và cũng cảm thấy ít sợ mất mát. Chúng ta thấy yên tâm hơn khi hành xử theo một cách nhất định nào đó. Nói cách khác, chúng ta không hề lo lắng rằng nếu chúng ta bộc lộ sự giận dữ, thất vọng hay bực tức sẽ gây nguy hại đến sự yêu thương mà chúng ta nhận được từ gia đình. Điều này tạo ra cảm giác như là chúng ta không bị đe dọa có thể mất đi những tình cảm ấy. Xét cho cùng, trong môi trường gia đình, chúng ta rất hiếm khi, nếu có bao giờ, phải che giấu tình cảm hoặc là giả vờ theo một cách không chân thật.

76. Cung cách ứng xử trong gia đình

Thường thì các thành viên trong gia đình có thể khơi ra những gì tồi tệ nhất của chúng ta - họ kích động chúng ta theo cách khác hơn là bất cứ người ngoài nào. Khuynh hướng tự nhiên này là do nơi một sự thật đơn giản: sự quen thuộc. Những người trong gia đình hoàn toàn được thoải mái với chúng ta. Thông thường họ thấy được năng lực của ta cũng như những điểm yếu kém. Bởi vì họ biết chúng ta quá rõ, họ có nhiều khả năng thấy được những lỗi lầm và bản chất thật sự của con người chúng ta. Thay vì chống lại với những sự thật này, chúng ta có thể học biết phải đánh giá cao chúng. Trong một chừng mực, thật là thoải mái khi biết rằng mình có thể được là chính mình - và dù vậy vẫn được yêu thương.

Không nghi ngờ gì nữa, các con tôi có thể thấy được những gì tốt nhất và xấu nhất trong cung cách cư xử của tôi. Đôi khi, gần như là một điều bối rối cho tôi - và buồn cười đối với chúng - với thực tế tôi là người dạy cho người khác có cuộc sống thư giãn hơn! Thỉnh thoảng, có những lần tôi từ nhà đến dạy một lớp học hoặc đi diễn thuyết chỉ ngay sau khi vừa có một trận cãi nhau hoặc bất đồng với một trong hai đứa nó. Có một lần, đứa con gái lớn của tôi nói với tôi bằng một giọng châm chọc khi tôi đang chuẩn bị rời nhà: "Bố ơi, bố chỉ có đi mà dạy cho người ta thư giãn thôi." Khốn khổ! Nhưng dĩ nhiên là nó hoàn toàn đúng.

Cách duy nhất để vượt qua tâm trạng bối rối về tất cả những điều này là chấp nhận chúng, như là những việc đương nhiên phải xảy ra - biết rằng những chuyện thế này cũng xảy ra cho tất cả mọi người khác. Phải biết rằng không hề có ngoại lệ, và rằng điều đó không sao cả. Trong thực tế, những điều này thật sự là rất tốt cho chúng ta. Chúng chắc chắn sẽ giữ cho chúng ta tính khiêm tốn. Và theo một cách kỳ lạ nào đó, tạo ra tính độc đáo cho cuộc sống gia đình. Hãy suy nghĩ về điều này. Bạn có lẽ sẽ chẳng bao giờ chấp nhận được một người lạ nói chuyện với mình bằng cung cách giống như vợ hoặc con cái ở nhà.

Khi bạn biết chấp nhận thay vì là chống lại khuynh hướng tự nhiên này trong gia đình, bạn sẽ bắt đầu nhận ra tính khôi hài và hoàn toàn vô tư trong đó. Bạn cũng có thể sẽ bắt đầu nhận ra rằng bạn đang đối xử hệt như thế với các thành viên khác trong gia đình. Bởi vậy, thôi đừng căng thẳng nữa và hãy dễ dãi hơn một chút với những người thân của bạn. Bất chấp những cảm giác đôi khi khó chịu, họ thật sự yêu thương bạn, và cách cư xử của họ thường là một món quà khó nhận ra.

77. Đi cắm trại

Thoạt nghe, đây có vẻ như một đề xuất kỳ quặc, nhưng tôi nói hoàn toàn nghiêm túc. Nếu có bao giờ bạn cần đến một giải pháp có thể gần như đảm bảo giúp bạn lấy lại được sự đánh giá cao đối với gia đình và những tiện nghi trong đó, chính là giải pháp này. Và hơn thế, bạn còn có được nhiều niềm vui nữa.

Tôi có một người bạn, có lần đã dành cả mùa hè để đưa những trẻ em nghèo dự một chuyến đi cắm trại mang ba-lô. Chuyến đi được đề ra nhằm mục đích - và nhiều điều khác nữa - giúp các em biết đánh giá cao cuộc sống hằng ngày của mình. Anh bạn cho tôi biết là chuyến đi đã thành công một cách tuyệt vời. Khi bọn trẻ tiếp cận với vẻ đẹp thiên nhiên, cũng như sự gian khổ và thiếu tiện nghi trong việc cắm trại, chúng trở về với một cảm giác mới, biết ơn cuộc sống trong những căn nhà mà chúng may mắn có được, cho dù là có đơn sơ đến mức nào.

77. Đi cắm trại

Tôi đã nhận thấy được những kết quả tương tự như thế khi tôi đưa gia đình đi cắm trại một chuyến ngắn chỉ có vài đêm. Bao giờ cũng vậy, chúng tôi sẽ trở lại nhà với một thái độ khiêm tốn và tốt đẹp hơn.

Khi bạn đi ra ngoài đến những vùng hoang dã, những chuyện đơn giản nhất - mà thường ngày chúng ta vẫn xem là điều tất nhiên không cần quan tâm - trở nên quan trọng hơn nhiều: nấu ăn, nước nóng pha cà phê, sắp dọn chỗ ngủ, dọn rửa, tắm vòi sen, đọc sách ban đêm... và còn nhiều chuyện nữa. Trong thực tế, một chuyện đơn giản như đi vệ sinh cũng có thể trở nên một điều đáng kể. Tùy theo nơi mà bạn cắm trại, bạn có thể phải đi bộ một quãng rất xa để đến nhà vệ sinh, hoặc là trong một số trường hợp có thể phải tự đào hố lấy.

Đừng hiểu sai những gì tôi nói. Việc cắm trại quả thật rất vui và tôi tin là rất tuyệt cho tinh thần của bạn nữa. Dù vậy, nó đòi hỏi phải làm nhiều việc và rất thiếu tiện nghi. Mùa hè năm rồi, Kris và tôi đưa bọn trẻ đến một khu rừng trong chuyến đi trại và du ngoạn hàng năm của chúng tôi. Cả hai đứa trẻ đều bị muỗi cắn đỏ cả người. Chúng cũng bỏ lỡ chương trình ti-vi mà chúng yêu thích, cũng như những cuốn sách mà chúng tôi không thể nhét nổi vào xe hơi. Đột nhiên, căn nhà của chúng tôi trở nên dường như không đến nỗi tệ lắm đối với bọn trẻ - và cả chúng tôi nữa.

Một điều có thể chắc chắn khi bạn đi cắm trại, là khi trở lại nhà, bạn sẽ thật sự tận hưởng và trân trọng cả việc được tắm nước nóng và ngủ trên giường nệm mềm mại, thoải mái. Bởi vậy, lần tới đây khi bạn tự bắt gặp mình than phiền về chuyện nhà cửa, có thể vì bất cứ lý do gì, hãy dự tính ngay cho một chuyến đi trại, và để mà xem, sự phàn nàn của bạn sẽ tự nhiên tan biến mất.

78. Xem trẻ con như những người thầy

Kris và tôi tin rằng ý tưởng này là rất hữu ích, đến nỗi chúng tôi thường lặp lại cho nhau nghe. Điều này có nghĩa là, bạn đừng xem các con như một phần mở rộng của chính mình, hoặc như những đối tượng mà bạn cần phải chăm sóc. Thay vì vậy, hãy nghĩ rằng chúng là những con người, hiện diện nơi đây - cùng với nhiều lý do khác nữa - là để dạy cho bạn biết về nhiều khía cạnh trong cuộc sống, mà không ai khác có thể dạy cho bạn được. Ý tưởng này sẽ giúp bạn học được nhiều điều từ trẻ con, và biết đánh giá cao chúng hơn là trước đây bạn vẫn tưởng.

Cho dù là bao nhiêu tuổi, trẻ con vẫn là những người thầy tốt nhất của chúng ta. Chúng có khả năng dạy cho ta nhiều bài học quan trọng nhất trong cả cuộc đời - những điều như là sự kiên nhẫn, lòng yêu thương vô điều kiện, sự tôn trọng lẫn nhau, những giải pháp sáng tạo cho nhiều vấn đề, sự chấp nhận những thay đổi tất yếu, và đón nhận khi sự việc đến. Từng ngày, từng giờ, trẻ con luôn mang lại cho chúng ta những kinh nghiệm nối tiếp nhau, gần như bao giờ cũng có khả năng dạy cho chúng ta một điều gì đó có giá trị lâu dài.

Trong chúng ta, ai đã có con cái đều biết rằng không có phần thưởng nào đáng giá hơn, và cũng không gì thách thức hơn, là những trách nhiệm hằng ngày trong việc nuôi dạy con cái. Và nhiều người trong chúng ta sẽ thừa nhận rằng không ai có thể kích động chúng ta hoặc thử thách cảm xúc của ta giống như là con cái. Tuy nhiên, lần tới đây khi chúng chọc giận bạn, tôi đề nghị là bạn hãy nhìn vấn đề khác hơn đi một chút. Thay vì phản ứng đơn giản theo như cách bạn vẫn thường làm, hãy cố gắng thử nghiệm đôi chút. Thử xem bạn có thể xác định được bài học nào mà đứa bé có thể mang đến

78. Xem trẻ con như những người thầy

cho bạn hay chăng? Tự hỏi mình: "Bằng cách nào mà con bé (hay thằng bé) có thể được xem như là thầy của mình?"

Tôi đã thử giải pháp này cách đây ít lâu, và đây là những gì đã xảy ra. Một trong những điểm dễ chọc giận của tôi là khi các con tôi dám cãi lại với tôi. Cho dù vì bất cứ lý do gì, điều này luôn luôn nặng nề nhất đối với tôi so với những thách thức khác trong ngày. Phản ứng thông thường của tôi với giọng điệu bất kính này là bắt đầu lên giọng giảng giải với chúng. Và bạn cũng có thể biết là, cách làm này chẳng có mấy tác dụng đối với cách cư xử của chúng, trong hiện tại cũng như tương lai. Tuy nhiên, lần này tôi đã cố nhìn vào vấn đề một cách khác biệt hơn. Tôi tự hỏi mình: "Liệu có điều gì mình có thể học hỏi ở đây chăng?" và "Liệu có điều gì mà con bé đang vô tình dạy cho mình chăng?"

Tôi đi đến kết luận là có, cho cả hai câu hỏi này. Tôi khám phá được hai điều. Thứ nhất, tôi cần phải kiên nhẫn hơn nhiều. Bởi vì tôi có khuynh hướng phản ứng quá nhanh với những gì mà tôi cho là sự phản đối, nên tôi thường thổi phồng các nhận xét đưa ra của con tôi. Nói cách khác, khi tôi kiên nhẫn hơn và chịu lùi một bước, tôi nhận ra được rằng những nhận xét của nó không hề bất kính như tôi đã hiểu sai trước đó. Chẳng phải là chuyện gì to tát cả.

Thứ hai, tôi khám phá ra rằng con gái tôi đã học giao tiếp chủ yếu là qua những giao tiếp với mẹ nó và tôi. Có những lúc, tôi không chăm chú lắng nghe người đối diện, dù vậy tôi khăng khăng đòi hỏi là nó phải biết lắng nghe. Khi tôi nhìn vào sự việc một cách trung thực, tôi nhận ra rằng nó thường có khuynh hướng tỏ ra thiếu kính trọng nhất vào những lúc mà cảm thấy lời nói của nó không được lắng nghe. Điều mà tôi nhận biết được là, tôi cần phải trở thành một tấm gương tốt hơn, chứ không phải là lên lớp tốt hơn trong trường hợp này. Tôi cũng nhận ra rằng, khi tôi gương mẫu hơn, con gái tôi trở nên ít cãi lại và ngoan ngoãn hơn.

Mặc dù mỗi trường hợp là hoàn toàn không giống nhau, tôi tin rằng bạn sẽ khám phá những giá trị to lớn trong việc nhìn các con mình như những người thầy.

Hãy thử giải pháp này trong lần tới, khi mà bạn cảm thấy bực tức với cách cư xử của con bạn, và tôi nghĩ là bạn sẽ đồng ý rằng: khi bạn nhìn các con như những người rất có thể sẽ dạy cho mình điều gì đó, phần thưởng mang đến cho bạn, con bạn và cho mối quan hệ gia đình sẽ là rất lớn.

79. Bạn không thể mang theo được gì

Trừ khi bạn có biết điều gì đó mà tôi không biết, bằng không thì, khi chết đi bạn sẽ phải bỏ lại nhà cửa và tất cả tài sản sở hữu. Cho dù đây là một điều quan sát thấy rất rõ ràng, nhiều người trong chúng ta lại không sống được theo với sự thật này. Thay vì vậy, chúng ta tiêu tốn rất nhiều thời gian và sinh lực cho việc lau chùi, chăm sóc, mua sắm, bảo hiểm, gìn giữ, khoe khoang... những tài sản của mình, như thể là chúng có một giá trị vĩnh cửu nào đó.

Điều cực kỳ hữu ích là hãy tự nhắc nhở mình rằng bạn rồi sẽ không thể mang theo bất cứ món nào trong tài sản của mình. Điều này không có nghĩa là bạn không nên tận hưởng niềm vui với mọi thứ trong khi bạn còn ở đây - chắc chắn là bạn nên làm như thế. Thay vì vậy, đây là một phương thức nhắc nhở nhẹ nhàng để nhận thức đúng về sự việc và tự hỏi mình: "Điều gì mới thật sự là quan trọng nơi đây?" Đặt những câu hỏi như: "Có cần thiết phải lau dọn phòng tắm ngay vào lúc này chăng, hay điều quan trọng hơn là dành ra mấy phút để dạo chơi với vợ, hoặc con cái?" Hãy cho phép tôi

79. Bạn không thể mang theo được gì

lặp lại. Tôi không muốn nói là căn phòng tắm không cần phải lau dọn, chỉ có điều là sẽ hữu ích hơn khi cân nhắc mức độ quan trọng tương đối của nó. Cũng sẽ có những lúc mà việc lau dọn phòng tắm cần ưu tiên hơn một chuyến đi dạo trong rừng. Và điều đó cũng tốt thôi.

Tôi có thể đảm bảo với bạn một điều là, một ngày nào đó, khi bạn nhìn lại cuộc sống của mình, bạn sẽ thấy ít quan tâm hơn đến việc có được bao nhiêu món đồ vật, tài sản, mà thấy quan tâm nhiều hơn đến việc có thể bày tỏ tình yêu thương, dành thời gian đến mức nào cho những người bạn yêu quý nhất, cũng như đóng góp vào cho thế giới mà bạn đang sống. Thừa nhận sự thật này ngay bây giờ có thể giúp bạn dành ưu tiên cho những mục tiêu và thời gian của mình theo cách có thể làm tăng trưởng tinh thần bạn.

Căn nhà là một phần quan trọng trong cuộc sống. Bạn sống trong nhà. Bạn dùng những bữa ăn, chia sẻ mọi thứ với gia đình và bè bạn, và những người khác nữa - tất cả đều ở nhà. Tuy nhiên, điều cốt yếu cần nên nhớ là, tình yêu thương mà chúng ta chia sẻ nhau ở nhà mới là điều quan trọng nhất, không phải bản thân căn nhà, không phải cái khối vật chất ấy. Nếu có gì đó hư hỏng hoặc cần sửa chữa, hãy cứ làm. Nếu mọi thứ dơ bẩn và lộn xộn, hãy làm hết sức bạn để lau dọn, sắp xếp. Mọi thứ đồ vật và căn nhà của bạn hiện diện nơi đây là để cho bạn vui thú và giúp cuộc sống của bạn dễ dàng hơn, tiện nghi hơn. Nhưng đừng bao giờ để cho chúng có thể khống chế bạn. Bằng cách nhắc nhở mình là sẽ không mang theo được gì sau khi chết, bạn sẽ mở ra được một cánh cửa cho sự chấp nhận và tự do.

80. Chọn một tổ chức từ thiện cho gia đình

Không có mấy hoạt động có thể làm cho cả gia đình gần gũi lại với nhau hơn như là làm việc từ thiện. Chúng tôi nhận thấy rằng chọn lấy cho gia đình một tổ chức từ thiện để đóng góp vào là một cách mang lại nhiều niềm vui. Cho dù trong gia đình chỉ có 2 người hay đến 10 người đi nữa, điều tốt hơn vẫn là lôi cuốn tất cả vào hoạt động này. (Dĩ nhiên, nếu bạn sống một mình, bạn vẫn có thể tự mình thực hiện, hoặc cùng với một người bạn chẳng hạn.)

Tổ chức từ thiện của gia đình chúng tôi chọn là Children, Inc., nằm bên ngoài Richmond, Virginia. Số điện thoại là (800) 538-5381. Đây là một tổ chức thích hợp một cách lý tưởng cho mục đích này, bởi vì rất dễ dàng để có thể lôi kéo tất cả mọi người cùng tham gia. Gia đình bạn sẽ được biết một em bé có hoàn cảnh đặc biệt nào đó thông qua thư từ, chính là người mà cả gia đình sẽ giúp đỡ, và - điều này là quan trọng - sẽ cùng làm quen với em. Bạn cũng như các con của bạn đều có thể gởi và nhận thư từ, hình ảnh qua lại với em bé mà mình giúp đỡ, và gặp gỡ một người bạn mới trong tiến trình này.

Hầu như bất cứ tổ chức từ thiện nào cũng có thể là một cơ hội lý tưởng để giúp cho cả gia đình gần lại với nhau hơn. Thay vì chỉ đơn giản là viết một chi phiếu và bỏ vào phong bì, hãy lôi cuốn tất cả mọi người cùng tham gia. Mang về một tờ kêu gọi của tổ chức từ thiện nào đó, và chỉ cho các con bạn biết là bạn đang định giúp đỡ ai, và tại sao. Hãy thảo luận về công việc mà tổ chức từ thiện đó đang làm và cùng nhau biểu dương. Nếu bạn định gởi tiền, hãy cho các con bạn được nhìn thấy khi bạn viết chi phiếu. Có thể để cho chúng

80. Chọn một tổ chức từ thiện cho gia đình

bỏ vào phong bì, hoặc bỏ phong bì vào hộp thư. Cùng chia sẻ với chúng về việc tiền đang gởi đến đâu và sẽ dùng vào việc gì. Bạn có thể hỏi bọn trẻ xem chúng muốn giúp đỡ ai nhiều nhất, và tại sao. Liệu đó sẽ là trẻ con, người già, những người không có nhà ở, hay những người đói thiếu? Hoặc chúng có thích đóng góp cho một cuộc nghiên cứu tìm cách chữa bệnh ung thư? Hoặc chúng có muốn giúp đỡ những hoạt động phát triển cộng đồng? Giải pháp này mang lại cho gia đình bạn cơ hội để thảo luận về những nhu cầu trong cộng đồng và trong thế giới của chúng ta. Đây là một sự biểu hiện cụ thể cho lòng yêu thương của bạn, nó mang lại niềm vui và phần thưởng xứng đáng, cũng như vô cùng hữu ích.

Nếu bạn không có khả năng để đóng góp bằng tiền bạc, gia đình bạn vẫn có thể quy tụ cùng nhau trong các hoạt động khác. Có thể là nhà thờ địa phương hay nhà từ thiện nào đó đang cần sự giúp đỡ. Một nhà thờ ở gần chỗ chúng tôi nấu ăn trưa cho những người không có nhà ở vào mỗi ngày thứ Bảy. Đây là một cách tuyệt vời biết bao để cả gia đình cùng tham gia một buổi sáng.

Những gì bạn làm không quan trọng bằng việc phải làm một điều gì đó. Mọi hình thức cho tặng đều mang lại cảm giác tốt đẹp và giúp mọi người gần lại nhau hơn, đặc biệt là trong gia đình. Tôi hy vọng là bạn sẽ thử giải pháp này một lần. Nó sẽ giúp gia đình bạn gần gũi nhau hơn và củng cố lại những giá trị quan trọng nhất. Và nếu mỗi gia đình đều góp phần nhỏ bé của mình, chúng ta có thể làm cho thế giới này tốt đẹp hơn lên.

81. Hãy kiên nhẫn với chủ cho thuê nhà

Cho dù là bạn thuê một căn phòng trong nhà người khác, hoặc thuê cả căn hộ riêng cho mình, cũng đều rất dễ dàng trở nên mất kiên nhẫn và có nhiều đòi hỏi đối với người chủ nhà. Tuy nhiên, rắc rối của vấn đề là ở chỗ, sự mất kiên nhẫn của bạn có thể quay trở lại bám lấy bạn. Không những bạn sẽ phải sống với những hậu quả của sự mất kiên nhẫn và bực dọc, mà bạn còn mất đi một lợi thế trong cuộc sống là có được một người chủ cho thuê nhà đứng về phía mình.

Cách đây nhiều năm, khi tôi còn đang sống chung trong một căn hộ lớn, người bạn cùng phòng của tôi mắc phải một lỗi lầm là liên tục yêu sách và khó chịu với người quản lý của khu nhà. Anh ta cảm thấy là mình đúng, và rằng thái độ của anh ta là còn hơn cả mức công bằng. Anh ta tin rằng những đòi hỏi của chúng tôi đã không được xem xét thỏa đáng, và bằng một giọng điệu đe dọa, anh ta đòi hỏi những điều kiện phục vụ đầy đủ hơn. Việc nhận định của anh ta có đúng hay không lại chẳng liên quan gì đến kết quả cuối cùng. Cho dù ai là người có lỗi đi nữa, việc làm của anh ta tạo ra một kẻ thù. Vấn đề ở đây là, chúng tôi đang sống trong một khu chung cư đại học hầu như không còn chỗ trống nào khác. Cơ bản là chúng tôi hoàn toàn mắc kẹt.

Từ đó trở đi, những điều kiện phục vụ trước đó là chậm chạp giờ đây gần như biến mất luôn không còn tồn tại. Nếu bếp lò cần sửa chữa, chúng tôi sẽ nằm ở chót cùng trong danh sách. Nếu tủ lạnh bị rò rỉ, phải mất nhiều tuần mới được sửa chữa. Nếu có ai đó đậu xe vào chỗ dành cho chúng tôi, chúng tôi phải tự đi mà giải quyết lấy... - và người quản lý sẽ không tham gia gì.

81. Hãy kiên nhẫn với chủ cho thuê nhà

Những gì mà người bạn cùng phòng của tôi không hiểu được là, trong điều kiện hiện có, người quản lý của chúng tôi đã làm hết sức theo khả năng ông ta. Chúng tôi đang sống trong một tòa nhà khổng lồ đã khá cũ kỹ và đòi hỏi liên tục sửa chữa, nâng cấp. Từ vị trí của mình, chắc hẳn không nghi ngờ gì là ông ta đã phải làm việc quá sức và chỉ được chi trả tiền lương không cân xứng.

Và rất có thể là ông ta đúng. Những yếu tố mà ông ta đưa vào cân nhắc để lập một danh sách ưu tiên hẳn nhiên thường phải là: trước hết, các trường hợp khẩn cấp, thứ hai ông có ưa thích người thuê nhà đang có yêu cầu đó hay không. Bởi vì những vấn đề của chúng tôi bao giờ cũng được xem là không khẩn cấp, và vì người quản lý không ưa gì chúng tôi nữa, nên chúng tôi luôn luôn nằm ở vị trí cuối cùng trong danh sách của ông ta.

Điều rõ ràng là, cũng sẽ có những lúc bạn cần thiết phải gay gắt, hoặc kiên trì trong việc đòi hỏi các điều kiện phục vụ mà bạn xứng đáng được hưởng. Tuy nhiên, bất cứ khi nào có thể được, hãy cố giữ lại những trường hợp như thế này cho những dịp rất hiếm hoi khi mà chúng ta thật sự cần thiết phải thúc ép mạnh mẽ. Trong tất cả những trường hợp khác, cố gắng kiên nhẫn và cảm thông càng nhiều càng tốt. Có thể là khó khăn, nhưng hãy nhớ rằng, những người quản lý hoặc chủ nhà cũng có cuộc sống riêng của họ, bao gồm cả nhiều khó khăn riêng tư. Tôi không bảo vệ cho họ, và khi viết tập sách này thì bản thân tôi cũng chẳng phải là một người chủ cho thuê nhà. Tôi chỉ đơn giản đề nghị là, bao giờ cũng vậy, tốt nhất là nên quan tâm đến việc giữ những người chủ cho thuê nhà ở về phía bạn. Nếu được vậy, họ sẽ làm bất cứ điều gì hợp lý trong khả năng họ để giúp cuộc sống gia đình bạn được dễ chịu như mức có thể được.

Giao tiếp với những người chủ cho thuê nhà là một vấn đề mà trong đó bạn tốt nhất đừng cáu gắt vì những chuyện vặt. Bạn càng nhận thức đúng, tử tế và kiên nhẫn, người chủ nhà sẽ càng muốn phục vụ cho bạn hơn. Lần tới đây khi bạn có một vấn đề nào đó liên quan đến người chủ cho thuê nhà của mình, hãy thử nghiệm một chút. Hãy bày tỏ cho ông ta biết là bạn cảm thông được sự bận rộn tất nhiên phải có của ông ta, và bạn đánh giá cao sự giúp đỡ của ông ta như thế nào, cũng như những công việc khó nhọc mà ông ta phải cáng đáng. Hãy tử tế, lịch thiệp và kiên nhẫn. Làm như thế không phải là một mánh khóe vận động để có lợi, mà chỉ đơn giản là vì bạn là một người tốt và hiểu biết. Rồi thì, bạn có thể ngồi yên để xem việc gì sẽ xảy ra. Bạn có thể sẽ phải ngạc nhiên khi thấy các điều kiện phục vụ trở nên tốt hơn như thế nào. Xin chúc may mắn.

82. Tập thể dục

Tôi ước đoán là ít nhất cũng đến một nửa trong số những người tôi quen biết, đã rất ít khi hoặc là không tập thể dục. Những lý do biện bạch có thể là "Tôi không có thời gian" hay "Khó thực hiện quá" hoặc là "Tôi không thích."...

Mặc dù chắc chắn là tôi không am hiểu hết về những ích lợi của việc tập thể dục, nhưng tôi đã tự mình ưa thích nó từ lúc mà trí nhớ còn nhớ được. Trong nhận thức của tôi, lý do duy nhất để không tập thể dục đều đặn chỉ là khi mà tình trạng cơ thể không có khả năng để thực hiện. Ngoài điều kiện đó ra, nếu như bạn không tập thể dục, bạn đã tự tước bỏ đi của chính mình một lợi thế cơ bản nhất. Bạn bỏ lỡ một phương thức dễ dàng và hiệu quả để có thể trở nên hạnh phúc hơn, ít bị kích động hơn và thanh thản hơn. Bạn đã tự đặt mình vào một thế bất lợi không công bằng, nhưng hoàn toàn không cần thiết, khi phải đối đầu với những khó khăn và thách thức không thể tránh được trong cuộc sống ở gia đình.

Theo một cách nói rất thực tiễn, tôi cảm thấy tôi không có thì giờ để không tập thể dục - tôi cũng không cảm thấy mình có đủ khả năng hoang phí đến mức không làm điều này. Chắc hẳn sẽ rất là khó khăn cho tôi để có thể bào chữa cho việc không làm một việc mà có thể mang lại cho tôi cảm giác tuyệt diệu, kèm theo với những ích lợi là giữ cho tôi được khỏe khoắn, mạnh mẽ và thanh thản - như thể cung cấp thêm cho tôi đến hàng tấn năng lượng phụ trội.

Tập thể dục thường xuyên đã chứng tỏ lợi ích nhờ vào việc thải bỏ độc tố endorphin, tạo một tác động êm dịu lên não bộ và cơ thể. Sau khi tập thể dục, những chuyện vặt vãnh trước đây có thể làm bạn cáu gắt sẽ không còn, hoặc là ảnh hưởng rất ít đến bạn. Và ngay cả đến những vấn đề thật sự lớn lao cũng sẽ được giải quyết dễ dàng hơn.

Điều thực tế là, nhìn theo một nhận thức rất hẹp hòi, và ngay trong thời gian trước mắt, việc tập thể dục có làm mất đi chút ít thời gian. (Tôi bỏ ra từ 45 phút đến 1 giờ, trong 5 hoặc 6 ngày mỗi tuần). Tuy nhiên, đó là một giá quá thấp mà bạn chi trả cho việc bớt đi những khoảng thời gian ốm yếu, hoặc thậm chí phải nằm trong bệnh viện, cũng như để cho năng lực hằng ngày và hiệu quả làm việc gia tăng đáng kể. Và cũng là một giá thấp phải trả, nếu như bạn cân nhắc đến năng lực tinh thần hao phí đi vì sự khó chịu và bực tức bởi những chuyện vặt vãnh hằng ngày ở nhà.

Thử tưởng tượng cuộc sống của bạn sẽ tốt đẹp hơn biết bao nhiêu nếu như bạn chỉ cần giảm bớt sự quá khích đi đôi chút và làm việc hiệu quả hơn, nhờ vào kết quả của việc tập thể dục đều đặn. Và rồi, một thân thể rắn chắc, gọn gàng cũng cần được cân nhắc. Nói thẳng ra, một thân thể chắc gọn sẽ dễ nhìn hơn và cũng mang lại cảm giác tốt hơn so với những cơ thể béo bệu ít khi vận động. Cuối cùng, cho dù tôi không thể chứng minh được điều này, nhưng tôi biết là tôi ngủ ngon hơn nhiều khi tập thể dục đều đặn.

Tôi biết điều này: rất khó khăn để khởi sự mọi việc. Và có đến hàng trăm lý do để biện bạch. Tuy nhiên, bạn nên biết rằng, chỉ mới trong năm vừa qua đây, tôi đã gặp hai con người khó mà tin nổi: một người ngồi trên xe lăn, và một người bị tật nguyền ở mức trầm trọng. Cả hai người đều có những giờ tập thể dục đều đặn! Cả hai người cũng đều làm việc trọn thời gian trong ngày! Và cả hai đều có gia đình để nuôi nấng!

Bạn thật sự có gì để mất? Tôi đề nghị và chân thành hy vọng là bạn sẽ thử qua việc này. Chọn một hình thức rèn luyện nào đó mà bạn thích: đi bộ, chạy bộ, đi xe đạp... thậm chí là chạy tại chỗ ở nhà. Phải chọn một cách nào đó. Tôi đoán là, ngay trước mắt bạn sẽ giảm đi rất nhiều khuynh hướng cáu gắt vì những chuyện vặt ở nhà. Và lâu dần, bạn sẽ thấy đây là một trong những quyết định tốt nhất mà bạn đã từng có được.

83. Chú ý những gì ngày càng tốt hơn

Đây là một lời khuyên về thái độ sống có thể áp dụng vào rất nhiều khía cạnh khác nhau trong cuộc sống, nhưng nó đặc biệt hữu ích nhất với môi trường trong nhà. Nó liên quan đến sự chán nản rất thường gặp do cảm giác như là mọi thứ chẳng có gì tiến triển.

Trong thực tế, cuộc sống là một trạng thái liên tục thay

83. Chú ý những gì ngày càng tốt hơn

đổi. Vấn đề là ở chỗ, chúng ta thường quá trói buộc vào những kinh nghiệm sống riêng của mình nên không thể nhìn thấy sự thay đổi đang diễn ra. Một ví dụ rất thường gặp tiêu biểu cho hiện tượng này được nhìn thấy với trẻ con. Nếu bạn gần gũi chúng mỗi ngày, bạn gần như không nhận ra được chúng đang lớn. Tuy nhiên, nếu một người bạn đã lâu mới đến chơi sẽ thường nói thế này: "Chà, lũ trẻ mau lớn quá!"

Đôi khi chúng ta trở nên chán nản bởi những vấn đề có vẻ như chẳng bao giờ chấm dứt - những trận cãi vã của con cái, gian nhà chứa rối tung lên, hàng tá những cuộc gọi chưa trả lời được, cũng như nhiều điều khác nữa, mà có thể làm cho cuộc sống dường như là quá sức chịu đựng của chúng ta. Sai lầm của chúng ta là ở chỗ, chúng ta luôn đòi hỏi sự toàn hảo. Sự mong đợi của chúng ta luôn ở mức quá cao đến nỗi chúng ta không thể nào nhận ra những thay đổi hay hoàn thiện của sự việc đang liên tục diễn ra. Chúng ta đổ lỗi cho sự khổ sở của mình là bởi vì lũ trẻ đang tranh cãi nhau, căn nhà chứa đang dơ bẩn, và chúng ta đang có những cuộc gọi chưa trả lời. Sự chú ý của chúng ta là vào những khó khăn hiện có và vấn đề hiển nhiên là sự không hoàn thiện chẳng bao giờ chấm dứt.

Vấn đề ở đây là, nếu chúng ta cứ nhất định là mình chỉ được vui vẻ khi nào mà mọi khó khăn hoàn toàn chấm dứt, chúng ta sẽ tự buộc mình vào một cuộc sống đầy thất vọng cho đến cuối đời. Trong thực tế, trẻ con bao giờ cũng phải có những mâu thuẫn, những gian nhà chứa hiếm khi ở trong tình trạng hoàn hảo, và bao giờ cũng sẽ có ít nhất là năm ba cuộc gọi để phải trả lời...

Điều cực kỳ hữu ích là biết cách không chú ý vào sự toàn hảo, mà là vào sự tiến triển của sự việc. Thường thì bạn sẽ tìm thấy ngay một vài biểu hiện như thế nếu bạn chú ý. Lấy ví dụ, lũ trẻ thật sự là có tranh cãi nhau, nhưng có thể là không nhiều bằng tháng trước - có thể là đã tốt hơn trước đây đôi chút. Hoặc ít nhất thì bạn cũng đã lau dọn được một phần nhỏ trong gian nhà chứa, và làm cho nó bớt lộn xộn hơn trước kia. Hoặc là, bạn sẽ nhận thấy hôm nay mình đã trả lời được một số cuộc gọi, để danh sách chờ đợi không còn quá cỡ nữa...

Khi bạn chú ý vào những sự tiến triển của sự việc, bạn sẽ có được niềm hy vọng rằng thật sự là có đôi chút sáng sủa ở ngày mai. Điều này còn có thể cho bạn thấy là cuộc sống không đến nỗi tồi tệ như đôi khi bạn có thể đã lầm tưởng. Tôi nghĩ rằng nếu bạn nhìn thật kỹ và trung thực vào cuộc sống của mình, bạn có thể sẽ ngạc nhiên vì những tiến triển của sự việc đã thường xuyên diễn ra như thế nào. Nếu bạn chú ý được vào những sự hoàn thiện từng bước này, bạn sẽ giảm nhẹ được căng thẳng và có được rất nhiều niềm vui trong cuộc sống.

84. Những mong ước của con cái

Chúng ta hãy nhìn thẳng vào việc này. Con cái của bạn thường không thật sự quan tâm đến việc bạn là một người tiếp viên hàng không, một người bán hàng, một người phục vụ, một chuyên gia tin học, hay một đầu bếp... Tôi có thể nói ngay với bạn bằng kinh nghiệm trước tiên của chính tôi rằng, bạn không tạo được ấn tượng nào với con cái bạn khi bạn là một tác giả viết sách hoặc một chuyên gia bận rộn. Tôi đoán là, các con của tôi cũng sẽ chẳng có ấn tượng gì nếu như tôi là một bác sĩ, luật sư hay thậm chí một ngôi sao điện ảnh. Công việc căng thẳng và sự hy sinh của bạn cũng có thể được chúng trân trọng, nhưng không bao giờ đến gần được mức độ mà bất cứ ai trong chúng ta cũng đều mong

84. Những mong ước của con cái

đợi hoặc cho là thích đáng. Không, những gì thật sự là quan trọng đối với trẻ con chính là thời gian của bạn - và sự sẵn lòng lắng nghe, yêu thương vô điều kiện. Chỉ có thế thôi.

Khi chúng ta nói: "Con cái là một phần quan trọng trong cuộc sống của tôi." Đó là một chuyện. Và hành động thật sự để chứng tỏ tuyên bố ấy lại là một chuyện khác. Tôi biết điều này không dễ dàng gì, và tôi cũng biết là thường có rất nhiều lý do chính đáng cho việc vì sao chúng ta không thể đặt con cái lên ưu tiên hàng đầu, nhưng sự thật thì vẫn là: Con cái chúng ta không cần đến những thành công bên ngoài của chúng ta, chúng mong muốn và cần có sự yêu thương mà thôi.

Đây không phải là một đề xuất nhắm đến việc làm cho bạn cảm thấy mặc cảm có lỗi về việc đã dành quá ít thời gian cho con cái. Chính tôi cũng thường có mặc cảm như thế những lúc tôi phải ra phi trường khi mà các con tôi thậm chí còn chưa thức dậy, hoặc khi tôi phải có một cuộc nói chuyện điện thoại quan trọng vào đúng giờ ăn trưa, hay bỏ lỡ không đến xem một cuộc chơi ở trường của chúng vì những công việc khác... Mục tiêu của giải pháp này không phải là vấn đề mặc cảm có lỗi, mà là vấn đề tình thương. Đây là một sự nhắc nhở nhẹ nhàng rằng, cho dù việc nuôi dạy con cái đôi khi có vẻ như quá sức chịu đựng của bạn, và bạn thường có cảm giác như nó sẽ kéo dài mãi mãi - nhưng thực tế thì không. Thay vì vậy, bạn chỉ có một cơ hội rất hạn hẹp để dành thì giờ cho con cái, phát triển một mối quan hệ yêu thương và kính trọng, trước khi chúng trưởng thành và thoát khỏi vòng tay bạn.

Đôi khi, tôi thấy rất có ích cho mình - và có lẽ cả cho bạn nữa - khi luôn tự nhắc nhở rằng những gì các con mình mong muốn không phải là tiền bạc hay sự thành công trong xã hội, hay sự nhắc nhở liên tục của chúng ta về công việc nặng nhọc như thế nào. Điều chúng mong muốn là chính bản thân chúng ta. Hiển nhiên, điều này không có nghĩa là bạn không cần thiết phải làm việc kiếm sống, hay là những thành công trong xã hội là không quan trọng, mà chỉ có nghĩa là, đối với các con chúng ta, những điều này chỉ là thứ yếu.

Tôi rất ngờ rằng, có ai trong chúng ta, khi đến phút cuối của đời mình có thể sẽ ao ước còn được làm việc thêm nữa ở văn phòng, hoặc theo đuổi những ước mơ nào đó... Nhưng tôi tin rằng nhiều người trong chúng ta hẳn sẽ hối tiếc vì đã không dành được nhiều thời gian hơn cho con cái. Biết được sự thật này, tại sao không thực hiện một thay đổi ngay từ bây giờ, cho dù ít ỏi đến đâu, trong những ưu tiên hằng ngày của chúng ta?

Điều mà con cái chúng ta thật sự mong muốn và cần thiết chính là sự yêu thương. Chúng mong muốn ta lắng nghe những câu chuyện của chúng mà không nghĩ ngợi đến chuyện gì khác, và không hối hả đến một nơi nào khác. Chúng muốn ta đến xem những trận đá bóng của chúng, không phải vì bổn phận, mà phải vì thật lòng không muốn đến một nơi nào khác hơn. Chúng muốn ta ôm lấy chúng, hiểu được chúng, gần gũi chúng. Chúng mong muốn được là trung tâm vũ trụ của chúng ta.

Chỉ mới sáng nay, tôi và một người bạn thảo luận về việc bọn trẻ thật chóng lớn. Điều này nhắc nhở tôi các con tôi quý giá biết bao - và tất cả trẻ con đều quý giá biết bao. Vào lúc đó, tôi tự hứa với mình rằng sẽ tiếp tục dành ưu tiên trên hết cho các con, cho dù điều đó có gây thêm khó khăn cho công việc đến đâu. Tôi hy vọng là bạn cũng sẽ có một lời hứa tương tự như thế.

85. Đừng suy diễn về người khác

Đây là một vấn đề phổ biến, đặc biệt là trong gia đình. Khi bạn biết một người nào đó rất rõ, gần như là sẽ có ngay một khuynh hướng ngấm ngầm cho rằng bạn có thể biết được những điều người ấy đang nghĩ hoặc người ấy sẽ làm gì. Ý tưởng này có thể nói khác đi là: Đừng làm một người đọc vào suy nghĩ của người khác, hay quy trách động lực cho những cung cách cư xử, hành vi của người khác.

Tôi vẫn tự bắt gặp mình rơi vào khuynh hướng này, mặc dù là ít hơn nhiều so với trước đây. Lấy ví dụ, chỉ mới hôm qua đây thôi, một trong hai đứa con gái tôi có vẻ đang trì hoãn giờ đi học như thường lệ. Bởi vì tôi dự đoán là như vậy, tôi nhận thấy ngay là nó chưa mang giày và đoán ngay là nó cũng không biết đôi giày của nó nằm ở đâu. Xét cho cùng, những trường hợp tương tự như vậy đã xảy ra rất nhiều lần trước đây. Dĩ nhiên, tôi biết ngay mọi chuyện không cần hỏi han gì. Một cách thiếu kiên nhẫn, và với giọng rất bực mình, tôi quát nó: "Đi mà tìm giày của con đi." Phản ứng của nó rất tự tin: "Giày của con ở ngay cạnh cửa trước. Bố vẫn dặn con là đừng đi giày trong nhà đó thôi." Nó đã đúng trong cả hai câu trên. Cũng giống như nhiều trường hợp vẫn thường xảy ra với nhiều người trong chúng ta, tôi đã mất mấy phút không cần thiết trong buổi sáng của mình để bực dọc và khó chịu. Sự bực tức và căng thẳng trong tôi phát sinh không phải vì bất cứ điều gì mà con tôi đã làm hoặc không làm, mà là từ trong suy nghĩ của tôi. Đây rõ ràng là một trường hợp mà "tất cả là trong tư tưởng bạn".

Bạn có thể đã thấy là khuynh hướng này góp phần to lớn trong việc tạo ra sự cáu gắt vì những chuyện nhỏ trong gia đình. Khi bạn suy diễn mọi thứ, gần như thể là bạn đang tích cực tìm kiếm những gì làm cho bạn bực mình, khó chịu. Và khi bạn tìm kiếm điều gì, đặc biệt là khi bạn cho rằng mình sẽ tìm thấy, bạn hiếm khi phải thất vọng. Trong hầu hết các trường hợp, bạn kết thúc vấn đề bằng cách xác nhận những giả định của mình là chính xác, để bạn có thể nhận phần đúng về mình.

Hiển nhiên là những sự giả định thỉnh thoảng mới có cũng chẳng đến nỗi làm hại cho một mối quan hệ, và không phải là chuyện gì to tát lắm. Tuy nhiên, khuynh hướng này lại hiếm khi là ở mức thỉnh thoảng. Thay vì vậy, nó có thể trở thành một trong những cung cách sống, một thói quen mà chúng ta mắc phải rất thường xuyên, thậm chí không biết là mình đang mắc phải. Bộ não chúng ta hoạt động rất nhanh với những giả định - những điều mà tưởng là đã đúng - đến nỗi các phán đoán được đưa ra không cần chúng ta phải suy nghĩ gì thêm.

Giải pháp cho vấn đề là đơn giản, nhưng không dễ dàng. Bạn phải có được sự khiêm tốn đủ để thừa nhận là mình không biết những gì một người khác sẽ làm hoặc là đang suy nghĩ. Điều quan trọng là phải đón nhận mỗi ngày, mỗi sự việc riêng biệt, vào lúc mà chúng xảy đến. Đừng cho rằng chỉ vì một sự việc nào đó luôn luôn là như thế nên không thể có sự thay đổi khác đi. Vì nếu làm thế, bạn đang bộc lộ một hình thức tế nhị của sự thiếu tôn trọng. Nói cho cùng, chắc chắn là bạn cũng không đánh giá cao khi ai đó thích đọc trước những suy nghĩ của bạn và dự đoán trước những gì bạn sẽ làm.

Khi bạn thực hiện sự thay đổi từ việc dự đoán những cách cư xử của người khác sang việc phản ứng thích đáng với chúng, bạn sẽ tự thấy mình giảm bớt sự bực tức đi rất nhiều. Đầu óc bạn sẽ được thư giãn hơn và hướng về giây phút hiện tại, phản ứng với những gì thật sự đang diễn ra thay vì là với những gì mà bạn tin là sẽ xảy ra. Cùng với những ích lợi tự thân mà bạn có được - giảm nhẹ sự căng thẳng đầu óc - điều không nghi ngờ gì là những người mà bạn yêu thương cũng sẽ đánh giá cao sự thay đổi này của bạn. Trong nhiều trường hợp, thay đổi nhỏ này có thể tạo ra cả một thế giới khác biệt trong cảm giác về sự tôn trọng lẫn nhau trong gia đình.

86. Nói năng dịu dàng

Có một điều gì đó như là sự hàm dưỡng và thanh thản với một người nói năng dịu dàng. Trong gần suốt quãng đời đã qua, tôi vẫn cho rằng đây là một phẩm chất mà chỉ có thể có hoặc không - bạn được sinh ra có hay không có một giọng nói dịu dàng, thế thôi. Và, trong một chừng mực, điều này có thể là sự thật. Tuy nhiên, trong những năm gần đây, tôi đã khám phá ra rằng việc nói năng dịu dàng là một phẩm chất mà bạn có thể rèn luyện được.

Nếu bạn làm được điều này, tôi nghĩ là bạn sẽ đồng ý rằng phần thưởng nhận được là vô cùng to lớn và đáng kể. Những kết quả này sẽ có những ảnh hưởng tích cực lên tình yêu thương trong gia đình bạn.

Khi bạn nói chuyện quá nhanh và to tiếng, năng lượng bạn đưa vào thế giới chung quanh (hay gia đình bạn) có thể là phần nào cuồng nhiệt hay căng thẳng. Cho dù ý định của bạn có thể là khác hơn, nhưng thông thường thì những người quanh bạn có thể cảm thấy hơi căng thẳng hoặc là khó chịu. Và điều này lại có một tác dụng tiếp theo là vô tình làm cho những người này dễ dàng có những cách ứng xử bực dọc và khó chịu hơn nữa. Nói cách khác, giọng nói của bạn đang nuôi dưỡng cho một chu kỳ căng thẳng xoay vòng.

Giọng nói mang rất nhiều sức mạnh và gởi một thông điệp đến mọi người quanh bạn. Bởi vậy, nếu bạn gởi đi một thông điệp của sự nóng nảy và bực tức, bạn có thể sẽ làm giảm đi những tình cảm yêu thương, sự thanh thản và kính trọng trong gia đình, cho dù bạn có thể không nhận ra điều đó.

Hiển nhiên là mỗi người đều có một giọng nói khác nhau, một tính khí khác nhau và một phong cách giao tiếp độc đáo của riêng mình. Tôi không đề nghị bạn hay bất kỳ ai khác phải thay đổi hoàn toàn cách nói năng của mình, hoặc giả tạo như thể là một người nào khác. Đề xuất của tôi ở đây chỉ đơn giản là bạn hãy chú ý hơn một chút đến việc giọng nói của mình được tiếp nhận như thế nào bởi những người chung quanh. Hơn thế nữa, tôi muốn nói rằng nếu bạn có được một nỗ lực để nói năng dịu dàng hơn đôi chút, bạn có thể sẽ khám phá ra những thay đổi gần như tức thì và đáng ngạc nhiên với những tình cảm trong gia đình bạn.

Lấy ví dụ, bản thân bạn sẽ bình thản hơn và ít căng thẳng hơn. Khi bạn dịu giọng hơn, bạn sẽ thật sự thư giãn cả cơ thể, cũng như trí óc mình. Kế nữa, khi bạn dịu giọng đi, mọi người trong gia đình sẽ nhanh chóng làm theo bạn. Và điều này sẽ xảy ra như một điều kỳ diệu và một sự nhẹ nhõm làm cả nhà đều thích thú.

Mặc dù bản thân tôi cũng còn cần phải rèn luyện nhiều hơn nữa, nhưng tôi cũng đã nhận thấy được, có đến hàng trăm lần, là mỗi khi các con tôi cư xử một cách khích động và ngốc nghếch, và tôi muốn chúng phải bình tĩnh lại, thì điều tốt nhất là chính tôi phải bình tĩnh trước. Thường thì dấu hiệu bình tĩnh được bắt đầu từ giọng nói của tôi, từ đó dẫn theo sau những cảm xúc và cách ứng xử bình tĩnh.

Nếu bạn nghĩ về điều này, sẽ thấy ý nghĩa là nếu muốn người khác cư xử theo cách bình tĩnh, thì điều tệ hại nhất có thể có là chính bạn lại la hét và phát khùng lên. Dù vậy, có bao nhiêu người trong chúng ta đã tránh được điều này? Sự thật là, nếu bạn thật sự muốn ai đó lắng nghe bạn, thì điều tốt nhất có thể làm được là hãy nói dịu giọng hơn. Bạn sẽ ngạc nhiên khi thấy những người quanh mình sẽ trở nên chú ý và tôn trọng như thế nào.

Tất nhiên là hãy trân trọng cung cách và giọng nói tự nhiên của bạn trong đề xuất này. Tuy nhiên, nếu bạn chịu thử nghiệm một cách thích hợp, nếu bạn có một nỗ lực chân thành để nói năng dịu dàng hơn, cho dù chỉ là đôi chút, tôi nghĩ là bạn sẽ ngạc nhiên một cách hài lòng với bầu không khí yên tĩnh hơn được tạo ra trong cuộc sống gia đình.

87. Giữ tâm trạng vui vẻ

Khi tôi nhớ lại những phẩm chất tốt đẹp nào đã giữ cho gia đình chúng tôi luôn gần gũi nhau, và những kỷ niệm mà tôi khắc sâu nhất trong ký ức, thì phẩm chất được kể đến xấp xỉ nơi hàng đầu chính là việc tất cả chúng tôi đều rất vui vẻ với nhau. Sau nhiều năm, tôi đã nhận thấy sự vui vẻ tương tự ở những gia đình thật sự biết trân trọng và sống hạnh phúc bên nhau.

Giữ tâm trạng vui vẻ là một phẩm chất mang lại nhiều hạnh phúc. Nó giữ cho bạn những trận cười và những nụ cười. Nó nhắc nhở bạn đừng tự đối xử với chính mình, hoặc với những người thân khác trong gia đình bằng một cung cách quá nghiêm trọng. Giữ tâm trạng vui vẻ cũng giúp bạn thấy lòng thơ thới và thanh thản. Nó cho phép bạn mở rộng tâm hồn với những người chung quanh và lấy lại tinh thần sau những trở lực. Nó xóa bỏ đi nhiều sự ngăn cách thường có trong gia đình, và cho phép mọi người chơi đùa với nhau khi thích hợp. Nó cũng giúp cho mọi người gắn bó với nhau khi có những cuộc trao đổi chân tình.

Dường như bao giờ tôi cũng có cảm giác thật đáng buồn khi thấy có những người đánh mất đi sự vui vẻ. Họ dường như quá nghiêm nghị, luôn luôn ở trong tâm trạng sẵn sàng bực tức, và đối xử như thể mọi việc đều là khẩn cấp. Những người nghiêm nghị thái quá thường có một vẻ khắc nghiệt, hoặc không hài lòng trên khuôn mặt của họ, và hiếm khi có được niềm vui với những điều giản dị. Không cần phải nói, những người không có tâm trạng vui vẻ sẽ liên tục cáu gắt vì những chuyện vặt vãnh.

Sự vui vẻ có thể được hiểu theo nhiều nghĩa, từ khả năng có thể thành thật cười nhạo sai lầm của chính mình, cho đến việc mở lòng đón nhận những sự việc mới. Nó cũng có thể có nghĩa là lăn tròn trên sàn nhà và cười đùa ầm ĩ với con cái, hoặc những trò đùa ngốc nghếch nào đó với vợ mình. Những gì bạn làm không quan trọng bằng thực tế là bạn được vui vẻ hơn lên.

Nếu bạn cảm thấy như mình đã mất đi cảm giác vui vẻ, đừng lo lắng - rất dễ dàng để khôi phục lại nó. Bắt đầu bằng cách mỉm cười. Cứ tiếp tục, và cố lên một chút. Và bắt đầu quan sát những người đang vui vẻ. Và thay vì khinh thường họ là hay bông đùa, hời hợt, hãy nghĩ rằng đó là vô tư, cởi mở. Giữ tâm trạng vui vẻ là vô hại. Nó không gây thương tổn cho bất cứ ai. Trong thực tế, đó là một thái độ giúp ta hàn gắn và hồi phục tinh thần. Khi bạn quan sát những người thật sự vui vẻ, hãy lưu ý đến việc họ hạnh phúc biết bao và khơi gợi được những điều tốt đẹp từ người khác như thế nào.

Nếu bạn muốn có một tâm trạng vui vẻ hơn, bạn không cần thiết phải thay đổi cá tính của mình. Thay vì vậy, thực hiện những bước nhỏ dần dần. Bất cứ điều gì bạn có thể làm để có thể trở nên ít nghiêm khắc hơn đôi chút đều sẽ được vui vẻ đón nhận bởi bất kỳ người nào mà bạn giao tiếp. Trong thực tế, đây có thể là sự khác biệt giữa sự thật lòng vui thích của một người khi giao tiếp cùng bạn với thái độ e dè giữ khoảng cách. Thêm nữa - và có thể là điều quan trọng nhất - bạn sẽ tự cảm thấy mình bình thản hơn và dễ dãi hơn. Những khó khăn hằng ngày mà tất cả chúng ta đều phải đối mặt giờ đây dường như không còn là những vấn đề to tát quá đáng, và bạn sẽ thôi không còn cáu gắt vì những chuyện vặt vãnh nữa.

88. Nghĩ đến điều tốt đẹp đã làm hôm nay

Chỉ một phút thôi, hãy nghĩ lại xem có biết bao nhiêu lần bạn thường xuyên tính toán, theo dõi hoặc bị ám ảnh bởi những chuyện sai lầm đã mắc phải trong một ngày nào đó. Những điều như thế là: bỏ quên chìa khóa ở đâu đó, trễ giờ đón con ở lớp học, quên mua bánh săng-uých, bỏ lỡ mười phút đầu của một trận đá bóng, quên thực hiện một cuộc gọi điện thoại quan trọng, làm cho cô ấy giận... vân vân và vân vân.

Và bây giờ hãy thay đổi chủ đề và nghĩ lại xem, có được bao lần bạn tự khen ngợi mình về một việc làm tốt đẹp nào đó. Nếu bạn cũng giống như đa số hầu hết những người mà tôi biết, thì tỷ lệ giữa sự phê phán và sự khen ngợi sẽ nghiêng tuyệt đối về gần số không.

Có thể bạn sẽ nghĩ rằng: "Ồ, ai mà chẳng thế. Điều đó

thì có gì quan trọng? Chỉ là bản tính con người." Cách giả định này chỉ đúng một phần thôi. Thật không may là hầu hết mọi người đều giống như vậy. Hầu hết mọi người đều chú ý thái quá vào những sai lầm, vấp váp của họ. Nhưng như vậy không có nghĩa rằng đây là một điều tốt. Vấn đề ở đây là, hầu hết mọi người đều không hiểu được cái giá mà họ phải trả cho khuynh hướng sai lầm này. Cái giá mà tôi đề cập ở đây là sự căng thẳng và những kinh nghiệm sống đầy bực dọc, mặc cảm thất bại và khe khắt.

Cuộc sống đầy những lỗi lầm. Chỉ đơn giản là vì có quá nhiều việc để có thể thực hiện và quan tâm đến; để có thể tránh mọi lỗi lầm và thực hiện mọi việc một cách hoàn hảo. Để duy trì được một tâm trạng thăng bằng, bạn phải dễ dãi với chính mình và chấp nhận những khuyết điểm trong thực tế. Thật ra, nếu bạn có thể làm tất cả mọi việc đều hoàn hảo, hẳn là cuộc sống sẽ thật sự chán ngắt.

Tập trung chú ý vào những sai lầm sẽ tạo điều kiện cho bạn dễ cáu gắt vì những chuyện vặt. Điều này đặt sự chú ý của bạn vào tất cả những gì sai lầm với bản thân bạn và với cả thế giới này, và làm cho bạn có cảm giác bất ổn, thậm chí thấy mình kém cỏi. Sự tập trung vào mặt tiêu cực tạo ra năng lượng tiêu cực và - tôi tin là - nuôi dưỡng những cách ứng xử tiêu cực. Nó nhắc nhở bạn về những rắc rối, những khó khăn và bất lợi. Nó làm cho bạn cảm thấy bực dọc và tạo điều kiện dễ dàng cho bạn trở nên hay chỉ trích và dễ phản ứng.

Tuy nhiên, khi bạn nghĩ đến những gì tốt đẹp đã làm, điều này giúp bạn hướng sự chú ý trở về những điều tốt đẹp trong chính bản thân mình. Nó nhắc nhở về năng lực và thiện chí của bạn. Nó tạo điều kiện để bạn có thể dễ dãi với bản thân mình và chấp nhận những sai lầm vặt vãnh đã mắc phải hay là còn cần phải hoàn thiện hơn nữa. Khi bạn tự nhắc nhở mình về những gì tốt đẹp đã làm, điều này sẽ giúp bạn trở nên một người kiên nhẫn hơn, với chính mình và với người khác. Nó sẽ giúp bạn thừa nhận những nỗ lực và thành quả trung bình nói chung là tích cực mà hầu hết chúng ta đều có được. Thực tế là, bất chấp những lỗi lầm, chúng ta vẫn thực hiện hầu hết mọi việc đều tốt đẹp. Thay vì tự nhìn mình như một người luôn mắc lỗi, bạn có thể thừa nhận mình - và mọi người khác nữa - là đã làm hết sức trong khả năng có thể được.

Tuy nhiên, có lẽ quan trọng hơn tất cả những điều này là một thực tế: chú ý vào những điều tốt đẹp bạn đã làm khiến cho cuộc sống được vui tươi hơn. Nó làm cho bạn bớt nghiêm nghị và khe khắt, và giúp cho bạn bớt căng thẳng hơn, như thế có ai đó đang ghi nhận những nỗ lực của bạn. Đề xuất của tôi là: Hãy làm hết khả năng có thể của bạn trong tất cả mọi lãnh vực, và rồi buông thả mọi thứ. Bất kể là bạn có cố gắng đến đâu, bạn cũng sẽ thấy mình mắc những lỗi lầm. Một khi bạn đã chấp nhận thực tế này của cuộc sống và chú ý nhiều hơn vào những ưu điểm của mình thay vì là khuyết điểm, bạn sẽ bắt đầu có được nhiều niềm vui hơn là bạn đã từng mơ tưởng.

89. Khám phá một niềm vui đơn sơ

Tôi đã nhận ra rằng những điều tốt đẹp nhất trong cuộc sống lại thường là rất đơn sơ (và gần như chẳng tốn kém gì). Không nghi ngờ gì, việc khám phá một niềm vui đơn sơ là một cách tuyệt vời để tăng thêm niềm vui và sự thanh thản cho cuộc sống của bạn.

Vợ tôi, Kris, có một niềm vui đơn sơ có thể đưa ra đây làm một ví dụ tuyệt vời. Mỗi năm, cô ấy trồng mấy luống hoa hướng dương, loại hoa có thân mọc rất cao, trong vườn nhà chúng tôi. Tôi chưa từng thấy ai yêu hoa hơn cô ấy yêu những cây hướng dương này. Mỗi ngày nhiều lần, cô ấy bỏ thì giờ ra vào ngắm nhìn và thưởng thức vẻ đẹp của chúng. Cô ấy rất vui trong việc tưới nước và chăm sóc cho những bông hoa của mình. Và đến lúc thích hợp, cô ấy cắt mỗi lần mấy bông mang vào nhà để mọi người cùng thưởng thức. Cô ấy thường tặng một bó hoa này cho bạn bè hoặc người thân đến thăm chơi, và điều này cũng làm cho cô ấy rất hài lòng.

Như bạn có thể thấy đó, niềm vui đơn sơ này có giá trị nhiều hơn là việc làm đẹp cho khu vườn và căn phòng trong nhà của chúng tôi. Nó mang lại niềm vui to lớn cho cuộc sống của Kris, và niềm vui đó kéo dài cả những lúc cô ấy không ở bên những luống hoa. Theo một ý nghĩa, những bông hoa đã hiện diện trong cả một ngày của cô ấy. Cô ấy mong đợi được ngắm nhìn và chăm sóc chúng. Cô ấy mỉm cười mỗi khi nghĩ đến chúng. Và tôi nghĩ rằng những đóa hoa đã giúp cô ấy giữ cho rất nhiều những công việc hằng ngày của cô ấy được đúng hướng. Và cho dù cô ấy không duy trì niềm vui này vì bất cứ một mục đích kín đáo nào khác, nhưng thật là thú vị khi thấy rõ ảnh hưởng của thông lệ này lên các con tôi. Chúng được thấy mẹ chúng thật sự vui thích với chỉ một sự việc đơn sơ. Chúng được chứng kiến sự yêu thích của mẹ chúng, và kết quả là sẽ có khuynh hướng tự mình phát triển sự yêu thích như vậy.

Nếu bạn bỏ thời gian suy nghĩ về việc này, hầu như chắc chắn là bạn sẽ có thể nghĩ ra được một điều gì đó có thể là một niềm vui đơn sơ của bạn. Với tôi, điều đó là dành thời gian dạo qua một hiệu sách, hay ngồi uống cà phê một mình trong quán nước. Tôi cũng thích đọc sách, đánh vật với lũ trẻ, và tản bộ trong công viên gần nhà. Đây là một số trong những điều mang lại cho tôi những niềm vui to lớn nhất. Và tôi tin là chúng ta càng có nhiều niềm vui, chúng ta sẽ càng có nhiều khả năng giữ được nhận thức đúng về sự việc, duy trì một trạng thái tương đối bình thản và tránh được việc cáu gắt vì những chuyện vụn vặt.

Tôi hy vọng là bạn sẽ dành thời gian để nghĩ đến ít nhất là một niềm vui đơn sơ mà bạn có thể tận hưởng. Cho dù đó là những giây phút êm ả đọc một cuốn sách, hay tham gia một khóa học không vì một mục đích nào khác hơn là để biết thêm điều gì đó mới lạ, hoặc đi dạo một vòng đâu đó... mỗi niềm vui đơn sơ như thế đều sẽ mang lại cho bạn những lợi ích to lớn.

90. Những điều nhỏ nhoi sẽ được nhớ đến

Gần đây, tôi đang trong một chuyến đi giới thiệu sách mở rộng, và đã tham dự nhiều chương trình rất hào hứng trên đài truyền hình và truyền thanh quốc gia. Tôi đã nói chuyện với những đám đông thính giả đầy nhiệt tình, và được nhà xuất bản, công chúng cũng như hết thảy mọi người đối xử cực kỳ tốt đẹp. Vào lúc đó, tôi đã có được cuốn sách bán chạy nhất nước Mỹ, cuốn "Dont Sweat the Small Stuff", và rất được trân trọng nhờ vào việc này. Mọi chuyện đều tuyệt vời, chỉ trừ ra một việc - tôi nhớ cực kỳ những công việc thường ngày và những lúc chúng tôi bên nhau trong gia đình.

Vào một đêm, tôi gọi về nhà và hai đứa con gái tôi hát cho tôi nghe qua điện thoại, rồi thay phiên nhau kể cho tôi nghe là chúng yêu thương tôi như thế nào và tưởng như không thể chờ đợi nổi cho đến khi tôi về. Chúng đang chạm khắc những quả bí ngô chuẩn bị cho ngày lễ Halloween và hứa sẽ dành cho tôi một quả to nhất. Khi tôi gác điện thoại ở phi trường Chicago, tôi bắt đầu khóc. Những giọt nước mắt của buồn vui lẫn lộn, của sự xúc động sâu xa đến nỗi tôi không thể nào kiềm chế được cảm xúc. Tôi chợt nhận ra rằng, cho dù cuộc sống của bạn có tuyệt vời đến đâu, cho dù bạn nuôi những hy vọng và mơ ước gì, hoặc bất cứ điều gì xảy đến cho sự nghiệp của bạn và cuộc đời bạn, thì có những điều nhỏ nhoi vẫn là quan trọng nhất.

Đêm hôm đó, trong khi tôi bay đến Hartford, Connecticut để tham dự một chương trình khác nữa, tôi hồi tưởng lại những kỷ niệm êm đẹp nhất của mình. Và bạn có thể đoán được gì không? Đó không phải là những kỳ nghỉ hào hứng nhất hay những thành đạt lớn lao nhất của tôi. Cho dù những điều này là quan trọng đối với tôi, nhưng những kỷ niệm thật sự khắc sâu nhất là những gì xúc động đến sâu thẳm trong lòng tôi - như một lần tôi đang gặp việc thật sự bối rối và con gái nhỏ của tôi, Kenna, cảm nhận được tâm trạng đó, ôm chặt lấy tôi và nói: "Bố ơi, rồi mọi việc sẽ tốt đẹp thôi mà." Lúc đó nó chỉ mới 4 tuổi! Cho đến gần hai năm sau mà tôi vẫn còn như cảm nhận được cái ôm chặt của nó, và nghe được giọng nói an ủi của nó. Và có một dạo con gái lớn của tôi, Jazzy và tôi bị cảm nặng cùng một lúc. Cha con tôi ở cùng phòng, an ủi lẫn nhau và cùng chịu đựng với nhau. (Tôi sẽ không kể bạn nghe những chi tiết đâu!) Thế rồi, có một lúc, nó nhìn tôi bằng một cái nhìn ngọt ngào nhất mà tôi đã từng được biết, và bằng một giọng yếu ớt, dịu dàng, nó bảo tôi: "Bố ơi, con sẽ chẳng bao giờ quên những giây phút này đâu. Cảm ơn bố đã ở bên con." Nó sẽ chẳng bao giờ quên, cũng như tôi sẽ chẳng bao giờ quên. Và rất xứng đáng nếu có phải trải qua một cơn cảm cúm khủng khiếp nhất đời để lại được nghe những lời như thế.

Đối với tôi, đây là một trong những điểm quan trọng

nhất của tập sách này. Rất dễ rơi vào khuynh hướng dành cả cuộc đời mình để hy vọng mãi là mọi thứ rồi đây sẽ tốt đẹp hơn. Hầu hết mọi người trong chúng ta trông đợi những thăng tiến, những sự kiện đặc biệt, những kỳ nghỉ và những điều nổi bật. Và tất nhiên những điều như thế là tuyệt vời để mong đợi. Tuy nhiên, nếu chúng ta chú ý quá nhiều vào những trường hợp khá hiếm hoi này, chúng ta có thể bỏ lỡ đi những sự kiện rất bình thường, nhưng rất tuyệt vời, vẫn xảy ra đều đặn trong cuộc sống - những nụ cười hay những trận cười của trẻ con, được chứng kiến những cử chỉ tốt đẹp rất đơn sơ, chia sẻ một buổi bình minh hay hoàng hôn tuyệt đẹp với người mà bạn yêu thương, hay quan sát màu sắc thay đổi của lá cây khi mùa thu đến. Những điều này chính là những chất liệu làm nên cuộc sống và ký ức.

Nếu bạn tự nhắc nhở mình để biết tìm kiếm và thưởng thức những điều nhỏ nhoi này, năng lực quan sát của bạn sẽ dần dần được nâng cao. Bạn sẽ bắt đầu nhìn những điều tầm thường theo một cách khác thường hơn nhiều. Nếu bạn dành ra đôi phút để hồi tưởng lại những gì thật sự đáng kể trong cuộc sống của mình, tôi nghĩ rằng bạn sẽ đồng ý - chính những điều nhỏ nhoi là đáng kể nhất.

91. Nêu lên một tấm gương hiền hòa

Câu cách ngôn: "Hãy làm những gì tôi nói, không phải những gì tôi làm." không được phù hợp lắm trong bối cảnh gia đình. Điều phù hợp chính là điều ngược lại "Hãy làm theo những gì tôi làm, không phải những gì tôi nói." Cho dù bạn sống một mình, với một người khác, hay với nhiều người, cách tốt nhất để tạo một không khí êm ả hơn trong gia đình là bản thân bạn phải trở nên một gương mẫu hiền hòa.

Môi trường tình cảm mà bạn sống trong đó bắt đầu từ chính bạn - cũng như của tôi bắt đầu từ nơi tôi. Nếu bạn bực tức, căng thẳng, cuồng nhiệt hay chán nản, thì thật là không thực tiễn chút nào để chờ đợi là mọi người khác trong gia đình sẽ năng động. Thay vì vậy, mọi người rất có thể là sẽ hết sức e dè, thận trọng để cố không làm ảnh hưởng đến bạn. Bất cứ những tiêu cực nào bạn nuôi dưỡng, sẽ ảnh hưởng, trong một chừng mực nào đó, đến những người khác trong gia đình (chưa nói đến ảnh hưởng nơi chính bạn). Điều này không có nghĩa là, nếu gia đình bạn không được êm ấm lắm thì đó là lỗi của bạn. Chỉ có điều, trong hầu hết các trường hợp, nếu bạn đợi cho những người khác nêu lên một cách sống gương mẫu mà bạn muốn thấy, bạn sẽ phải chờ đợi một thời gian rất lâu.

Tuy nhiên, một khi bạn bình thản, kiên nhẫn và yêu thương, bạn khơi dậy được những gì tốt đẹp nhất ở những người quanh bạn. Bằng cách tự mình nêu một tấm gương sống hiền hòa, bạn sẽ khai mở một con đường để những người khác trở nên kiên nhẫn hơn, hòa hợp hơn và tốt bụng hơn. Thay vì để mình trở nên bối rối vì những thay đổi thăng trầm trong cuộc sống gia đình, bạn có thể tạo ra một môi trường mà trong đó dễ dàng hòa nhập theo với mọi chuyển biến của cuộc sống. Và bạn càng bình thản bao nhiêu, sẽ càng dễ dàng hơn để có được những điều chỉnh thích hợp trước sự phức tạp và những thách thức trong cuộc sống hằng ngày bấy nhiêu. Bằng vào cách sống hiền hòa, bạn xóa bỏ đi được rất nhiều những rối loạn tinh thần làm ngăn cản sự khôn ngoan và cảm nhận thông thường, nhờ đó sẽ dễ dàng hơn để nhìn ra những giải pháp thay vì chỉ là những khó khăn.

Bước đầu tiên để tự mình trở nên bình thản hơn là chấp

nhận mục tiêu này như một ưu tiên trong cuộc sống của bạn. Thay vì chờ đợi cho những người khác vấp váp để rồi quy lỗi về những rối rắm trong gia đình, hãy quyết định rằng sự ôn hòa sẽ là ưu tiên trên hết của bạn - quyết định rằng đây là mục tiêu xứng đáng để vươn tới. Thực hành những giải pháp được đề xuất trong sách này, cũng như những giải pháp nào khác mà bạn thấy hợp với lòng mình. Tôi nghĩ là rồi bạn sẽ khám phá ra rằng, khi sự bình thản đã là mục tiêu hàng đầu của bạn, hầu hết mọi thứ khác sẽ rơi vào đúng chỗ của nó và sẽ dễ giải quyết hơn rất nhiều. Thêm vào đó, bạn sẽ mở ra điều kiện cho những người khác cũng sống một cuộc sống thanh thản hơn, và điều này lại giúp giảm đi hơn nữa những rối rắm trong cuộc sống.

Trở thành một người hiền hòa hơn không phải chuyện một sớm một chiều, nhưng chắc chắn đây là một mục tiêu đáng để bỏ công theo đuổi. Hãy bắt đầu ngay hôm nay, bạn có thể có những chọn lựa để đưa bạn hướng theo con đường này.

92. Sự may mắn có được một căn nhà

Đây là một trong những đề xuất dễ thực hiện nhất trong sách này. Dù vậy, tác dụng của nó rất mạnh mẽ đến mức xứng đáng để thực hành - hãy bắt đầu ngay lúc này. Dành một phút nghĩ đến căn nhà của bạn. Cho dù bạn sống trong một căn hộ chật hẹp, một căn phòng trong nhà người khác, hay một căn nhà riêng của bạn: đó là tài sản để bạn sử dụng. Đó là không gian của bạn. Bạn sẽ làm gì được trong thế giới này nếu không có nó? Liệu bạn sẽ tồn tại bằng cách nào?

Điều rất quan trọng là nghĩ đến sự may mắn của bạn khi có được một căn nhà, một nơi để nghỉ ngơi, một chỗ trú ẩn có thể mang lại sự yên bình. Nhưng lần gần đây nhất mà bạn dừng nghỉ đôi chút đủ để thật sự nhìn ngắm nơi này là lúc nào? Hãy chú ý đến những bức tường, đến toàn cảnh, những sàn nhà và những cửa sổ. Lần gần đây nhất mà bạn bày tỏ sự biết ơn của mình vì có được một căn nhà, với một nhận thức đầy đủ, là khi nào? Tôi đã gặp rất nhiều người chưa bao giờ biết bày tỏ thái độ này.

Hãy hít thở một hơi thật dài và bày tỏ sự biết ơn, trân trọng đối với căn nhà đáng yêu của bạn. Bất chấp những khiếm khuyết, nó là của bạn. Bạn sống trong nhà mình. Nó che chở cho bạn khỏi thời tiết nóng lạnh, và bảo vệ bạn chống lại mọi thứ, từ côn trùng độc hại cho đến những người xa lạ. Nó giúp bạn còn tồn tại và được thoải mái. Dù vậy, trong phần lớn trường hợp, nó hoàn toàn bị xem thường. Hẳn nhiên là đôi khi chúng ta vẫn nói "cảm ơn" như phần thường lệ trong lời cầu nguyện hay một nghi thức. Nhưng điều tôi muốn nói ở đây là hoàn toàn khác. Tôi đề nghị bạn dành ra đôi phút mỗi ngày, trong phần còn lại của đời mình, để lặng lẽ nghĩ đến niềm vui khi có một căn nhà - cho dù nó có tồi tàn đến như thế nào và bạn phải khó khăn đến đâu để duy trì được nó.

Thực hiện việc bày tỏ lòng biết ơn có nhiều tác dụng. Nó đặt sự chú ý của bạn vào việc bạn may mắn như thế nào, thay vì là vào tất cả những điều cần phải làm. Nó giúp bạn nhận thức đúng mọi việc. Vào những lúc khó khăn, nó nhắc nhở bạn rằng, bất chấp những khó khăn, bạn vẫn thật sự may mắn vì còn sống sót và có một căn nhà. Khi bạn cảm thấy quá sức vì những công việc phải làm liên quan đến căn nhà, hay bởi chi phí phải trả cho tất cả những gì kèm theo với nó, lòng biết ơn sẽ giúp cho bạn nhìn về đúng hướng. Lòng biết ơn là một tình cảm rất mãnh liệt. Nó khơi dậy những gì tốt đẹp nhất nơi bạn và giúp bạn duy trì tình cảm trên mọi phương diện. Nó giúp bạn có được hạnh phúc.

Nếu bạn cũng hoàn toàn giống như tôi, bạn sẽ kinh ngạc khi nhận thấy cảm giác của mình tốt đẹp đến mức nào trong lần đầu tiên bạn thực hiện giải pháp này. Có thể bạn sẽ tự hỏi, vì sao từ lâu mình đã không làm như thế? Hãy tận hưởng cảm giác mang lại từ lòng biết ơn, và có thể lần đầu tiên trong đời, thật sự tận hưởng niềm vui may mắn có được một căn nhà.

93. Đừng phàn nàn về những lời phàn nàn

Trong vai trò là cha mẹ, tôi đã khám phá ra rất nhiều điều thú vị về trẻ con. Nhưng có một điều nổi bật hơn hết: trẻ con và những lời phàn nàn luôn đi đôi với nhau. Từ ngày đứa bé được sinh ra, cất tiếng khóc và phàn nàn về những nhu cầu thuần túy, cho đến ngày nó trở thành một thiếu niên và than phiền là bộ âm thanh nghe nhạc của nó không được tốt... bạn có thể là chẳng bao giờ có được trở lại dù chỉ một ngày như trước đây, nghĩa là không có ít nhất đôi điều phàn nàn nào đó để giải quyết.

Có lần, có ai đó nói với tôi rằng, trẻ con và các thành viên khác trong gia đình sở dĩ phàn nàn quá nhiều là vì họ cảm thấy thoải mái nhất trong quan hệ với chúng ta. Khi nhớ lại nhận xét này, tôi thấy là đôi khi tôi ước ao sao cho gia đình tôi không quá thoải mái trong quan hệ với tôi. Tôi dám cá là cũng có những lần bạn cảm thấy như tôi vậy.

Tôi đã quan sát thấy hai khuynh hướng thường xuyên về những lời phàn nàn mà tôi nghĩ là có ích để chia sẻ cùng bạn.

Thứ nhất, nghe những lời phàn nàn của người khác tạo ra cảm giác căng thẳng và dễ dàng tự mình sẽ có thái độ phàn nàn. Lấy ví dụ, nếu bên ngoài trời nóng bức, và bản thân tôi đã thấy khó chịu rồi. Giờ đây, một trong hai đứa bé bắt đầu phàn nàn là trời nóng đến thế nào và nó khát nước làm sao! Điều này nhắc tôi nhớ đến cảm giác khó chịu của mình, và ngay lập tức, tôi ước sao cho con bé thôi đừng gợi lên điều đó nữa. Nhưng trẻ con chỉ là trẻ con. Nó sẽ nói lại những điều đó một lần nữa, lần nữa và lần nữa. Không bao lâu, tôi quá mệt mỏi với những lời phàn nàn của nó, và bắt đầu phàn nàn với vợ tôi: "Lũ trẻ bao giờ cũng phàn nàn về mọi chuyện." Như thế, nhận xét đầu tiên của tôi là: những lời phàn nàn mang lại thêm những lời phàn nàn khác.

Điều nhận xét thứ hai là, chẳng bao giờ sự phản đối của tôi có thể ngăn được những lời phàn nàn. Trong thực tế, nó càng làm cho sự việc trở nên tồi tệ hơn. Nó tiếp sức cho những lời phàn nàn và nuôi dưỡng cái vòng luẩn quẩn của những lời phàn nàn đang có sẵn.

Trong những tháng gần đây, tôi đạt những tiến bộ lớn lao trong vấn đề này, và mọi việc trở nên dễ dàng hơn nhiều so với cả những gì mà tôi từng mơ tưởng. Thay vì phàn nàn về những lời phàn nàn, tôi đã quyết định làm hòa với việc lắng nghe những lời phàn nàn như là một thực tế tất nhiên trong cuộc sống. Và hoàn toàn thành thật mà nói, tôi đã khám phá ra một điều rất quan trọng: những lời phàn nàn đã ít hẳn đi một cách đáng kể. Chúng không còn hướng đến tôi quá nhiều và dường như không còn mấy điều để phải quan tâm đến. Việc tôi trở nên ít chú tâm vào những lời phàn nàn khiến cho lũ trẻ dường như ít hứng thú hơn trong việc đưa ra những lời phàn nàn. Như thế, lời khuyên của tôi rất đơn giản: Cho dù có thể là sẽ rất khó khăn trong bước đầu, và cho dù những lời bạn định phàn nàn có vẻ hợp lý đến đâu, hãy cố chặn đứng sự tham gia của bạn vào tiến trình này. Tôi đoán là, nếu bạn thôi không phàn nàn nữa, những lời phàn nàn mà bạn buộc lòng phải nghe sẽ dần dần biến mất. Xin chúc may mắn trong việc này, nhưng cũng xin đừng phàn nàn nếu không thấy hiệu quả gì.

94. Chấp nhận sự thay đổi

Chấp nhận sự thay đổi luôn luôn là một điều quan trọng, nhưng không ở đâu điều này quan trọng hơn trong gia đình. Sự thật là, mọi thứ đều ở trong một trạng thái liên tục thay đổi - cơ thể chúng ta, cấu trúc vật lý của căn nhà chúng ta, và các con của chúng ta cũng lớn lên thông qua một quá trình thay đổi liên tục. Vẻ ngoài của chúng ta ở năm hai mươi tuổi khác với những năm bốn mươi, sáu mươi và tám mươi. Cũng tương tự như vậy, khi các con chúng ta lớn lên hơn, chúng liên tục trải qua những giai đoạn chủ yếu - cả về mặt thể chất và tình cảm. Khỏi cần phải nói, đứa con trai cưng yêu năm bốn tuổi của bạn sẽ là một thiếu niên hoàn toàn khác hẳn, và còn tiếp tục khác đi khi qua tuổi mười tám.

Chúng ta có hai chọn lựa khi tiếp cận với sự thay đổi. Chúng ta có thể chống đối và cưỡng lại, hoặc chúng ta có thể đầu hàng và chấp nhận. Hầu hết mọi người cưỡng lại sự thay đổi với tất cả sức mạnh của họ. Họ chiến đấu chống lại tuổi già, những thay đổi trong truyền thống gia đình, sự thay đổi thái độ nơi trẻ con, và hầu như là mọi thay đổi lớn trong đời họ. Vấn đề đối với việc cưỡng lại sự thay đổi là, đó là một trận chiến dẫn đến thất bại - một trăm phần trăm.

Sự thay đổi là một trong những điều chắc chắn của cuộc sống, một trong rất ít điều mà bạn có thể tin chắc vào. Khi chúng ta cưỡng lại những điều không thể tránh khỏi, chúng ta gây cho mình rất nhiều đau khổ và bỏ lỡ đi rất nhiều niềm vui có thể có. Lấy ví dụ, tôi đã gặp rất nhiều người mất thời gian và sinh lực để lo sợ một điều là sắp đến ngày sinh thứ 40 hoặc 50 của họ, đến nỗi dường như là họ đã mất đi mấy năm trước đó - sự chú ý của họ đã rơi vào một nơi khác. Những người khác cảm thấy quá đau khổ khi các con họ lớn lên và rời khỏi mái gia đình, đến nỗi họ không tận hưởng được một hoặc hai năm cuối cùng mà chúng còn ở với họ. Lại có những người khác thấy chán nản hoặc bực dọc vì những thay đổi nhỏ trong những truyền thống gia đình - ai đó thay đổi thực đơn trong ngày lễ Tạ ơn, hay đề nghị tổ chức lễ Giáng sinh ở một vị trí mới... hay bất cứ điều gì khác đe dọa đến những trạng thái hiện tại.

Tôi không đề nghị rằng bạn đầu hàng một cách mù quáng tiến trình già yếu tự nhiên và không thực hiện những chăm sóc thích hợp cho chính mình - hay không nỗ lực để gìn giữ những truyền thống gia đình mà bạn thật sự yêu thích. Điều tôi đề cập đến ở đây là việc trở nên bối rối và bực tức vì những thay đổi mà bạn hoàn toàn không có khả năng tác động vào. Hãy sống và tận hưởng từng giai đoạn trong cuộc sống - nhưng không phải bằng cái giá phải trả là những giai đoạn còn lại. Thay vì vậy, hãy sống với giai đoạn kế tiếp đây cũng như là với giai đoạn cuối đời. Hãy mở rộng lòng với những gì đang diễn ra trước mắt, bạn sẽ thấy việc thích ứng có thể dễ dàng hơn bạn tưởng.

Khi bạn chấp nhận sự thay đổi, bạn mở được cánh cửa đến với một hiện thực thanh thản hơn nhiều. Thay vì luôn khăng khăng rằng cuộc sống phải diễn ra theo một cách nhất định nào đó, và rằng nó phải giữ yên theo cách đó mãi mãi, bạn bắt đầu một hành trình mới bao hàm cả sự chấp nhận và biết trân trọng từng giai đoạn cuộc sống. Cuộc sống sẽ có vẻ gần giống như một cuộc phiêu lưu hơn. Trong đó, mỗi bước trải qua dường như đều đặc biệt và quan trọng.

95. Chuyển đổi vai trò giữa vợ chồng

Thật là điều đáng buồn, tuy nhiên, người dễ bị coi thường nhất lại có lẽ là người mà bạn yêu thương nhất trên thế gian này - người bạn đời của bạn. Thật rất dễ dàng bị cuốn mất đi trong thế giới riêng của mình và những trách nhiệm nặng nề của đời sống, đến nỗi bạn sẽ bắt đầu tin rằng công việc của vợ (hoặc chồng) mình dễ dàng hơn mình nhiều, hoặc bạn có thể quên mất - hay thậm chí chẳng nhận ra được nữa - là vợ (hoặc chồng) mình đã làm việc khó nhọc như thế nào vì mình.

Khuynh hướng này có thể tạo ra rất nhiều sự oán hận, tuy nhiên nhìn chung là có thể ngăn ngừa được. Bí quyết để ngăn ngừa là tự đặt mình vào vai trò của vợ (hoặc chồng) mình.

Tôi sẽ đưa ra một ví dụ, biết rằng có đến hàng triệu ngoại lệ đối với điển hình đơn giản này. Tôi thừa biết rằng trong thế giới ngày nay, có nhiều - nếu không phải là hầu hết - gia đình có thu nhập từ cả vợ lẫn chồng, và cũng có nhiều - nếu không phải là hầu hết - gia đình mà vợ chồng cùng nhau chia sẻ những công việc ở nhà. Tôi cũng biết rằng phụ nữ thường đi làm khi người đàn ông ở nhà với con cái. Tuy nhiên, hãy xem bạn có thể nào qua ví dụ điển hình đơn giản này mà nhìn thấy được điều quan trọng tôi muốn nói.

Nhiều người bạn nam giới của tôi đã rơi vào xu hướng xem thường vợ mình. Tuy nhiên, tôi cũng vui mừng để ghi nhận rằng, có một số đã thay đổi được nhờ thực hiện một cách thật lòng giải pháp tôi đề ra nơi đây. Một ví dụ rất thường gặp là người chồng đi làm và người vợ ở nhà chăm sóc mọi việc (dĩ nhiên là cô ấy cũng sẽ phải làm việc cực nhọc không kém). Trong ví dụ có tính cách cực đoan này, người chồng sẽ tự nghĩ rằng vợ anh ta là người may mắn, và thường hạ thấp hết mức tầm quan trọng của vai trò người vợ. Anh ta tin rằng những nhu cầu của vợ mình được đáp ứng đầy đủ trong thời gian ở nhà, trong khi anh ta phải đi ra làm việc bên ngoài suốt cả ngày. Anh ta hiếm khi phụ giúp ít nhiều vào công việc nhà như những chuyện vặt, chăm sóc con cái, và những công việc trong nhà. Anh ta cảm thấy như bị xúc phạm khi được nhờ đến với những công việc đơn giản nhất. Anh ta hoàn toàn nhận rõ được công việc của mình cực nhọc như thế nào, nhưng xem vai trò của vợ mình hoàn toàn là một điều tất nhiên phải thế...

Sẽ là một điều kinh khủng (nhưng thường là rất tốt cho quan hệ hôn nhân này) trong những trường hợp này, khi đề nghị người chồng nhận lấy công việc trong nhà khoảng một tuần, hoặc thậm chí vài ba hôm, trong khi người vợ đi thăm chơi đâu đó và nghỉ ngơi. Nhiều người đàn ông quá hoảng sợ với đề nghị này, đến nỗi họ hiểu được mọi chuyện trước khi bị buộc phải thật sự trải qua kinh nghiệm này. Họ thường nhận ra, khi không còn chọn lựa nào khác, rằng họ hoàn toàn không có khả năng thực hiện những nhiệm vụ quan trọng hằng ngày như công việc trong nhà và chăm sóc con cái. Họ cũng nhận ra rằng những việc ấy cực nhọc biết bao, thật sự là một công việc nặng nề. Dĩ nhiên, ý nghĩa của việc thay đổi vai trò là để lấy lại thái độ tôn trọng cũng như cảm thông đối với những gì mà người này đang làm vì người kia.

Dĩ nhiên, giải pháp này có thể tác động theo hai cách. Một khuynh hướng cũng rất thường gặp là một người mẹ chăm sóc con cái ở nhà xem thường những công việc của chồng mình, cho đó là điều tất nhiên phải thế. Lấy ví dụ, cô ta có thể phàn nàn về những tối thức khuya và những bữa cơm ăn trễ, mà không thật sự nhận ra được rằng khó khăn như thế nào để kiếm sống cho một gia đình. Trong hầu hết các trường hợp này, thật là không thực tiễn để người vợ có thể thay đổi vai trò cho người chồng trong một tuần. Tuy nhiên, sẽ rất có lợi nếu người vợ biết tưởng tượng xem sẽ như thế nào nếu mình phải đi ra ngoài để kiếm đủ tiền đáp ứng cho những nhu cầu của gia đình. Đây có thể là một nhận thức gây sửng sốt cho một người không thật sự có việc làm.

Điểm quan trọng của giải pháp tinh thần này không phải là để nhằm xác định công việc của ai trong hai người là khó khăn hơn, hoặc là quan trọng hơn, mà là để nhận rõ sự quan trọng và những khó khăn tất nhiên ở cả hai phương diện của cuộc sống. Bất kể địa vị cá nhân của bạn trong xã hội là như thế nào, và cho dù cả hai người cùng có việc làm và cùng nhau chia sẻ công việc nhà, vẫn vô cùng hữu ích nếu thử nghiệm qua giải pháp này. Nếu bạn làm, tôi tin là bạn sẽ bắt đầu nhận ra và đánh giá đúng những gì vợ (hay chồng) mình đã làm cho mình, cũng như cô ấy (hoặc anh ấy) đôi khi có thể khó khăn đến mức nào trong cuộc sống. Và tôi có thể đảm bảo với bạn một điều là, mọi người đều thích được đánh giá cao và tôn trọng. Khi được tôn trọng, họ sẽ vui vẻ và dễ chịu hơn trong cuộc sống chung.

96. Bao giờ cũng có việc gì đó cần làm

Đôi khi, việc dàn hòa với những sự thật quá rõ ràng là một cách cực kỳ hữu ích để giúp bạn khỏi rơi vào cảm giác quá tải hoặc oán hận. Có rất nhiều điều quan sát được trong cuộc sống rơi vào trường hợp này, bao gồm những thực tế như: không bao giờ có đủ thời gian để làm xong tất cả mọi việc; một người nào đó luôn có được một thứ gì đó mà bạn không có; bạn không thể hiện diện ở hai nơi cùng một lúc; có những trao đổi thỏa thuận trong cuộc sống; ngày nộp thuế là 15 tháng Tư; bạn sẽ già đi và cuối cùng sẽ chết; bạn không thể làm hết mọi việc cho tất cả mọi người... và - dĩ nhiên là - bao giờ cũng có một điều gì đó cần phải làm trong nhà.

Vì một lý do nào đó - có lẽ là vì những sự thật rõ ràng này là quá gần gũi với chúng ta trong cuộc sống - nhiều người có khuynh hướng chống lại chúng. Rất thường nghe người ta nói những câu như là: "Bất kể tôi làm việc tích cực đến đâu, chẳng bao giờ tôi xong hết mọi việc." Tôi đã nhận thấy rằng, sẽ cực kỳ hữu ích nếu chúng ta chịu đầu hàng những vấn đề thực tế trong cuộc sống, mà có thể dự kiến trước là phải như thế. Đứng gần ở hàng đầu trong danh sách này là một thực tế: bất kể là bạn đang sống ở đâu, bạn là ai, hoặc bạn có bao nhiêu tiền bạc - luôn luôn lúc nào cũng có một điều gì đó để phải làm. Không có sự phàn nàn nào, sự đơn giản hóa, hoặc mong ước nào, những kế hoạch khéo léo nào, có thể sẽ làm thay đổi được sự thật đơn giản này của cuộc sống.

Tôi đã khám phá ra rằng cách tốt nhất để đối phó với vấn đề này là chịu đầu hàng thực tế: sự việc luôn luôn đi theo hướng này. Tôi đã từng quen biết nhiều người gần như không có tiền bạc trong tay, và một số người có đủ tiền bạc cho tất cả những gì họ cần, và một số rất lớn những người thuộc khoảng trung bình ở giữa. Và không ai, dù chỉ một người, thoát khỏi quy luật này.

Cách đây mấy tuần, Kris và tôi dành một ngày thứ Bảy ở nhà để cố bắt theo kịp một số chuyện dở dang. Khi nhìn quanh, tôi phải kinh ngạc khi thấy bao nhiêu việc phải làm. Nào quần áo để giặt giũ, sàn nhà phải lau sạch, nhà kho phải dọn dẹp, và một căn gác cần sắp xếp lại. Phòng làm việc của tôi ở từng trên trông như thể là tôi đã không mở thư đến hàng tháng trời, bất chấp sự thật là tôi chỉ mới vừa sắp xếp trong ngày trước đó. Mấy cái chuồng nuôi chuột tàu cũng cần chà rửa, và mái hiên trước cần quét dọn. Dĩ nhiên, những căn

96. Bao giờ cũng có việc gì đó cần làm

phòng của mấy đứa trẻ đòi hỏi sự chú ý như thường ngày, và giường ngủ của chúng tôi cũng chưa dọn dẹp. Con chó cần được dẫn đi dạo một vòng và ghế ngồi trên xe đạp của đứa con gái nhỏ cần được nâng cao lên một chút. Và trên hết những công việc này, cây cảnh - trong nhà cũng như ngoài vườn - cần được tưới nước.

Hiển nhiên, đây chỉ mới là phần nổi của một núi băng. Danh sách đơn giản này chưa đưa vào những chuyện vặt cơ bản hằng ngày như chi trả hóa đơn, đọc sách hay chơi với mấy đứa trẻ. Cũng chưa nhắc đến việc bọn trẻ ăn mỗi ngày ba lần, cần phải mất thời gian sửa soạn và dọn rửa. Đó là chưa nói đến những việc tu sửa lớn, như thực tế là căn nhà đang cần sơn lại, nhiều dụng cụ làm vườn đã cũ kỹ cần sửa chữa hoặc thay mới. Trong danh sách cũng chưa đề cập đến việc cần cắt xén các bãi cỏ mỗi tuần và phần còn lại trong vườn thì phải diệt cỏ dại. Tôi còn có thể tiếp tục nhiều hơn nữa, nhưng tôi biết bạn đã nhìn thấy cả bức tranh rồi.

Khi bạn dừng lại đôi chút, bạn có thể thấy là quá dễ dàng để chúng ta trở nên nản lòng - nếu không đến nỗi phát khùng - bởi tất cả những việc như thế để phải làm. Nếu bạn quyết định là chỉ nghỉ ngơi khi nào mọi việc đã làm xong, bạn sẽ phải dành trọn cuộc đời mình cho sự mệt mỏi và thất vọng. Thật rất dễ cáu gắt vì những chuyện vặt ở môi trường trong nhà, bởi vì có quá nhiều chuyện vặt để phải quan tâm đến. Cách duy nhất đối với vấn đề này là đầu hàng, buông thả. Hãy quyết định rằng sẽ không có vấn đề gì, chỉ cần bạn đã làm hết sức mình, cho dù đây là một cuộc chiến tuyệt đối không thể chiến thắng.

Điều tốt nhất bạn có thể hy vọng làm được là đứng trên tất cả mọi thứ, dành ưu tiên cho những gì thật sự quan trọng, và duy trì một trạng thái vui vẻ. Nói tóm lại, bạn chỉ có thể làm những gì có thể. Đi đến nhận thức rằng, việc chấp nhận thực tế không bao giờ bạn có thể có khả năng làm hết mọi việc không phải là một thái độ thối lui. Đó chỉ là sự chấp nhận một thực tế. Chính thực tế bạn đang làm một việc cho thấy là bạn không làm một việc khác. Bởi vậy, hãy bắt đầu ngay hôm nay. Dành cho bạn một sự dễ dãi hơn. Hãy thư giãn. Làm những gì bạn có thể làm, nhưng đừng tự hành hạ mình. Kết quả là rồi bạn sẽ hạnh phúc hơn nhiều.

97. Giải phóng những thứ phế thải

Cho dù đơn giản đến như đề xuất này, nó đáng được chúng ta thảo luận. Và cho dù nghe như có vẻ đơn giản, nó thật sự không phải chuyện dễ làm. Phải cần một sự kiên trì rất lớn, nhưng tôi ước tính là mình đã giải phóng được đến hơn 90 phần trăm những thứ bề bộn trong cuộc sống. Tôi tin là nỗ lực này đã giúp tôi rất nhiều trong việc trở nên một người dễ dãi hơn, cũng như trong việc thôi không còn cáu gắt vì những chuyện vặt ở nhà nữa.

Gần như là mỗi ngày, các dạng khác nhau của những thứ vặt vãnh cứ tràn đến trong cuộc sống của chúng ta, mà phần nhiều trong đó là vô dụng, chỉ chiếm chỗ trong không gian cũng như làm vướng bận về tinh thần. Nếu không có một nỗ lực nhiều mặt và tỉnh táo trong việc đối phó với sự tích lũy này, chúng ta có thể cuối cùng sẽ có hàng đống và hàng đống những thứ vô tích sự để phải quan tâm. Lý do là, những thứ bề bộn tràn vào trong cuộc sống của chúng ta, cho dù chúng ta muốn hay không muốn. Bởi vậy, nếu chúng ta không có một phương pháp để loại bỏ chúng - ít nhất cũng là bằng với số lượng trung bình tràn đến - thì điều không thể tránh khỏi là những đống phế thải này sẽ ngày càng lớn hơn và khó sắp

97. Giải phóng những thứ phế thải

xếp hơn. Nhiều người tự dối mình rằng không bao lâu sẽ cần đến chúng, hoặc rơi vào một niềm tin hầu như bao giờ cũng sai lầm là họ sẽ cần đến chúng vào một ngày nào đó. Lý do đưa ra sau này được củng cố bằng cách nhớ lại một hai lần hiếm hoi khi họ cần đến một món nào đó và tìm được nó bên dưới hàng đống những thùng chứa chất sau nhà để xe.

Đồ phế thải bao gồm tất cả những thứ chiếm chỗ, làm bận trí chúng ta, gây khó chịu và, trong một chừng mực, gần như không bao giờ cần đến. Một số trong những dạng thông thường nhất của chúng là hàng đống thư từ không quan trọng, những mẩu giấy thừa, những tờ báo cũ, sổ điện thoại, tạp chí, quần áo và khăn tắm không còn dùng nữa, những quà tặng và đồ vật khác mà chúng ta không còn biết làm gì với chúng, xe đạp cũ và các dụng cụ tập thể dục, những đống mẩu gỗ thừa không dùng đến, những biên nhận không thể khấu trừ thuế, những chùm chìa khóa không còn sử dụng nữa, những món đồ chơi mà lũ trẻ chẳng bao giờ động đến, những cuốn sách chúng ta không đọc hoặc không có ý định sẽ đọc, những sổ ghi nhớ, những đồ trang trí mà chúng ta thậm chí không muốn để mắt tới, những bát đĩa hay nồi, chảo dư thừa và các món đồ dùng trong nhà bếp khác nữa... vân vân và vân vân.

Hầu hết các căn nhà đều chất đầy hết mức với những thứ mà chẳng làm được gì khác hơn là choán chỗ. Tôi đã từng đến nhiều căn nhà với những nhà kho chứa đầy những thứ mà chẳng bao giờ dùng đến, thậm chí chẳng có đến một ý định là sẽ dùng một món nào trong đó. Và khi tôi bạo gan đặt câu hỏi: "Vì sao bạn giữ lại những thứ này?" câu trả lời thường là "Ối dào, tôi không biết. Chúng tôi bao giờ cũng chứa đầy những thứ này."

Tôi tin rằng lý do mà quá nhiều người cuối cùng chịu để cho những thứ phế thải chiếm chỗ trong cuộc sống của họ, chính là vì họ chưa bao giờ cảm nhận hay trải qua niềm vui trong một căn nhà không có những thứ này. Trong thực tế, phần lớn những người này có các bậc cha mẹ trước đây cũng đã từng làm như vậy. Thường thì lần đầu tiên mà một căn gác được dọn sạch là khi có một người chết hoặc buộc phải đưa ra khỏi nhà vì những lý do sức khỏe.

Tuy nhiên, có điều gì đó rất thanh thản với một căn nhà không có đồ phế thải: mở cửa một căn nhà kho và thật sự có không gian để treo một món đồ nào đó; mở một ngăn kéo mà không phải dùng sức quá mạnh; có thể tìm được hầu như bất cứ món đồ nào bạn cần đến; có những khoảng không gian trống trải, thoáng đãng, nơi không bị choán bởi bất cứ vật gì. Có một cảm giác hài lòng và không phải nỗ lực gì khi ngồi ở bàn giấy và có thể nhìn thấy được bề mặt của nó, có thể tìm ngay được cuốn sổ địa chỉ của bạn. Cũng một cảm giác tự do tương tự khi mở cửa tủ nhà bếp và có thể chọn ngay ra một cách dễ dàng, nhanh chóng những chai lọ, khay nướng mà bạn cần, không phải lục lọi và xô đẩy như thể đang chen qua một khu rừng rậm.

Giải phóng những thứ phế thải là một cách dễ dàng để đơn giản hóa cuộc sống của bạn và để cảm thấy mọi thứ có trật tự hơn, dễ kiểm soát hơn. Nó mang lại cho bạn một cảm giác thanh thản về không gian. Nó nâng cao tinh thần của bạn bằng cách cho bạn cảm giác rộng mở và tương quan với cuộc sống, thay vì là tràn ngập.

Bạn có thể bắt đầu bằng những cách đơn giản - dọn sạch các ngăn kéo và nhà kho. Mang những thứ không dùng nữa tặng cho những người thật sự có thể dùng đến chúng. Bán rẻ những thứ có thể bán được. Và thay vì giữ mãi những thứ mà bạn không thải bỏ, hãy mang cho một tổ chức từ thiện. Thôi không đặt mua những tạp chí nào mà bạn thật sự không đọc đến, và tái chế tất cả những số đang hiện có. Xem lại tất cả những kỷ vật tinh thần và làm một hộp chứa đặc biệt cho những thứ nào bạn thật sự muốn giữ lại - và mang cho đi tất cả số còn lại. Xem lại tất cả quần áo cũ. Liệu bạn có thật sự dùng đến tất cả chăng? Nếu không, mang tặng cho những người cần đến chẳng phải là tốt hơn sao? Có lẽ bạn nên áp dụng một quy luật cho quần áo cũ: nếu không dùng đến trong hai năm qua, hãy cho đi hôm nay.

Hầu hết những người thực hiện việc đơn giản hóa cuộc sống của họ theo cách này đều kinh ngạc với kết quả của nó. Đối với một số người, việc làm này trở thành một trong những phong cách sống mà mọi thứ dường như dễ thu xếp hơn. Với những người khác, điều này đơn giản chỉ là một sự rèn luyện trong việc làm cho cuộc sống dễ dàng hơn.

Tôi đã nhận thấy mình tích lũy lại ít hơn, và khi đã thải bỏ đi hết những thứ không thật sự dùng đến, tôi thật lòng trân trọng những thứ mà tôi quyết định giữ lại. Tôi hy vọng bạn sẽ dành cho giải pháp này một thử nghiệm. Bởi vì nếu bạn thực hiện, tôi đoán là bạn sẽ hài lòng với những gì mình làm.

98. Hoãn lại những mong muốn của mình

Mới nhìn qua, đề nghị này có vẻ như thích hợp với công việc làm ăn hoặc những vấn đề liên quan đến tiền bạc hơn là trong cuộc sống trong gia đình. Tuy nhiên, nếu bạn quan sát thật kỹ, bạn sẽ thấy là cùng một nguyên tắc này có thể áp dụng được trong cả hai trường hợp. Tôi đã nhiều lần được tưởng thưởng xứng đáng nhờ vào việc áp dụng giải pháp này một cách thật lòng trong môi trường gia đình.

Bạn có thể tạm hoãn lại những mong muốn lúc này. Có nghĩa là, bạn chấp nhận làm một điều gì đó mà bạn chưa cần thiết phải làm, hoặc từ bỏ một điều gì đó vào lúc này, để bạn có thể nhận được một phần thưởng đền bù sau đó. Bạn làm điều này vì thừa nhận rằng phần đền bù về sau đó sẽ lớn hơn cái giá bạn đã bỏ ra, hoặc những nỗ lực vào lúc này.

Một trong những ứng dụng dễ thấy nhất của giải pháp này liên quan đến việc chăm sóc con cái. Lấy ví dụ, bạn có thể rất muốn cho đứa trẻ đi ngủ một chút, để bạn có thời gian yên tĩnh làm việc gì đó. Tuy nhiên, lúc đó là 5 giờ chiều, và bạn có thể khôn ngoan hơn là phải kiên trì tiếp tục chịu đựng, để chỉ cho nó đi ngủ vào buổi tối, lúc 7 giờ. Nếu bạn cho đứa bé ngủ vào lúc này, buổi tối nó sẽ tỉnh táo và có thể không để cho bạn có được giấc ngủ yên mà bạn cần. Trong trường hợp này, bạn đã hoãn lại điều bạn muốn (chút thời gian yên tĩnh lúc này) trong vài tiếng đồng hồ, để bạn hưởng một phần thưởng lớn hơn là không phải chịu đựng một đêm mất ngủ.

Hoặc là, đứa bé có thể đang khóc đòi một đĩa kem thật to, hay một món bánh ngọt nào đó. Tuy nhiên, bạn nhớ rằng, gần như lần nào bạn cho nó ăn nhiều chất ngọt cũng đều dẫn đến sự khó chịu, cáu gắt, có lẽ vì đau bụng. Bạn sẽ quyết định tốt hơn là cứ cho đứa bé khóc một lúc (rồi cũng sẽ qua) để sau đó không phải chịu đựng sự khó chịu lớn hơn. Một lần nữa, bạn đã hoãn lại điều mình muốn (đứa bé có thể nín ngay nếu bạn cho nó ăn kem) trong một thời gian, bởi vì phần thưởng về sau xứng đáng hơn với sự trao đổi này.

Có nhiều trường hợp khác nữa mà việc hoãn lại những điều bạn muốn là chọn lựa tốt hơn. Lấy ví dụ, bạn có thể rất thích xem một chương trình ti-vi nào đó, nhưng vợ bạn cần - hay muốn - nói chuyện với bạn một lúc. Bất chấp sự thất vọng vì phải bỏ lỡ chương trình mình yêu thích, bạn có thể khôn ngoan hơn, tắt ti-vi đi để tập trung chú ý vào câu chuyện mà vợ mình muốn chia sẻ. Bạn đã từ bỏ một việc nhỏ trong hiện tại, để sau này được một phần thưởng lớn hơn, là một người vợ vui vẻ và mối quan hệ được phát triển hơn, vì thế mà kết quả là cuộc sống cũng ít căng thẳng hơn.

Một trong những cách tôi thích nhất để thực hiện giải pháp này là khi mà gian nhà bếp còn dơ bẩn vào buổi tối. Cả Kris và tôi đều đã mệt nhoài và sẵn sàng đi ngủ. Nhưng gần như bao giờ cũng vậy, tôi tự thúc giục mình phải tỉnh thức cho đến khi lau dọn xong căn bếp. Và như thế, buổi sáng chúng tôi thức dậy với một căn nhà sạch sẽ. Cả hai chúng tôi đều cảm nhận được sự thanh thản khi thức giấc mà không phải bắt đầu ngày mới với một căn bếp dơ bẩn. Điều này giúp cho điểm khởi đầu một ngày của chúng tôi dễ dàng hơn.

Tôi nghĩ là bạn sẽ khám phá ra rằng, nếu bạn cân nhắc việc hoãn lại những mong muốn của mình thường xuyên hơn vào những lúc thích hợp, sẽ dễ dàng hơn nhiều để tránh việc cáu gắt vì những chuyện vặt ở nhà.

99. Mọi việc rồi sẽ qua đi

Điều quý giá trong sự khôn ngoan để lại của người xưa đã giúp tôi rất nhiều là câu ngạn ngữ: "Mọi việc rồi đều sẽ qua đi." Nó đã giúp tôi trong việc vượt qua những điều bực dọc hằng ngày mà mỗi người trong chúng ta đều phải đối mặt, cũng như nhiều giai đoạn khó khăn trong đời tôi.

Hãy nghĩ kỹ về điều này. Tất cả mọi việc đều đến, rồi đi. Những rắc rối được tạo thành, rồi tan biến. Một ngày kia, chúng ta đang trong kỳ đi nghỉ, ngày sau đó, trở lại với công việc. Chúng ta mắc phải một cơn cảm lạnh hay cảm cúm, và rồi nó qua đi. Chúng ta bị một vết thương, và rồi, trong hầu hết trường hợp, nó lành lặn trở lại. Chúng ta mong đợi một sự kiện, và rồi sau đó cũng biết là nó đã qua đi. Chúng ta mong đợi cúp bóng đá Super Bowl, và những ngày sau đó, lại mong đợi cho mùa bóng kế tiếp.

Có một cảm giác tự do lớn lao khi nhớ đến câu ngạn ngữ này. Trong thực tế, nó có thể là nền tảng của một cuộc sống thanh thản. Nó có tác dụng như một sự nhắc nhở quan trọng rằng mọi thứ đều có một không gian, thời gian nhất định của nó. Nó cho phép chúng ta nhìn thấy triển vọng tương lai trong những giai đoạn đang có khó khăn, một quy luật cơ bản là không có điều gì tồn tại mãi mãi. Nó mang lại cho chúng ta hy vọng và sự tự tin rằng chúng ta rồi sẽ vượt qua điều này - mọi việc sẽ trôi qua, chắc chắn như vậy.

Lấy ví dụ, khi bạn có con nhỏ, rất dễ có ý tưởng phàn nàn rằng: "Mình sẽ chẳng bao giờ có được một đêm yên giấc như xưa nữa." Nếu không có triển vọng thấy trước là "Mọi việc rồi đều sẽ qua đi" thật rất dễ đi đến cảm giác quá sức chịu đựng, thậm chí thất vọng hoàn toàn trong những giai đoạn khó khăn này. Mỗi một đêm mất ngủ dường như là rồi sẽ kéo dài bất tận. Đầu óc bạn đầy sự lo sợ. Bạn cảm thấy tuyệt vọng, thấy trói buộc và như quá sức chịu đựng.

Nhưng chắc chắn là cũng giống mọi chuyện, giai đoạn này rồi cũng sẽ qua đi. Và bạn bước vào những giai đoạn thách thức mới. Cùng một khuynh hướng này sẽ áp dụng cho tất cả những thách thức khác nữa của cuộc sống. Bạn đang trải qua một cơn khủng hoảng và cảm thấy mình chẳng bao giờ có thể vượt qua nổi, nhưng rồi, bằng cách nào đó, bạn tìm được một giải pháp. Bạn có một trận cãi cọ dữ dội với vợ (hoặc chồng) mình, và thế là sẽ không bao giờ tha thứ. Nhưng cuối cùng

99. Mọi việc rồi sẽ qua đi

thì bạn nhận thấy tận đáy lòng mình vẫn yêu thương như cũ. Bạn trải qua một giai đoạn cực kỳ bận rộn trong công việc, và bạn cảm thấy không thể nào chịu đựng lâu hơn nữa. Và rồi thời biểu của bạn cuối cùng cũng trở lại như bình thường. Lần này qua lần khác, chúng ta phấn đấu và vươn tới.

Khi chúng ta nhìn lại cuộc sống của mình, rất dễ dàng để nhận ra mọi việc đều đến rồi đi. Mùa xuân, mùa hạ, rồi mùa thu. Niềm vui, nỗi đau, sự khen ngợi, rồi chê trách. Khó khăn, dễ dàng, nghỉ ngơi và mệt nhoài. Thành đạt, thất bại, và bao nhiêu điều khác nữa. Sự thanh thản và hạnh phúc chân thật chỉ đến khi chúng ta nhận ra được nguyên lý này, không chỉ bằng cách hồi tưởng lại, mà là ngay trong khi chúng ta đang trải qua những khó khăn. Bằng cách này, chúng ta giữ được trạng thái quân bình giữa sự hỗn loạn. Khi bạn nhớ rằng mọi việc đều đến và đi, bạn giữ được cách nhìn của mình, một tâm hồn rộng mở, và thậm chí cả một tính khí khôi hài, vui vẻ trong mọi giai đoạn của đời mình.

Tôi khuyến khích bạn tự nhắc nhở mình câu ngạn ngữ này mỗi khi bạn cảm thấy bực dọc, căng thẳng hay khó chịu, cũng như trong lúc bạn trải qua những giai đoạn cực kỳ khó khăn. Cuộc sống rất ngắn ngủi. Con cái chúng ta nhỏ dại, rồi trưởng thành. Bản thân chúng ta trẻ khỏe, rồi già yếu. Chúng ta sẽ đi qua tất cả những điều đó. Cách tốt nhất và hiệu quả nhất để duy trì một tâm hồn tươi đẹp và giữ cho chính mình không rơi vào cảm giác quá sức chịu đựng là luôn nhớ rằng, mọi việc - kể cả những việc rất khó khăn - rồi đều sẽ qua đi.

100. Như lần cuối cùng

Bao giờ cũng vậy, thật khó mà biết được làm thế nào để kết thúc một cuốn sách. Trong cuốn "Don't Sweat the Small Stuff", tôi kết thúc bằng cách đề nghị là bạn hãy sống như thể hôm nay là ngày cuối cùng của bạn trên mặt đất này - bởi vì cũng rất có thể là như thế, bạn không bao giờ thật sự biết trước được. Tôi quyết định kết thúc cuốn sách này bằng cách đưa ra một đề nghị tương tự, chỉ khác là lần này được hướng đến gia đình của bạn.

Trong giải pháp này, tôi đề nghị bạn hãy đối xử với những người trong gia đình, và cả những người bạn yêu thương nhất, như thể đây là lần cuối cùng bạn còn được gặp mặt họ.

Có bao lần chúng ta thường hối hả ra cửa mà quên nói một lời tạm biệt, hay nói ra điều gì đó không được tử tế lắm, hoặc làu bàu trong miệng một lời chỉ trích thay cho một lời chia tay khi chúng ta rời nhà? Có bao lần chúng ta coi thường những người ta yêu thương, chỉ dựa chủ yếu vào một điều là cho rằng mọi người sẽ mãi mãi bên nhau. Hầu hết chúng ta dường như đều cư xử với một sự mặc nhận là, chúng ta có thể đối xử tốt hơn vào lần sau, rằng bao giờ cũng còn có một ngày mai. Nhưng liệu đó có phải là cách sống khôn ngoan chăng?

Cách đây mấy năm, bà nội tôi qua đời. Tôi nhớ những lần viếng thăm bà trước đó, luôn biết rằng mỗi lần viếng

100. Như lần cuối cùng

thăm đều rất có thể là lần cuối cùng tôi còn gặp được bà. Mỗi chuyến thăm viếng đều diễn ra như thể là lần cuối cùng, nên vô cùng đặc biệt. Mỗi lời từ biệt đều chất chứa đầy tình yêu thương, sự trân trọng và suy ngẫm. Nhìn lại lúc đó, quả là những thời gian đặc biệt thấm đẫm tình thương yêu, bởi vì mỗi một phút giây đều vô cùng quý giá.

Cuộc sống hằng ngày của chúng ta cũng có thể quý giá như thế. Một bài tập để thực hành đều đặn là hãy tưởng tượng rằng đây là lần từ biệt cuối cùng của bạn. Hãy tưởng tượng rằng, vì một lý do nào đó, sau lần gặp gỡ này bạn sẽ chẳng bao giờ còn gặp lại người thân trong gia đình của mình nữa. Nếu điều này là sự thật (và luôn luôn có khả năng đó), liệu bạn có suy nghĩ và hành động giống như thế chăng? Liệu bạn có nhắc lại với cha mẹ mình, vợ hoặc chồng, con cái, anh chị em, hay những người thân khác... về những thiếu sót, lỗi lầm hay khuyết điểm mà họ đã mắc phải chăng? Liệu lời cuối của bạn có thể là những lời phàn nàn hay nhận xét bi quan nào đó, cho thấy là bạn ao ước rằng cuộc sống của bạn khác hơn chăng?

Chắc chắn là không!

Có thể là, nếu bạn nghĩ rằng bao giờ cũng có khả năng đây là lần gặp gỡ cuối cùng, bạn sẽ dành thêm một đôi phút để ôm chặt lấy người mình yêu thương, và trìu mến nói lời tạm biệt. Hoặc có thể là bạn sẽ nói một điều gì đó tử tế hơn, dịu dàng hơn, một khẳng định cho tình yêu thương của bạn, thay vì là một câu chào xã giao theo kiểu trong quan hệ công việc. Nếu bạn nghĩ đây là lần cuối cùng bạn gặp gỡ con cái mình, chị em, cha mẹ, vợ, chồng... bạn có thể sẽ đối xử với những người này khác hơn, tử tế hơn, và nhiều tình thương hơn. Thay vì hối hả chia tay, bạn có thể sẽ mỉm cười và nói với những người đó, bạn yêu thương họ như thế nào. Tâm hồn bạn sẽ cởi mở hơn.

Tôi đưa ra đề nghị này không phải để tạo một không khí lo sợ, nhưng để khuyến khích bạn hãy nhớ rằng gia đình mình quý giá như thế nào, và bạn sẽ thương nhớ mọi người thân của mình như thế nào nếu họ không còn bên cạnh để chia sẻ cuộc sống cùng bạn. Việc thực hiện giải pháp này trong cuộc sống của chính tôi đã tạo thêm sự trân trọng hơn nữa với những gì là quan trọng nhất. Tôi tin rằng nó sẽ giúp cho bạn trở nên kiên nhẫn hơn và yêu thương hơn - và, có thể quan trọng hơn hết, nhớ không cáu gắt vì những chuyện nhỏ nhặt với gia đình mình.

MỤC LỤC

LỜI GIỚI THIỆU 5
Dẫn nhập 7
1. Tạo một môi trường tình cảm tích cực 11
2. Bắt đầu mọi việc sớm hơn một chút 13
3. Người đang vui là người sẵn lòng giúp đỡ 15
4. Học hỏi trẻ con để sống trong hiện tại 18
5. Bảo vệ sự riêng tư của bạn 20
6. Tha thứ cho những cơn nóng giận 22
7. Hãy lắng nghe 24
8. Những trận cãi nhau của trẻ con 27
9. Công việc không bao giờ hoàn tất 29
10. Đừng trả lời điện thoại......................................31
11. Sống thật với lòng mình 33
12. Hãy giữ lời hứa..35
13. Mua thêm một món, hãy bớt đi một món........38
14. Cứ để cho trẻ con có đôi lúc buồn chán 41
15. Chờ đợi điều không may 43
16. Những "khoảng trắng" trong thời biểu 45
17. Cuộc sống này là vô giá 48
18. Giảm nhẹ sự căng thẳng 50

19. Bạn muốn các con sẽ như thế nào? 52
20. Đánh giá cao giai đoạn trẻ con 54
21. Không để những chuyện ấy làm bận tâm 57
22. Đừng bỏ lỡ cơ hội bày tỏ lòng thương yêu............59
23. Tự điều chỉnh lại mình đúng lúc 62
24. Khám phá cách sống giản đơn tự nguyện 64
25. Chọn bạn mà chơi 67
26. Chấp nhận sự bất đồng 70
27. Đừng tự hạ mình 72
28. Đừng nhắc lại những chuyện không hay 75
29. Hãy nêu gương tốt 78
30. Sống buông xả bình thản 80
31. Tạo ra một thông lệ "vị kỷ" 83
32. Nếu bạn có con, quên đi chuyện thời biểu 85
33. Những biểu hiện của yêu thương 87
34. Đừng để tiền bạc làm bạn quỵ ngã 89
35. Bắt đầu ngày mới với yêu thương, ...91
36. Đừng coi thường những người chung sống 93
37. Một giới hạn cho những ước muốn 96
38. Để cho người khác thắng..................................100
39. Giữ một nhịp sống tỉnh táo 102
40. Đừng làm một người hy sinh thái quá................104
41. Từ bỏ những điều mong đợi 106
42. Tôn trọng cha mẹ vợ (hoặc chồng) 108
43. Những trạng thái tâm lý 110
44. Tách biệt công việc ra khỏi tất cả 113
45. Khi yêu thương hãy chấp nhận mọi thứ 115
46. Những thói tật nhỏ nhặt...................................117

47. Đừng nhấn mạnh sự bận rộn 120
48. Dễ dãi hơn với những người hàng xóm..............122
49. Những khó khăn của người khác 126
50. Đừng mang những cơn giận vào giấc ngủ 128
51. Vì sao tôi có thể không giống mọi người?.............130
52. Tự mình thoát khỏi những khó khăn................132
53. Hành động có ý nghĩa nhiều hơn lời nói.............134
54. Tập trung sự chú ý 137
55. Giảm bớt sự bực dọc 139
56. Bố trí thời gian cho những việc làm tốt.............141
57. Đừng phê phán sau lưng người khác 143
58. Tổ chức những buổi họp mặt gia đình 145
59. Bày tỏ sự đánh giá cao về người khác..............147
60. Nhìn mọi việc theo đúng thực tiễn 150
61. Đừng quá chú ý vào những kỳ nghỉ 152
62. Đối thoại bằng lòng yêu thương 155
63. Ngồi yên 157
64. Đón nhận khi sự việc đến 160
65. Giữ gìn sức khỏe 162
66. Trước hết phải quan tâm đến tình cảm 164
67. Quá chú ý đánh giá việc làm của mình 166
68. Tưởng tượng rằng ai đó đang theo dõi bạn.........168
69. Nội tâm thế nào, cuộc sống thế ấy 170
70. Tạo quan hệ mới với con người cũ..................172
71. Những cuộc tấn công của ý tưởng 175
72. Đừng nói quá công việc ở nhà 177
73. Hãy trân trọng cuộc sống 180
74. Đừng lặp lại những lỗi lầm cũ........................181

243

75. Khi ai đó không hiểu được vấn đề 183
76. Cung cách ứng xử trong gia đình..................186
77. Đi cắm trại 188
78. Xem trẻ con như những người thầy..................190
79. Bạn không thể mang theo được gì 192
80. Chọn một tổ chức từ thiện cho gia đình 194
81. Hãy kiên nhẫn với chủ cho thuê nhà..................196
82. Tập thể dục..................198
83. Chú ý những gì ngày càng tốt hơn 200
84. Những mong ước của con cái..................202
85. Đừng suy diễn về người khác..................205
86. Nói năng dịu dàng..................207
87. Giữ tâm trạng vui vẻ..................209
88. Nghĩ đến điều tốt đẹp đã làm hôm nay 211
89. Khám phá một niềm vui đơn sơ..................213
90. Những điều nhỏ nhoi sẽ được nhớ đến 215
91. Nêu lên một tấm gương hiền hòa 217
92. Sự may mắn có được một căn nhà..................219
93. Đừng phàn nàn về những lời phàn nàn 221
94. Chấp nhận sự thay đổi..................223
95. Chuyển đổi vai trò giữa vợ chồng 225
96. Bao giờ cũng có việc gì đó cần làm 227
97. Giải phóng những thứ phế thải 230
98. Hoãn lại những mong muốn của mình 233
99. Mọi việc rồi sẽ qua đi..................235
100. Như lần cuối cùng..................238

www.ingramcontent.com/pod-product-compliance
Lightning Source LLC
LaVergne TN
LVHW021659060526
838200LV00050B/2420